காலத்தின் குரல்

காலத்தின் குரல்

தமிழில்: **இஸ்க்ரா**

கிழக்கு

காலத்தின் குரல்

Kaalathin Kural

Iskra ©

First Edition : December 2022
208 Pages
Printed in India.

ISBN: 978-93-90958-75-7
Kizhakku - 1295

Kizhakku Pathippagam
177/103, First Floor, Ambal's Building, Lloyds Road,
Royapettah, Chennai - 600 014. Ph: +91-44-4200-9603
Email : support@nhm.in | Website : www.nhm.in

kizhakkupathippagam | kizhakku_nhm

Kizhakku Pathippagam is an imprint of New Horizon Media Private Limited

வாழ்வின் எல்லாமுமாக இருக்கும்
எனது அன்பு அம்மா சித்ராவுக்கு

பொருளடக்கம்

1

எனக்கோரு கனவு இருக்கிறது

மார்ட்டின் லூதர் கிங் (1929 - 1968)

மார்ட்டின் லூதர் கிங் கறுப்பின மக்களின் பாதுகாவலன். இனப் பகையை எதிர்த்த போதகர். அமெரிக்காவின் காந்தியவாதி. அடிமைப்பட்டுக்கிடந்த அமெரிக்கவாழ் ஆப்பிரிக்கர்களைப் புரட்சித் தீ கொண்டு விழிப்படையச் செய்த மகான். இருளை ஒளி கொண்டு விரட்டுவதுபோல, வெறுப்பை அன்பு கொண்டு அரவணைத்தவர். நீதியின் கரங்கள் நீக்கமற நிறைந்திருந்தாலும், துளியளவு அநீதி அதை கேள்விக்குள்ளாக்கும் என்ற தத்துவஞானி.

உலக வல்லரசாகத் திகழும் அமெரிக்காவின் அழுக்குகளை முன்னின்று சுட்டிக்காட்டியவர். சுத்தப்படுத்தியவரும்கூட. இத்தனை பாரங்களையும் தலைமேல் போட்டுக்கொண்டு, பெரும் கனவு ஒன்றை சுமந்துகொண்டிருந்தார்.

28 ஆகஸ்ட் 1963 அன்று வாஷிங்டனில் உள்ள லிங்கன் நினைவிடத்தின் முன்னால் மார்டின் லூதர் கிங் பேச்சைக் கேட்க 2,50,000 மக்கள் ஒன்றுகூடியிருந்தனர். அதில் 60,000 பேர் வெள்ளையினத்தவர்கள். உரத்தக் குரலில் தொடங்கிய மார்ட்டினின் பேச்சு இறுதிக்கட்டத்தை நெருங்கும்போது தழுதழுத்தது. உலகின் தலைசிறந்த உரைகளின் வரிசையில் அசைக்கமுடியாத இடத்தில் இருக்கும் கிங்கின் பெருங்கனவுப் பேச்சு இதோ.

•

நம் தேசத்தின் வரலாற்றில் விடுதலைக்கான மிகப் பெரும் எழுச்சியாக இந்நாள் நிலைத்திருக்கப்போகிறது. உங்களில் ஒருவனாக இங்கே இணைந்திருப்பதில் பெருமகிழ்ச்சி கொள்கிறேன்.

ஒரு அசாத்திய மனிதரின் (ஆபிரகாம் லிங்கன்) நினைவிடத்தின் முன்னால் நாம் விடுதலைக்குப் போராட ஒன்றுகூடி நிற்கிறோம். நூற்றாண்டுகளுக்கு முன்னர், அவர் கையெழுத்திட்ட விடுதலைப் பிரகடனம்தான் லட்சோபலட்ச நீக்ரோ மக்களைச் சக மனிதராக அங்கீகரித்தது. அநீதி இருளில் உழன்று கொண்டிருந்த நம் கறுப்பின மக்களுக்கு ஒளிக் கீற்றாய் மிளிர்ந்து நம்பிக்கை அளித்தது. சிறையில் அறையப்பட்ட நம் நீண்ட இரவை முடிவுக்கு கொண்டுவந்த மகிழ்ச்சியான விடியல் அது.

ஆனால் 100 ஆண்டுகளைக் கடந்த பின்னரும்கூட நீக்ரோக்கள் இன்னும் சுதந்திரம் அடையவில்லை என்பதை நாம் துக்கத்தோடு ஒப்புக்கொள்ள வேண்டிவரும். நூறு ஆண்டுகளுக்குப் பின்னும் பிரிவினையின் சூழ்ச்சியாலும் பாகுபடுத்தும் நிறவெறியாலும் நீக்ரோக்கள் பழி தீர்க்கப்படுகின்றனர். நூறு ஆண்டுகளுக்குப் பின்னும் இந்தச் செல்வம் கொப்பளிக்கும் பெருங்கடலின் மத்தியில் வறுமை வாட்டும் ஒரு பாழடைந்த தீவில்தான் அனலிடைப் புழுவாய் மெலிந்து வருகிறார்கள். நூறாண்டுகளுக்குப் பின்னும் இத்தேசத்தின் மூலை முடுக்குகளில்தான் மூச்சிறைக்கிறார்கள். தாய் நாட்டிலேயே ஓர் அகதியைப் போல் தனித்து விடப்பட்டிருக் கிறார்கள். இனி இந்தக் கொடுமையை உலகிற்கு உரக்கச் சொல்வோம். அதற்கே இந்தக் கூட்டம்.

அமெரிக்கா நமக்கு அளித்த ஒரு காசோலையைப் பணமாக்குவதன் பொருட்டே, அதன் தலைநகர் நோக்கி நாம் படையெடுத்திருக் கிறோம். இந்தப் பிரம்மாண்ட தேசத்தின் குடியாட்சியைக் கட்டமைத்து, அதன் சட்டப் புத்தகத்தை எழுதி அமல்படுத்தும் முன் ஒவ்வொரு அமெரிக்கருக்கும் ஓர் உறுதிமொழி பத்திரத்தை நம் முன்னோர்கள் எழுதிக் கொடுத்தார்கள். அதன்படி கண்ணியமாக வாழும் உரிமை, சுதந்திரமாக நடமாடும் உரிமை, மகிழ்ச்சியை நோக்கி நகரும் உரிமை இம்மண்ணின் ஒவ்வொரு பூர்வக்குடிக்கும், அவர்தம் சந்ததிக்கும் மிகப் பத்திரமாய் வழங்கப்பட்டிருக்கிறது. கறுப்போ சிகப்போ எல்லோருக்கும் நியதி ஒன்றுதான்.

ஆனால் அந்த உறுதிமொழிப் பத்திரத்தைச் சொன்னபடி செயல் படுத்த அமெரிக்கா தவறிவிட்டது. தன் குடிமக்களுக்கு உரிமைகள்

மீதான உத்தரவாதத்தை நிறத்தின் அடிப்படையில் தருவதே முறையென இந்நாடும் இந்நாட்டு மக்களும் கருதுகின்றனர் போலும்.

அமெரிக்க அரசு கொடுத்த அந்தக் காசோலைப் பத்திரம், 'போதுமான பணம் இல்லை' என்ற காரணத்தால் திருப்பி அனுப்பப்பட்டது. இந்த நீதி வழங்கும் வங்கி, நிதி இல்லையெனச் சொல்லி திவால் ஆவதை நாங்கள் நம்ப மறுக்கிறோம். இந்தத் தேசத்தின் நம்பகத்தன்மையான பெரும் வாய்ப்புக் களஞ்சியத்தில் நிதி இல்லையென்பதை நாங்கள் ஏற்க மறுக்கிறோம். அதனால்தான் நீதியின் பெயரிலும் சுதந்திரத்தின் பெயரிலும் அடகு வைக்கப்பட்ட இந்தக் காசோலையை அமைதியான முறையில் மீட்டெடுக்க முன்வந்திருக்கிறோம்.

இந்த நொடிப்பொழுதின் முக்கியத்துவத்தை அமெரிக்கருக்கு நினைவூட்ட இந்தப் புனிதமான இடத்தைத் தவிர வேறொன்று இருக்க முடியாது. பொங்கி எழும் நம் கோபத்தை நீரூற்றி அணைப்பதற்கும் சமாதானப் பேச்சுவார்த்தைக்கும் இது நேரமல்ல. மாறாக குடியாட்சி அளித்த உத்தரவாதங்களை மீட்டுக் கொணர்ந்து விரைந்து செயல்படுத்த வேண்டும். இருளிலிருந்து எழ இதுவே சரியான நேரம். சூரிய ஒளிப் படர்ந்த சமத்துவப் பாதையில், சரிநிகர் சமானமாக செல்ல இதுவே சரியான நேரம். கடவுளரின் ஒட்டுமொத்த குழந்தைகளுக்கும் வாய்ப்பின் வாசற்கதவைத் திறக்க இதுவே சரியான நேரம். நம் தேசத்தின் புதைமண்ணிலிருந்து இனத் துவேஷத்தை தோண்டியெடுக்கவும் வலிமையான பாறைகளில் சகோதரத்துவத்தை கீறி எழுதவும் இதுவே மிகச் சரியான நேரம்!

இந்தத் தருணத்தில் நீக்ரோக்கள் பிரச்னையை அலட்சியப் படுத்துவதும், இந்தப் போராட்டத்தைக் குறைத்து மதிப்பிடுவதும் நம் தேசத்திற்கே பெரும் ஊறு விளைவிக்கலாம். சமத்துவமும் விடுதலையும் வசந்தகாலப் பூக்களாய் இம்மண்ணில் பூத்துக் குலுங்கும் நாள்வரை, நீக்ரோக்களுக்கு அநீதி இழைக்கும் கோரமான கோடைக் காலம் இம்மண்ணை நீங்காது. நம் போராட்ட வாழ்வின் இறுதி அத்தியாயம் 1963ஆம் ஆண்டோடு நிறைவுபெறுவதாக சிலர் எண்ணுகிறார்கள். இது வெறும் தொடக்கப்புள்ளி மட்டுந்தான். நீராவியைப் போல் நம் நீக்ரோக்களை ஊதித் தள்ள உத்தேசித்து, மீண்டும் இந்த அமெரிக்கர்கள் சொந்த அலுவலில் மூழ்கிப்போக முற்பட்டால் இந்தப் போராட்டம் ஒரு முரட்டுத்தனமான எச்சரிக்கையாக இருக்கும்.

நீக்ரோ மக்களுக்குக் குடியுரிமை மீதான சலுகைகள் தரப் படாதவரை அமைதியோ ஓய்வோ அமெரிக்காவில் நிலைத் திருக்காது. நீதியின் விடியல் அநீதியை அழித்து எரியட்டும். அதுவரை இந்தப் புரட்சிப் போராட்டத்தின் சூறைக்காற்று தேசத்தின் அடித்தட்டு ஆன்மாவை ஆட்டம் காணவைக்கும்!

நீதிதேவன் மாளிகைக்குச் செல்லும் இந்தச் சூடான வாயிலில் நிற்கும் என் அன்பிற்கினிய மக்களே! உங்களிடம் ஒன்றைச் சொல்ல வேண்டும். உரிமையின் பொருட்டு நாம் அடையவிருக்கும் இந்த மாபெரும் லட்சியத்தின் பெயரால், எந்தவித குற்றத்திற்கும் நாம் ஆட்பட்டுவிடல் ஆகாது. சுதந்திரத் தாகத்தை தணிக்க முடியாமல் போகும்போது குவளை நிறைய கசப்பும் வெறுப்பும் பருக நேரலாம், உடன்படாதீர்கள் தோழர்களே! நம் நெடிய போராட்டத்தின் பயணம் முழுக்கக் கண்ணியமும் கட்டுப்பாடுமே கடிவாளமாய் கட்டியமைக்க அரிதில் முயலவேண்டும்.

நம் ஆக்கப்பூர்வமான எதிர்ப்பைப் பதிவுசெய்ய எவ்விதமான வன்முறைக்கும் இடம்கொடுக்கக்கூடாது. உடல் ரீதியான உணர்ச்சிகள் வன்முறைக்கு மேலோங்கும் போதெல்லாம் ஆன்ம சக்தியோடு ஒன்றிணைந்து அமைதியான வழியில் கம்பீரமான உயரத்திற்கு நாம் சென்றடைய வேண்டும்.

நம் நீக்ரோ மக்களைத் தன்வயப்படுத்தும் போர்க்குண எண்ணங் களுக்கு செவிமடுக்காதீர்கள். வெள்ளையின மக்கள் எல்லோரையும் சந்தேகக் கண்ணோட்டத்தில் பார்க்காதீர்கள். இருவர் விதியும் ஒன்றோடு ஒன்று பின்னப்பட்டுள்ளதை அவர்கள் மெல்ல மெல்ல உணர்கிறார்கள். கறுப்பின விடுதலையும் வெள்ளையின விடுதலையும் ஒன்றென கருதும் வெள்ளையின மக்கள் இன்று வெகுவாக வளர்ந்திருக்கிறார்கள். அதற்குச் சாட்சியாகவே பல வெள்ளையின மக்களை இங்கு நாம் காண்கிறோம். நம்மால் தனித்துப் பயணிக்க முடியாது.

முன்னோக்கிச் செல்லும் இந்த நெடிய பயணத்தில் பின்வாங்கும் எண்ணம் துளியும் கூடாது. உண்மையைச் சொன்னால், நம்மால் பின்வாங்கவும் முடியாது.

சமூக நலனில் அக்கறை கொண்ட சிலர், 'நீங்கள் எப்போது திருப்தியடைவீர்கள்?' எனக் கேட்கிறார்கள். காவல்துறையினரின் கொடுங்கோன்மையால் எங்கள் கறுப்பின மக்கள் சொல்லமுடியாத துயரத்திற்கு ஆட்படும்போது, நாங்கள் எப்படி திருப்தியடைவது? பயணக் களைப்பால் சோர்வு தங்கிய எங்கள் உடலை – அவர்களின்

நெடுஞ்சாலை ஹோட்டல்களும், நகர்புற லாட்ஜ்களும் உள் நுழைய அனுமதிதர மறுக்கும்போது எங்களால் எப்படி திருப்தியடைய முடியும்? பட்டிக்காட்டுச் சாலையிலிருந்து பட்டணம் போய்ச் சேரும்வரை ஒரு ஜான் அளவுகூட எங்களால் திருப்தியடைய முடியாது என்பதை எப்படிச் சொல்வேன் இவர்களுக்கு!

மிசிசிப்பியில் வசிக்கும் நீக்ரோவிற்கு வாக்கு செலுத்த உரிமை இல்லாதபோது, நியூயார்க் நகர நீக்ரோவிற்கு வாக்குச் செலுத்த தேவையான எந்தவொரு அடிப்படை அடையாளமும் இல்லை என அவன் நம்பும்போது நாங்கள் எப்படித் திருப்தியடைய முடியும்? முடியாது! முடியாது! எம்மால் திருப்தி அடையவே முடியாது. நீதியின் ஆட்சி வெள்ளப்பெருக்கெடுத்து வீதியில் வழிந்து ஓடும் வரை எங்களால் திருப்தியடையவே முடியாது!

உங்களில் சிலர் கொடிய இன்னலுக்கு உள்ளானதையும் நீதி மன்றத்தில் விசாரணை முடித்த கையோடு இப்போராட்டத்திற்கு ஓடிவந்ததையும் நான் அறிவேன். சிலர் சிறையிலிருந்து விடுதலையானதும் நேரே இங்குதான் வந்திருக்கிறீர்கள். இன்னும் சிலர் தான் வசிக்கும் வீதிகளில் விடுதலை கேட்டுப் போராடியபோது காவல்துறை தாக்கிய பூட்ஸ் வடு ஆறாத கையோடு நீதி கேட்க வந்திருக்கிறீர்கள். கொடுங்கோன்மை பூதத்தின் எல்லாவிதத் தொல்லைக்கும் ஆளான பெருவீரர்கள் நீங்கள். உலகறியாத துன்பம் நம்மை மீட்பரின் வழியில் கூட்டிச்செல்லும் நண்பர்களே, நம்பிக்கையைக் கைவிட வேண்டாம்.

மிசிசிப்பிக்குச் செல்லுங்கள். அலபாமாவுக்கு செல்லுங்கள். தென் கரோலினா, ஜார்ஜிய, லூசியானா... செல்லுங்கள்... செல்லுங்கள்! இந்த நவீன நகரத்தின் ஒருபாதி மூலையிலுள்ள நம் சேரிக்கும் பட்டிக்காட்டுக்கும் திரும்பிப் படையெடுத்துச் செல்லுங்கள். நம் நிலை ஒருநாள் மாறும். நம்மால் மாற்றமுடியும். எந்தவொரு நிர்க்கதியான நிலையிலும் விரக்தியின் பள்ளத்தாக்கில் கால்வைத்து வீழ்ந்து விடாதீர்கள்!

நான் இன்று சொல்கிறேன், கேளுங்கள்.

இத்தனை மனக்குமுறலுக்கு மத்தியிலும், இத்தனை இடர் பாடுகளுக்கு இடையிலும் எனக்கு ஒரு கனவு இருக்கிறது தோழர்களே! அமெரிக்க ஆசையில் வேரூன்றிய கனவு அது.

ஒரு நாள் இந்தத் தேசம் எழுச்சிப் பெறும். அப்போது இந்த மதத்தின் அடிப்படைக் கொள்கையால், மனிதர்கள் எல்லோரும் சமமாகவே

படைக்கப்பட்டனர் என்பதை எல்லோரும் ஏற்றுக்கொள்வார்கள் என எனக்கு ஒரு கனவு இருக்கிறது.

ஜார்ஜியாவின் செங்குன்றத்தில் முன்னாள் அடிமைகளின் புதல்வர்களும் முன்னாள் முதலாளிகளின் புதல்வர்களும் ஒற்றுமையாகக் கைக்குலுக்கி சகோதரத்துவத்தின்பால் சரிசமமாக உட்கார்ந்திருப்பார்கள் என எனக்கு ஒரு கனவு இருக்கிறது.

அநியாயத்துக்கும் அடக்குமுறைக்கும் பெயர்போன மிசிசிப்பி மாகாணத்தில் கூட சுதந்திர கீதம் பாடுவதாக எனக்கு ஒரு கனவு இருக்கிறது.

என் நான்கு சிறுகுழந்தைகளும் நிறத்தின்பால் அல்லாமல் அவர்தம் குணத்தின்பால் மதிப்பிடும் மிகக் கண்ணியமான தேசத்தில் ஒரு நாள் வாழ்வார்கள் என்று ஒரு கனவு இருக்கிறது எனக்கு.

ஆம். கனவு இருக்கிறது எனக்கு.

சமுதாயச் சிக்கலால் நடுநிலை வகிக்கிறேன் என்ற பெயர் வெளியில் கள்ளமௌனம் சாதிக்கும் அலபாமா மாகாணத்தின் ஆளுநரே! இதே அலபாமா வீதியில் கறுப்பினச் சிறுவர்களும் கருப்பினச் சிறுமியரும் வெள்ளையினச் சிறுவர் சிறுமியரோடு அண்ணன் - தங்கை உறவுமுறையில் கைக்கோர்த்து நடக்கும்படியாக எனக்கு ஒரு கனவு இருக்கிறது.

தாழ்ந்த மலைச்சரிவுகள் ஒருநாள் மேலெழும்பும். மலைகளும் குன்றுகளும் பள்ளமாகும். மூர்க்கமான நிலங்கள் சமவெளியாகும். வளைந்து நெளிந்த சாலை முகடுகள் இனி நேர்சீராகும். எல்லாம் வல்ல கடவுளின் கிருபையால் மண்ணில் வாழ்பவர்களே! நீங்கள் சமத்துவத்தைப் பார்க்கும்படி எனக்கு ஒரு பிரம்மாண்ட கனவு இருக்கிறது.

இது என் நம்பிக்கை. இதை நம்பித்தான் தென்னகம் வந்தேன். இந்த அசாத்திய நம்பிக்கையால் விரக்தியின் மலைமேட்டில் இருந்து நம்பிக்கையின் கற்களைப் பெயர்த்தெடுப்போம் தோழர்களே. ஆம், நம் தேசத்தின் குழப்பமான முரண்பாடுகளைச் சகோதரத்துவத்தால் சிம்பொனி அமைத்து சரிசெய்வோம்.

இந்த நம்பிக்கையின் பெயரால் ஒன்றிணைந்து உழைப்போம்; ஒன்றிணைந்து பிரார்த்திப்போம்; ஒன்றிணைந்து போராடி விடுதலை கேட்போம்; தேவைப்பட்டால் ஒன்றிணைந்து சிறைக்குச் செல்லவும் தயங்க மாட்டோம்; ஒரு நாள் வெற்றி பெறுவோம்!

அமெரிக்கா ஓர் உன்னத தேசமாக உருவெடுக்க வேண்டுமானால் இவை சாத்தியப்பட வேண்டும். நியூ ஹாம்ஷயர் மலைகளில் சுதந்திர கீதம் ஒலிக்க வேண்டும். நியூ யார்க் நகர மலையுச்சிகளில் விடுதலைக் கனல் வெந்துத் தணிய வேண்டும். பென்ஸல்வேனியா மாகாண அலிகேனிஸ் மலையுச்சியில் எட்டுத்திக்கும் இனி இந்த சுதந்திரச் சத்தம் எதிரொலிக்க வேண்டும்! ஆம், எதிரொலிக்க வேண்டும்.

பனி படர்ந்த ராக்கி மலைத்தொடரில் விடுதலை கீதம் ஒலிக்கட்டும். வளைந்து நெளிந்த கலிபோர்னியா சிகரத்தில் விடுதலை கீதம் ஒலிக்கட்டும்.

டென்னிஸி மலையிலும், ஜார்ஜியா மாகாண கற்பாறையிலும், மிசிசிப்பி மாகாணத்தின் குட்டிக் குட்டிக் குன்றுகளிலும் இனி இந்த விடுதலை கீதம் அதிர ஒலிக்கட்டும்.

சுதந்திரக் காற்றை நாம் சுவாசிக்கத் தொடங்குவோம். ஒவ்வொரு கிராமத்திலும் கைவிலங்கு அவிழ்க்கப்படும். குக்கிராமம் முதலாக அனைத்து நகரங்களும் அனைத்து மாகாணங்களும் சுதந்திரம் பெறத்தொடங்குவார்கள்.

இறுதியாகக் கறுப்பின ஆண், வெள்ளையின ஆண், யூதர், சீர்திருந்த கிறிஸ்தவர், கத்தோலிக்கர் என கடவுளரின் அனைத்து குழந்தைகளும் ஒற்றுமையாகக் கைகோர்த்துக் கொண்டு, ‘சுதந்திரம் பெற்றுவிட்டோம். இறுதியாக சுதந்திரம் வாங்கிவிட்டோம்! எல்லாம் வல்ல இறைவனுக்கு நன்றி, இறுதியாக நாம் விடுதலை அடைந்தே விட்டோம்!’ என்று நீக்ரோக்களின் பண்டைய ஆத்ம மரபில் உள்ள வரிகளை மகிழ்ச்சிகரமாகப் பாடுவோம்.

•

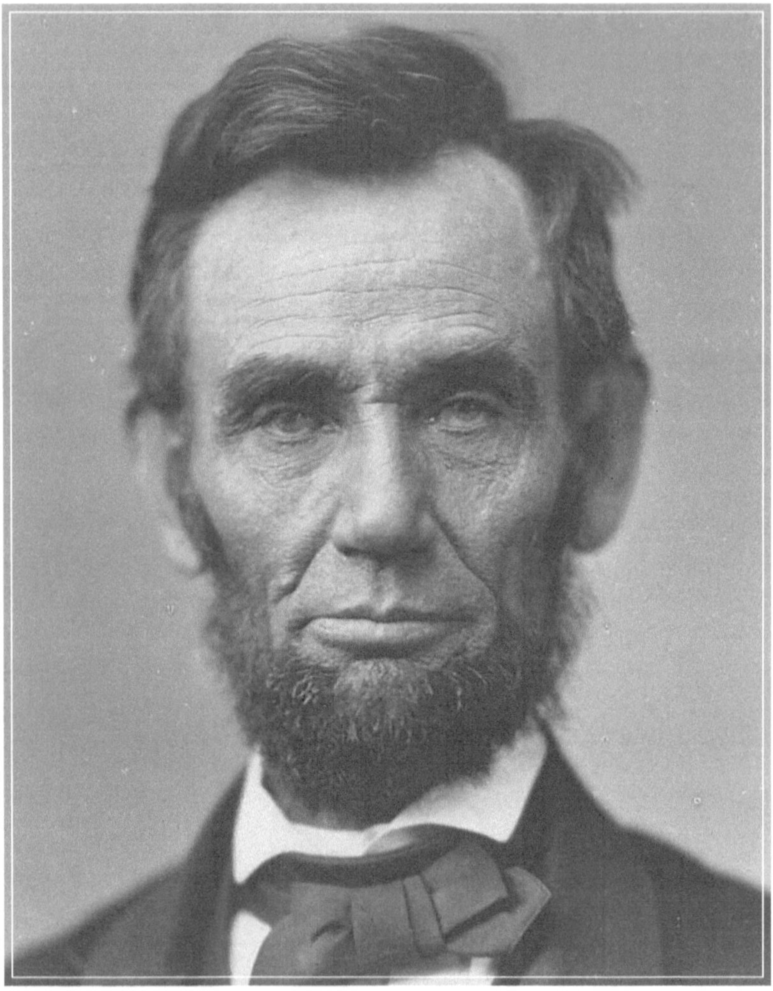

2

மக்களாட்சி என்றும் அழியாது

ஆபிரகாம் லிங்கன் (1809 - 1865)

அமெரிக்காவை உருமாற்றிய உரை என்று ஆபிரகாம் லிங்கனின் கெட்டிஸ்பர்க் உரை அழைக்கப்படுகிறது. முக்கியமான வரலாற்றுத் தருணத்தில் ஒரு முக்கியமான வரலாற்று ஆளுமையால் நிகழ்த்தப் பட்ட உரை என்பதாலோ என்னவோ அமெரிக்கா கடந்து உலகையும் அது வசப்படுத்திவிட்டது.

ஐக்கிய அமெரிக்காவின் 16வது குடியரசுத் தலைவராக பொறுப் பேற்றுக் கொண்ட லிங்கன், தன் எல்லைக்குட்பட்ட மாகாணங்களில் அடிமை முறையை ஒழிப்பேன் என்று பல ஆண்டுகளாக சூளுரைத்து வந்திருந்தார். வட மாநிலங்கள் அடிமைமுறை ஒழிப்புக்கு ஆதரவாக இருந்தன. தென் மாநிலங்களோ அடிமை முறையை ஒழிக்கக்கூடாது என்றும் மீறி ஒழித்தால் அமெரிக்கக் கூட்டாட்சியிலிருந்து விலகிவிடுவோம் என்றும் அச்சுறுத்தின.

அடிமை முறையை எதிர்த்த காரணத்தால் ஆட்சியேற்ற நிமிடம் தொடங்கி எதிர்ப்புகளைச் சந்திக்க ஆரம்பித்துவிட்டார் லிங்கன். வடக்குக்கும் தெற்குக்கும் இடையிலான அடிப்படையான முரண் நாள்பட நாள்பட வலுத்துக்கொண்டே போய் ஒரு கட்டத்தில் உள்நாட்டுப் போராக வெடித்தது. நாட்கள், வாரங்கள், மாதங்கள், வருடங்கள் என்று கிட்டத்தட்ட லிங்கன் பதவியிலிருந்த 1503 நாட்களில், 1458 நாட்கள் போரில் கழிந்துவிட்டன.

இந்தப் பின்னணியில்தான் 1863ஆம் ஆண்டு நவம்பர் 19-ம் தேதி கெட்டிஸ்பர்க்கில் லிங்கன் தனது புகழ்பெற்ற உரையை நிகழ்த்தினார். சில நாட்களுக்கு முன்பு அதே கெட்டிஸ்பர்க்கில் நடந்த கலவரத்தில் 51,000 எதிரிப் படையினரைக் கொன்றுவிட்டு, மூவாயிரத்து சொச்சம் அமெரிக்கர்கள் இறந்துபட்டிருந்தனர். அவர்களுடைய கல்லறைத் திறப்புக்குதான் லிங்கன் அழைக்கப் பட்டிருந்தார்.

லிங்கன் பேசியது 2 நிமிடங்கள் மட்டுமே. அந்த இரு நிமிடங்களை அசாத்தியமான நம்பிக்கையால் அவர் நிரப்பியிருந்தார். லிங்கனின் புகழ்பெற்ற மக்களாட்சி விளக்கமும் இந்த உரையில்தான் இடம் பெற்றுள்ளது.

அடிமை முறை ஒழிப்புக்கு இத்தனை விலை கொடுக்க வேண்டுமா? இறந்துபோன வீரர்களுக்கு நாம் செய்யும் பதிலீடு என்ன? ஓயாத இந்தப் போர் முடிவுக்கு வருவது எப்போது? ஐக்கிய அமெரிக்காவின் விடியல் என்றைக்கு? எல்லாக் கேள்விகளுக்கும் லிங்கனின் சிறு உரை விடையளித்தது.

போரின் முடிவில் இறுதி வெற்றி லிங்கனின் அமெரிக்காவுக்கே கிடைத்தது. அடிமைமுறை இன்று இல்லை என்றாலும் நிறவெறி மறைந்துவிட்டது என்று சொல்லமுடியுமா? இன்றைய அமெரிக்கா மட்டுமல்ல பிளவுண்டிருக்கும் முழு உலகமும் லிங்கனின் சொற்களை ஊன்றி கவனிக்கவேண்டிய தருணம் இது.

•

சுமார் 87 வருடங்களுக்கு முன்பு, இந்தக் கண்டத்தில் ஒரு புதிய தேசத்தை நம் மூதாதையர்கள் நிர்மாணித்தார்கள். சுதந்திரத்தால் உருப்பெற்ற அத்தேசத்தில் மனிதர்கள் அனைவரும் சரி சமமாக மதிக்கப்பட வேண்டும் என்பதே அவர்களின் பெருவிருப்பம்.

ஆனால் நாம் இப்போது அத்தேசத்தின் கடும் உள்நாட்டு யுத்தத்தில் சிக்கிக் கொண்டிருக்கிறோம். சுதந்திரமும் சமத்துவமும் ஆழ வேரூன்றிய ஒரு நாடு, இந்தப் பூமியில் நிலைத்திருக்குமா என்ற கேள்விக்கு விடை காண முற்பட்டிருக்கிறோம். யுத்தம் நடந்து கொண்டிருக்கும் அதே களத்தில்தான் இந்தச் சந்திப்பும் நடந்து கொண்டிருக்கிறது.

தேசம் வாழும் பொருட்டு, தன் உயிர் துறந்து உறங்கிக் கொண்டிருக்கும் வீரர்களை உங்கள் மனதில் நிறுத்துங்கள். இந்தப்

போர்க்களத்தின் ஒரு மூலையை அவர்களின் கல்லறைக்காக அர்ப்பணிக்கவே நாம் இங்கு ஒன்றுகூடியுள்ளோம். இது நாம் அவர்களுக்கு செய்யும் கைமாறு. ஒருவகையில் இதுவே பொருத்தமானதும் சரியானதும்கூட.

ஆனால் பொருள் பொதிந்து பார்த்தால் வேறொன்றும் தோன்றுகிறது. நம்மால் இந்தப் போர்க்களக் கல்லறையை அவர்களுக்காக அர்ப்பணிக்கவோ புனிதப்படுத்தவோ கௌரவப்படுத்தவோ முடியாது. வாழ்ந்து மடிந்த வீரர்கள் நம் சக்திக்கு மேலாகவே இந்தப் போரை புனிதப்படுத்தி இருக்கிறார்கள். கெட்டிக்காரர்கள்!

இங்கே நாம் என்ன சொல்கிறோம் என்பதை இந்த உலகம் ஒருவேளை மறந்துபோகலாம். அல்லது கொஞ்சமேனும் குறிப்பு வைத்திருக்கலாம். ஆனால் அவர்கள் என்ன செய்தார்கள் என்பதை ஒருபோதும் மறக்காது.

இதுவரை உன்னதமாக மேற்கொள்ளப்பட்ட இந்தப் போர், வாழும் நமக்காக இவர்கள் செய்த தியாகம் என எண்ணத் தோன்றும். அதற்காகவேனும் நாம் அர்ப்பணிப்போடு நடந்து கொள்ள எதிர்பார்க்கப்படுகிறோம்.

எஞ்சியிருக்கும் பெரும் பணிக்கு முன்னால் அர்ப்பணிப்போடு இருப்பதைக் காட்டிலும் மற்றொன்றும் இருக்கிறது. தங்கள் இறுதி மூச்சைப் பிடித்து நிறுத்தியபோது இவர்கள் கொண்ட தேசாபிமானமே, நம்மை அவர்பால் மரியாதை செலுத்த வைக்கிறது.

இவர்களின் இறப்பு வீணானது அல்ல என்றும் இந்தத் தேசம் சுதந்திரத்தின் புதிய பிறப்பை பெற்றெடுக்க வேண்டும் என்றும்; மக்களால், மக்களுக்காக, மக்களே நடத்தி வரும் அரசாங்கம் இம்மண்ணில் என்றென்றைக்கும் அழியாது என்றும் உளமார உறுதியளிப்போம்.

•

3

விதியுடன் ஓர் ஒப்பந்தம்

ஜவாஹர்லால் நேரு (1889 - 1964)

ஆகஸ்ட் 14, 1947. நேரம் நள்ளிரவை நெருங்கிக் கொண்டிருந்தது. பஞ்சாப், வங்காள எல்லையில் ரத்த ஆறு ஓடிக் கொண்டிருக்க, தில்லி நகரம் மட்டும் பட்டாசு முழங்க ஒரு புதிய யுகம் மலர்வதை அறிவித்துக்கொண்டிருந்தது. 400 ஆண்டுகால ஆங்கிலேய அடிமைச் சாசனத்தைக் கிழித்தெறியக் காத்திருந்தது, இந்தியா.

தேசமே எதிர்பார்த்து காத்திருந்த சுதந்திரம் நள்ளிரவில் வந்து சேர்ந்தது. இந்தியா உடைந்து போய்விடும் என்ற மேற்கத்திய வாதங்களுக்கு வாய்ப்பூட்டுப் போட்டது அந்த இரவு. இதுவரை இல்லாத, யாரும் கேள்விப்படாத பல பணிகளைத் தன் மேல் இழுத்துவாரிப் போட்டுக் கொண்டனர் தேசாபிமானிகள்.

'காலனி ஆஃப் பிரிட்டன்' என்பது 'இறையாண்மை மிக்க இந்திய தேசமானது' அன்றுதான். இந்தியாவின் கடமைகளை இந்தியர்களுக்கு மட்டுமல்ல, இந்தியாவுக்கே அறிமுகப்படுத்திய நாள் அது.

'Long years ago..' என்று ஜவாஹர்லால் நேரு தன் உரையைத் தொடங்கும் போது, புதிய சுதந்திர தேசம் உயிர்பெற்று எழுந்தது. 20ஆம் நூற்றாண்டின் தலைசிறந்த உரைகளுள் ஒன்றாகக் கருதப்படும் 'விதியுடன் ஓர் ஒப்பந்தம்' இதோ.

•

பல ஆண்டுகளுக்கு முன்பு விதியுடன் நாம் ஓர் ஒப்பந்தம் செய்துகொண்டோம். முழுமையாக இல்லாவிட்டாலும் மிகக் கணிசமாக அந்தச் சத்தியங்களை சாத்தியப்படுத்தும் காலம் இப்போது வாய்த்திருக்கிறது. நள்ளிரவு மணி நடுங்கிக் கொண்டே ஒலிக்கும் இந்த நடுநிசிப் பொழுதில், ஒட்டுமொத்த உலகமும் உறங்கிக் கொண்டிருக்கும் வேளையில், தன் விடுதலைக்காகவும் வாழ்விற்காகவும் இந்தியா விழித்துக் கொண்டிருக்கும்!

பழைய நூற்றாண்டுப் பெட்டியைப் பரணில் ஏற்றிப் புதுய நூற்றாண்டுக் காலத்தை கனிவாக வரவேற்கும் வாய்ப்பு வரலாற்றில் மிக அரிதாகவே இந்தியாவுக்கு வழங்கப்பட்டிருக்கிறது. நானூறு ஆண்டுகளாக நசுக்கப்பட்ட இந்தத் தேசத்தின் ஆன்மா சுவாசிக்கவும் பேசவும் ஒருவழியாக ஓய்வு கிடைத்துவிட்டது.

இந்தியா, அதன் பிரஜைகள், ஏன் இந்தத் தேசத்தின் கடைசி ஜீவராசி செழிக்கும் நாள்வரை எங்கள் உழைப்பு ஓயாது என்பதை இந்த அற்புதக் கணத்தில் உறுதிமொழிகிறோம்.

வரலாற்றுப் புத்தகத்தின் முதல் பக்கத்தில் தொடங்குகிறது இத்தேசத்தின் தேடல். தொடர்ந்து பல நூற்றாண்டுகளாக வியர்வையும் சகதியுமாய், இரத்தமும் சதையுமாய், வெற்றியும் தோல்வியுமாய் பன்னூறு படிமம் கொண்டு இந்தியா என்றொரு வடிவம் திரண்டிருக்கிறது. எந்தத் தோல்வியிலும் கலங்காமல்; எந்த வெற்றிக்கும் மயங்காமல் தான் வலுப்பெற்ற வழிகளையெல்லாம் தேசமோ, நாங்களோ என்றைக்கும் மறந்ததில்லை.

இந்தியாவின் துரதிர்ஷ்டங்கள் இன்றோடு ஒழிந்தன! இந்தியாவின் சாபங்கள் இன்றோடு தீர்ந்தன! இந்தியா தன்னை உணரத் தொடங்கி விட்டது! இனி நாம் கொண்டாடவிருக்கும் வெற்றிகளுக்கு இந்த நாள் ஓர் இனிய தொடக்கம் மட்டுமே!

விதிக்கு நாம் செய்துகொடுத்த சத்தியத்தை இறுகப் பற்றிக்கொண்டு, இன்றோடு விடுதலை அடையத் திடமாகத் தயாராகிவிட்டோமா? எதிர்வரும் சவால்களைத் தவிடுபொடியாக்கி, நூற்றாண்டுகளாகத் தவித்த 'நாளை' பற்றிக்கொள்ள நாம் தயாரா?

விடுதலையும் அதிகாரமும் நம் கைகளைக் கடமை என்னும் காப்பால் கட்டிப்போடுகின்றன. அந்தக் கடமைகள், இறையாண்மை மிக்க நம் சபையிடம் ஒப்படைக்கப்பட்டுள்ளது. விடுதலைக்குப் போராடிய நம் வலிமிகுந்த நினைவுகள், இதயத்தோடு இன்னும் கனத்தபடி நிற்கின்றன. சில காயங்கள் வடுவாகி, தொடர்கின்றன. எது

எப்படியோ! கடந்தகால கசப்புகள் இன்றோடு இனிப்பாகிப் போகட்டும்! நம் முன் பரந்த எதிர்காலம் இருக்கிறது.

இந்தியாவின் எதிர்காலம் மலர்களால் அல்ல, முட்களால் நெய்யப்பட்ட படுக்கை. இதுநாள்வரை நாம் ஏற்ற உறுதிமொழிகள் நம்மையே சிக்கலுக்கு உள்ளாக்கலாம்; இன்று ஏற்கவிருக்கும் பிரமாணமோ, இந்தியாவை நெறிப்படுத்தும் கனத்த பாரத்தை தலைமேல் சுமத்தலாம்! இந்தியாவிற்குக் கடமைச் செய்வதென்பது நொந்து கொண்டிருக்கும் லட்சக்கணக்கான இதயங்களில் மயிலிறகு கொண்டு மெல்ல வருடிவிடும் மெனக்கெடலை நம்மிடம் எதிர்ப்பார்க்கும்.

அறியாமையை அழித்து பஞ்சத்தைப் பொசுக்கும் நாள்வரை இந்தக் கடமை ஓயாது. கசியும் ஒவ்வொரு கண்ணிலிருந்தும் கடைசி சொட்டுக் கண்ணீரைத் துடைத்து எறிவதே எங்கள் தலைமுறையின் உயர்ந்த லட்சியமாக இருக்கும். ஒருவேளை எங்களால் அது சாத்தியப்படாமல் போகலாம், ஆனால் சாத்தியப்படும் நாள்வரை இந்த கடமை ஓயாது!

பெருத்த கனவுகளை மூட்டைக்கட்டி, ஆடிமாதக் காற்றில் ஆழியில் சுற்றித் திரிகிறோம். கணநேர ஓய்வும் கடலில் சாய்த்துவிடும். இந்தியா பற்றிய நம் கனவுகள் நனவாகும் வரை உழைக்க வேண்டும். ஏனென்றால் அவை இந்தியா சார்ந்தவை மட்டுமல்ல, உலகம் சார்ந்தவை. வெறுமனே உலகம் மட்டுமல்ல, இந்தியா என்றொரு நாடு என்றைக்காவது கரைசேரும் என முணுமுணுத்து வந்த ஒவ்வொரு உயிரும் சாரந்தவை!

அமைதியை நம்மால் பிரித்துக் கொடுக்க முடியாது. விடுதலையும் அப்படித்தான். அந்த வரிசையில் பேரழிவுகளையும் இந்த உலகம் அப்படியே பார்க்க வேண்டும். எங்கோ, எவருக்கோ என்றிருக்கக் கூடாது.

என் அருமை இந்தியர்களே! எங்களோடு இந்தப் பயணத்தில் ஒன்று சேருங்கள். அற்ப விமரிசனம் பேசி ஆயுள் கழிக்க, நம் விதியில் இடமில்லை. தன் குழந்தைகளைப் பாதுகாக்க இந்தியத் தாய் துணிந்து விட்டாள். தாய்க்கொரு பழிநேர்ந்தால் மகற்கில்லையோ? வாருங்கள்!

விதி வகுத்த நாள் இதோ வந்துவிட்டது! நீண்ட நித்திரைக்குப் பிறகு, இந்தியா விழித்துக் கொண்டது. இடைவிடாத போராட்டங்களால் இன்றியமையாத இழப்புகளைப் பணயம் வைத்து, சுதந்திரத்தைச்

சுவாசிக்க உதயமாகிவிட்டது இந்தியா! ஒட்டடைப் படிந்த பழைய நினைவுகள் அங்குமிங்கும் வந்துபோகின்றன. செய்துகொடுத்த சத்தியங்களைச் சாத்தியப்படுத்தும் முன்னர் பலநூறு கடமைகள் நம்மேல் குவிந்துள்ளன!

நமக்கென்று புது வரலாறு இன்று பிறக்கிறது. இனி எழுதப்படும் இத்தேச வரலாறு இந்தியர்களையே பேசப் போகிறது. ஆகா, எத்தனைப் பெரிய கனவு இது!

இந்த நொடி இந்தியாவுக்கானது. இல்லை, ஆசியாவுக்கு, இல்லை... இல்லை.. ஒட்டுமொத்த உலகுக்குமானது! கிழக்கில் உதிக்கும் இந்த நம்பிக்கை நட்சத்திரம், பூமிப்பந்து எங்கும் விடுதலை வெளிச்சத்தைப் பறைசாற்றப் போகிறது. நெடுநாட்களாக ஏங்கித் தவித்த இந்த ஒளி, அடுத்த கணம் நம் கைக்குள் அடங்கிவிடப் போகிறது. இனி எப்போதும் இவ்வெளிச்சம் மங்காது, எப்போதும் இந்நம்பிக்கை உதிராது.

வருத்தம் வழிகிற முகத்தோடு இக்கோட்டைக்கு உள்ளேயும் வெளியேயும் பல இன்னல்கள் நம்மை வாட்டியெடுக்கின்றன. அதனாலென்ன, வாராது வந்த மாமணியை வாசலோடு வழியனுப்பி வைப்பதா? சுதந்திரம் நம்மை தாராளப்படுத்த அல்ல, தயார்படுத்த. ஒழுக்கம் மிக்க தேச அபிமானியாகவே, பாடுபட்டு சுதந்திரம் பெற்றிருக்கிறோம்!

இந்தத் தினத்தில் தேசப்பிதா காந்தி பற்றி பேசாமல் இருக்க முடியாது. இந்தியாவின் உலர்ந்து போன ஆன்மாவை தன் மேலாடையாகப் போர்த்திக் கொண்டு, இருண்டு போன தேசத்துக்கு ஒளியேற்றி வைத்த அந்த மகானை நம்மால் எப்படி மறக்க முடியும்? அவரின் சொல்பேச்சு கேட்காத சீடர்களாய் பல நேரங்களில் வழிதவறியிருக் கிறோம். அசைக்கமுடியாத நம்பிக்கையும் பலமும் துணிவும் பணிவும் கொண்ட இந்தியாவின் மூத்த மகனை இனிவரும் தலைமுறைகள் தன் இதயத்தில் வைத்துப் போற்றுவது திண்ணம். அந்த சுதந்திரத் தீபத்தின் ஒளி சூறாவளியோ புயலோ எது வந்தாலும் சாய்க்காமல் பார்த்துக்கொள்வோம்.

கைமாறு கருதாத அகிம்சை போராளிகள், முன்பின் தெரியாத தன்னார்வலர்கள், வீரம் செறிந்த விடுதலை வீரர்களென இன்னுயிர் நீத்த லட்சோபலட்ச இந்தியர்களை நாம் நினைத்துப் பார்க்க வேண்டும். பிரிவினைக்குப் பிறகு அந்நியராக்கப்பட்ட நம் சகோதர சகோதரிகளை நினைத்துப் பாருங்கள். அவர்களின் ஆண்டுக் கணக்கான போராட்ட வெற்றியை அற்ப அரசியல் காரணத்தால்,

கொண்டாட மறுக்கப்பட்டமை கண்டு மனம் இரங்குங்கள். பிரிந்து சென்றால் என்ன, கிளைவிட்டுப் பிரிந்தாலும் இலைகள் மரத்திற்கே சொந்தம்! முன்னெப்போதும் போல நல்லவை கெட்டவைகளைப் பகிர்ந்தபடியே நாமிருப்போம்!

எதிர்காலம் நம்மை கைநீட்டி அழைக்கிறது. ஆனால் எங்கே செல்வது? என்ன செய்வது? சாமானிய மனிதனுக்கு, விவசாயி களுக்கு, தொழிலாளர்களுக்கு சுதந்திரமும் வாய்ப்புகளும் கிடைப்பதற்குப் பாடுபடுவோம். பஞ்சம், பசி, அறியாமை, கொள்ளைநோய் என வேண்டாதவை விரட்டி வளமான, சுதந்திரமான, முற்போக்கான தேசத்தை, சமூகப் பொருளாதார, அரசியல் உரிமைகள் கொண்டு நிலைநாட்டப் பாடுபடுவோம். ஒவ்வொரு ஆணுக்கும் பெண்ணுக்கும் நீதியும் முழுமையான வாழ்வும் கிடைக்க குரல் கொடுப்போம்!

நம் முன் கடும் பணிகள் காத்திருக்கின்றன. நம் உறுதிமொழியைச் செயல்படுத்தும்வரை நமக்கு ஓய்வென்பது இல்லை. இந்திய மக்கள் அனைவரும் எப்படி இருக்கவேண்டும் என்று விதி தீர்மானித்திருக் கிறதோ அப்படி இருக்கும்வரை பாடுபடுவோம். துணிவாக அடியெடுத்து வைத்து பல முன்னேற்றங்களைக் காணப்போகும் தேசம் இது. நாம் அதன் குடிமக்கள். எனவே நம் விழுமியங்கள் உயர்வானவையாக இருக்கவேண்டும்.

எந்த மதத்தினராய் இருத்தால் என்ன, எல்லோரும் ஒரு குலம்; எல்லோரும் ஒரு நிறை. எல்லோரும் இந்நாட்டு மக்கள். வகுப்பு வாதங்களை இத்தேசம் என்றைக்கும் ஊக்குவிக்காது. பாகுபாட்டுக்கு உட்பட்ட தேசமெல்லாம் பாழாய்ப்போனதுதான் வரலாறு.

உலகத் தேசங்களுக்கு நம் அளவற்ற மகிழ்ச்சியையும் நன்றியையும் அனுப்பி வைப்போம். அமைதி, சுதந்திரம், ஜனநாயகம் ஆகிய வற்றை முன்னெடுக்கும் பணிகளில் அவர்களுக்குத் துணை நிற்போம். நாம் பெரிதும் விரும்பும் தாய்நாட்டுக்கு, பழைமையும் பாரம்பரியமும் பின்னிப்பிணைந்திருக்கும் இந்தியாவுக்கு, எப்போதும் இளமையாகத் தோற்றமளிக்கும் தேசத்துக்கு, நம் நெஞ்சம் நிறைந்த நன்றிகளை காணிக்கையாக்குவோம்! தேச சேவைக்கு நம்மை அர்ப்பணிப்போம்!

ஜெய் ஹிந்த்!

•

4

பெண்களும் மனிதர்கள் தானே?

சூசன் பி அந்தோணி (1820 - 1906)

நவம்பர் 5, 1872. அமெரிக்காவின் 13வது குடியரசுத் தலைவர் தேர்தல் விறுவிறுப்பாக நடைபெற்றுக் கொண்டிருந்தது. உலகின் ஏனைய நாடுகளைப் போல அமெரிக்காவிலும் அப்போது ஆண்களுக்கு மட்டுமே வாக்குரிமை வழங்கப்பட்டிருந்தது. 14வது சட்டத் திருத்தத்தால், நான்கு ஆண்டுகளுக்கு முன்பு வாக்குரிமை பெற்ற கறுப்பின மக்கள், தங்கள் முதல் தேர்தலில் கூட்டம் கூட்டமாக வந்து வாக்குச் செலுத்தினர்.

திடீரென ஒரு பெண் கூட்டத்திற்குள் நுழைந்தாள். ஒட்டுமொத்த அமெரிக்காவிலும் வாக்குச் செலுத்த வந்த அந்த ஒரே பெண், சூசன் பி அந்தோணி. பல ஆண்டுகளாக அமெரிக்க, ஐரோப்பிய தேசம் முழுக்க பெண்ணுரிமைக்குக் குரல்கொடுத்து வரும் சூசன், நேரடியாகக் களத்தில் குதித்தது இந்த தேர்தலில்தான். அடுத்த ஒரு வாரத்திற்கு அமெரிக்கா முழுக்க இவர் பெயர்தான்.

மாதம் கழிந்தது. சட்ட உரிமை மீறி வாக்கு செலுத்தியதற்காக சூசன் மீது வழக்கு பதிவு செய்யப்பட்டது. நூறு டாலர் கட்டியதும் பிணையில் விடுவிக்கப்பட்டார். ஆனால் அத்தோடு நிற்கவில்லை. 17 ஜூன் 1873 அன்று நியூ யார்க் நகர நீதிமன்றத்தால் விசாரணைக்கு அழைக்கப்பட்டார். அப்போது சூசன் அளித்த வாக்கு செல்லுபடியாகாது போனாலும், அந்தத் தேர்தலில் வெற்றிபெற்ற 13வது அமெரிக்க அதிபர் மில்லார்ட் ஃபில்மோர் அந்த அவையில்தான் வீற்றிருந்தார். விசாரணை ஆரம்பமானது. தன் தரப்பு

வாதங்களாக சூசன் சொன்னவை 'பெண் வாக்குரிமைக்கு வாய்ப்பூட்டு போட்டவர்களை வாயடைக்கச் செய்தது'. அத்தனை ஆண்களுக்கு முன்னதாகத் தனியொரு பெண்ணாகப் பேசத் தொடங்கினார் சூசன். அமெரிக்க வரலாற்றில் மட்டுமல்ல, மகளிர் வாக்குரிமை வரலாற்றிலேயே சூசனின் போராட்டம் ஒரு மகத்தான மைல்கல். அவர் இறந்த 14 ஆண்டுகளில் அமெரிக்கப் பெண்கள் வாக்குரிமை பெற்றுவிட்டனர்.

கடவுளின் படைப்பில் மனிதர்கள் அனைவரும் சமமானவர்கள். யாரும் யாரையும்விடத் தாழ்ந்தவர் இல்லை, உயர்ந்தவரும் இல்லை என்று இளம் வயதிலேயே சூசன் நம்பத் தொடங்கிவிட்டார். அந்த நம்பிக்கை நாள்பட, நாள்பட வலுவடைந்துகொண்டே போனதோடு அவருடைய அரசியல் கொள்கையின் இதயப் பகுதியாகவும் மாறிப்போனது.

சூசனின் அம்மா லூசி, அமெரிக்கப் புரட்சியில் பங்கேற்ற குடும்பத்திலிருந்து வந்தவர். சூசனுக்கு ஏழு சகோதரர்களும் சகோதரிகளும் இருந்தனர். அவர்களில் பெரும்பாலானோர் முற்போக்குக் கருத்துகளை வரித்துக்கொண்டவர்கள். நீதியின்பால் நம்பிக்கை கொண்டவர்கள். அதனால்தான் அடிமைப்பட்டுக் கிடந்த கறுப்பின மக்களின் விடுதலைக்காக அவர்களால் போராடவும் முடிந்தது. சூசன் தனது போராட்டக்குணத்தைத் தன் குடும்பத்தினரிடமிருந்தும் பெற்று, வளர்த்தெடுத்திருக்கவேண்டும்.

இவர்கள் போக, பிரெட்ரிக் டக்ளஸையும் அவரைப் போன்ற பிற போராளிகளையும் சூசன் சந்தித்திருக்கிறார். அடிமைத்தனத்துக்கு எதிராகக் குரல் கொடுக்கவேண்டிய அவசியத்தை இந்தச் சந்திப்புகள் அவருக்கு உணர்த்தியிருக்கின்றன. குரல் கொடுப்பது என்பதை வெறுமனே ஒரு சடங்காகக் கொள்ளாமல் சத்தமிட்டு உரையாற்றவும் ஆரம்பித்திருக்கிறார். ஒரு பெண் பொதுவெளியில் தோன்றி உரை நிகழ்த்துவதா, அதுவும் அரசியல் உரை, அதுவும் சத்தமிட்டு என்று உடனிருந்தவர்கள் சிடுசிடுத்ததை அவர் ஒரு பொருட்டாகவே எடுத்துக்கொண்டது போல் தெரியவில்லை. அவருடைய இந்த உரைகளும் சம அளவு முக்கியமானவை.

உலகெங்கிலும் உள்ள பெண்கள், இன்று ஜனநாயக முறைப்படி வாக்களிக்க நேரடியாகவோ மறைமுகமாகவோ சூசன் ஒரு காரணமாக இருந்துள்ளார். அமெரிக்காவை நடுங்க வைத்த அந்த ஒற்றைப் பெண்ணின் மெல்லிய குரல் இதோ.

•

தோழர்களே, என் சக அமெரிக்கவாசிகளே!

மாபெரும் தீங்கிழைத்த குற்றத்துக்காக உங்கள் முன் இங்கு நிறுத்தப்பட்டிருக்கிறேன். சென்ற ஆண்டு நடைபெற்ற குடியரசுத் தலைவர் தேர்தலில் சட்ட ரீதியான உரிமையின்றி நான் வாக்களித்து விட்டேனாம்! என்மீது குற்றம் சாட்டுகிறார்கள். இந்த அழகிய மாலைப் பொழுதில் உங்களிடம் ஒன்றை தெளிவுபடுத்தியே ஆக வேண்டும்!

நான் செய்தது சட்ட விதிமீறல் அல்ல, இந்தத் தேசமும் ஆட்சியும் நமக்கு இழைத்துக் கொண்டிருப்பதுதான் உச்சபட்ச விதிமீறல்; நான் செய்தது ஒரு ஜனநாயகக் கடமை என்பதை நீங்கள் உணர வேண்டும்; இந்தத் தேசம் இதை சரிசமமாக வழங்க நமக்கு கடமைப் பட்டிருக்கிறது என்பதை எல்லோரும் புரிந்து கொள்ளுங்கள்; இதை யாராலும் நம்மிடம் இருந்து பறித்துவிட முடியாது என்பதை மிகத் திடமாக பதிவுசெய்ய விரும்புகிறேன்!

நமது கூட்டாச்சித் தத்துவத்தின் அரசியலமைப்பு முகவுரையை மறந்துவிட்டீர்களா?

'ஐக்கிய நாடுகளின் மக்களாகிய 'நாம்', கனகச்சிதமான ஒன்றியத்தை ஏற்படுத்த, நீதியை நிலைநாட்ட, உள்நாட்டில் அமைதியை உறுதிபடுத்த, சமூகப் பாதுகாப்பிற்கும் ஒட்டுமொத்த நலனிற்கும், நமது விடுதலையை நாமே மேம்படுத்தி பாதுகாக்க இந்த அரசியலமைப்புச் சட்டத்தை ஐக்கிய அமெரிக்க நாடுகளின் பெயரால் ஏற்றுக்கொள்கிறோம்' என்றல்லவா உறுதி எடுத்தோம்? அதில் குறிப்பிடப்படும் 'நாம்' என்பவர்கள் யார்?

வெறும் வெள்ளைத் தோல் ஆண்களா, இல்லை கறுப்பின ஆண்களா?

இல்லை. இல்லவே இல்லை. நாம் என்றால் நாமெல்லோருமே! ஒன்றுவிடாமல் தொகுத்துக் கூட்டி, இந்த உதிர்ந்து போன பிரதேசத்தை ஒற்றைத் தேசமாக்கிய நாம் எல்லோருமே. நாம் இதை ஏன் செய்தோம்? விடுதலை தரும் வசதிகளை வைத்து சிம்ம சொப்பனமாக அமர்ந்து வெட்டிக் கதைப் பேசிக் கழிக்கவா? இல்லை. விடுதலை நமக்கு கடமைகளை கையளிக்கிறது. அந்தக் கடமைகளை பாதுகாக்கும் பெரும் பொறுப்பு நம்மேல் விழுந்துள்ளது. 'நாம்' என்றால் இந்தச் சமூகத்தின் பாதியோ, அவர்தம் சந்ததியின் அடுத்த சரிபாதியோ அல்ல. நாம் என்றால் நீங்களும் நாங்களும்; ஆண்களும் பெண்களும்!

ஒரு ஜனநாயக நாட்டில் மிகச் சாதாரணமாக நீங்கள் அனுபவிக்கும் வாக்குரிமையைப் பெண்கள் என்பதாலேயே எங்களுக்கு மறுத்துவிட்டு, விடுதலையால் நாங்கள் கொஞ்சிக் குலாவி இன்புற்றிருக்கிறோம் என்று சொல்வதில் துளியாவது நியாயம் இருக்கிறதா? எங்களை ஆளும் தலைவரைத் தேர்ந்தெடுக்கும் அதிகாரம், எங்களுக்கே மறுக்கப்பட்ட பின் அந்த சுதந்திரம் இருந்தால் என்ன, செத்தால் என்ன? குடியாட்சியின் அடிப்படையே ஆட்டம் காணாதா?

பாலினத்தை ஒரு தகுதியாக வைக்க எந்த ஒரு மாகாணமாவது முயன்று கொண்டிருந்தால், உடனே தன் முடிவை மாற்றிக் கொள்ளட்டும். இது தன் சரிபாதி தேசத்தை அரிவாள் கொண்டு அறுத்து எரிய முற்படும் முட்டாள் செயல். இந்த மண்ணின் அரசியல் நாமெல்லோருக்கும் ஒரே நியதிதான் வழங்கியிருக்கிறது. சட்டத் திருத்தத்தினாலோ புதியதொரு சட்டத்தினாலோ பெண்களுக்கு வாக்குரிமை மறுக்கப்படுமேயானால், அமெரிக்கா உதிர்ந்து போய்விடும்!

பெண் சமூகத்திலிருந்து, நான் அளித்த ஒற்றை வாக்கையும் செல்லாது என கிழித்து விட்டீர்கள். பின் யார் அளித்த அதிகாரத்தால், எங்களை ஆண்டு வருகிறீர்கள்? பெண்களுக்கு இது ஜனநாயக நாடு அல்ல; குடியாட்சி தேசம் அல்ல. பிரபுக்களால் ஆளப்படும் சர்வாதிகார அரசு; பாலினத்தால் பிளவுபடுத்தும் சுயநலக்கார அரசு; வலிமை பொருந்திய ஆண்கள், பலம் குன்றிய பெண்களை அடக்கி ஆளும் ஆணவ அரசு! உலக வரலாற்றிலேயே ஜனநாயகப் போர்வையில் பிரபுக்கள் ஆளும் மிகக் கொடுங்கோன்மையான தேசம் இதுதான்.

தந்தைமார்களும் கணவன்மார்களும் தன் சொந்த மகள்களையும் மனைவிகளையும் ஆளும் அழுக்குப்பிடித்த தேசம், இந்த அமெரிக்கா. ஆண்கள் இறையாண்மைக்கு உட்பட்டவர்கள் என்றும் பெண்கள் அற்பப் பண்டத்திற்கு ஈடானவர்கள் என்னும் உங்கள் அலட்சியப் போக்கால், நாட்டின் ஒவ்வொரு வீட்டிலும் கருத்து வேறுபாட்டைக் கண்ணிவெடியாகப் புதைத்து, அமைதியைச் சீர்குலைக்கின்றீர்கள். ஒவ்வொரு வீட்டிலும் முரண்பாடு, ஒவ்வொரு வீட்டிலும் கிளர்ச்சி.

வெப்ஸ்டர், வொர்செஸ்டர், பூவியர் முதலாக எல்லோரும் சொல்வது ஒன்றுதான். 'அமெரிக்காவில் வாக்குச் செலுத்த உரிமை உள்ள மனிதன், அங்கு வசிக்கும் ஒரு சாதாரணக் குடிமகனாக இருத்தலே போதுமானது.'

இப்போது என் கேள்வியெல்லாம் ஒன்றுதான். பெண்களும் மனிதர்கள் தானே?

நம் எதிராளிகள் யாரும் இதை இல்லை எனக் கூறி மறுக்க முடியாது. நாங்கள் வெறும் மனிதர்கள் அல்ல, அமெரிக்கக் குடிகள். எங்கள் வாக்குகளை வழிமறிக்க, எந்த மாகாணத்திற்கும் அதிகாரமில்லை. சட்டமியற்றவோ பழைய சட்டங்களை தூசிதட்டி நிறை வேற்றவோ, என்ன நினைத்தாலும் இனி எடுபடாது. சில நாட்களுக்கு முன் கறுப்பின மக்களுக்கு நிகழ்ந்ததுபோல, பெண்களுக்கு எதிரான அனைத்துச் சட்டங்களும் இன்றோடு நீர்த்துப் போய்விடும்!

•

5

நாங்கள் நிலவுக்குச் செல்லத் தீர்மானிக்கிறோம்!

ஜான் எஃப் கென்னடி (1917 - 1963)

அமெரிக்காவும் சோவியத்தும் பனிப்போரில் மூழ்கிய காலம் அது. பூமியில் மட்டுமல்ல, ஆகாயத்திலும் உக்கிரமான போட்டி நடைபெற்றுவந்தது. 1957இல் சோவியத்தின் முதல் செயற்கைக்கோளான ஸ்புட்னிக் பூமியின் மேற்பரப்பில் நிலைநிறுத்தப்பட்டது. அதற்கு நான்கு ஆண்டுகளுக்குப் பிறகு சோவியத்தின் யூரி ககாரின் என்ற விஞ்ஞானி விண்வெளிக்குச் சென்ற முதல் மனிதராக அறிவிக்கப்பட்டார்.

இந்த இரண்டு நிகழ்வுகளும் அமெரிக்காவின் அடிவயிற்றில் புளியைக் கரைத்தன. சோவியத் முந்திக்கொண்டிருப்பதை உணர்ந்த அமெரிக்கா நிலவுக்கு மனிதனை அனுப்பி வைக்கத் தீர்மானித்தது. இதுவரை அமெரிக்கா சந்தித்த விண்வெளி தோல்விகளைக் காரணம் காட்டி, நிறைய எதிர்ப்புகள் கிளம்பின.

ஆனால் அமெரிக்க அதிபர் ஜான் எஃப் கென்னடி விடுவதாக இல்லை. டெக்சாஸில் உள்ள ஹியூஸ்டன் நகரில் தனியார் நிறுவனம் அன்பளித்த நிலத்தைக் கொண்டு ஆள்-அமர் விண்கலம் ஆய்வு நிலையத்தைக் கட்டியெழுப்ப விரும்பினார். நிலம் கைமாறுதலுக்கு உதவியாக இருந்தது 'வில்லியம் மார்ஷ் ரைஸ்' என்ற பல்கலைக்கழகம். 1962ஆம் ஆண்டு இரண்டு நாள் சுற்றுப்பயணமாக ஆராய்ச்சி நிலையத்தை பார்க்கச் சென்ற கென்னடி, இதன் தீவிரத்தை உணர்த்து உடனடியாக ஓர் உரை தயாரித்தார். வரலாற்றின்

பக்கங்களில் தீர்க்கமாக தங்கிவிட்ட 'நாங்கள் நிலவுக்குச் செல்ல தீர்மானித்துவிட்டோம்' என்ற உரை கென்னடியின் தசாப்த கனவை ஏந்தி நிற்கிறது.

பல்கலைக்கழகங்கள், மாணவர்கள், பேராசிரியர்கள், பொதுமக்கள், அரசியல்வாதிகள், விஞ்ஞானிகள் என்று பலர் முன்பு 12 செப்டெம்பர் அன்று ஆக்ரோஷம் பொங்கப் பேசினார் கென்னடி.

அமெரிக்கர்கள் நிலவில் கால் பதிப்பதைப் பார்க்க அவர் உயிரோடு இல்லை. ஆனால் அவர் கண்ட கனவை 1969இல் நீல் ஆம்ஸ்ட்ராங் நிறைவேற்றினார். கென்னடியின் கனவுபடி இதுவரை அமெரிக்கர்களின் பாதமே, நிலவில் நிலைத்திருக்கிறது.

•

பல்கலைக்கழக வேந்தர் பிட்ஸர் அவர்களே; துணை வேந்தர் அவர்களே, ஆளுநர் அவர்களே, காங்கிரஸ் உறுப்பினர்கள் தாமஸ் மற்றும் மில்லர் அவர்களே; செனட் குழு உறுப்பினர் வில்லி அவர்களே, மரியாதைத் தாங்கிய திரு.வெப் மற்றும் திரு.பெல் அவர்களே, மேன்மை பொருந்திய சிறப்பு விருந்தினர்களே, விஞ்ஞானிகளே; இங்குக் கூடியிருக்கும் எனதருமை கனவான்களே, பெண்மணிகளே!

உங்கள் வேந்தர் என்னை இங்கு வருகைதரு பேராசிரியராகப் பணியமர்த்தியதைப் பாராட்டுகிறேன். அதோடு என் முதல் உரை விரிவாக இருக்காது என நீங்கள் உறுதியாக நம்பலாம்.

இங்கு இருப்பது மிகுந்த மகிழ்ச்சி அளிக்கிறது. அதை இரட்டிப்பு ஆக்கும்படி அமைகிறது இந்த அழகிய தருணம். நாம் சந்தித்திருக்கும் இந்தக் கல்லூரி, கல்வி ஞானத்திற்குப் பெயர்போனது. அது அமைந்திருக்கும் இந்த நகரம் வளர்ச்சிக்குப் பெயர்போனது. இவை சூழ்ந்த இந்த மாநிலம் ஒற்றுமைக்குப் பெயர்போனது. இந்த மூன்றையும் நம்பித்தான் நம் பத்தாண்டுகால பயத்தையும் நம்பிக்கையையும் மடியில் அள்ளிக் கொட்டி, விதியின் மாற்றத்திற்காக இந்தச் சவாலான நொடிப்பொழுதில் ஒன்று கூடியுள்ளோம். அறியாமையும் ஞானத்தெளிவும் விரவி ஓடும் பருவம் இந்தக் காலம். அறிவு விசாலம் அடைய அடைய, அறியாமை நம்மை விட்டு அகலும்.

இதுவரை உலகம் அறிந்த மாபெரும் அறிவியல் அறிஞர்கள் இன்னும் உயிர்ப்புடன் வேலைசெய்து கொண்டிருந்தாலும், ஒவ்வொரு பன்னிரண்டு ஆண்டுக்கு ஒருமுறை அமெரிக்க

அறிவியல் அறிஞர்களின் எண்ணிக்கை இரட்டிப்பாக உயர்ந்தாலும், விஞ்ஞானிகளின் எண்ணிக்கை அமெரிக்க மக்கள்தொகை வளர்ச்சி விகிதத்தைக் காட்டிலும் மூன்று மடங்கு வேகமாக உயர்ந்தாலும், இன்னும் அறியப்படாத செய்திகளும் - கேட்கப்படாத கேள்விகளும் - முடிவுபெறாத பணிகளும் இந்தப் பரந்த வெளியில் நம் கூட்டுப் புரிதலை வெறித்தப்படிதான் நிற்கின்றன.

நம் மனித சமுதாயம் எத்தனை தூரம் கடந்து வந்திருக்கிறது என்பதை எவராலும் கூற முடியாது. ஒரு வேளை 50,000 வருட மனித வரலாற்றை 50 ஆண்டுகளுக்குள் அடக்கிப் பார்த்தால், ஒருவாறு ஊகிக்கலாம். இந்த வரையறைக்குள் முதல் நாற்பது ஆண்டுகளில் நடந்தவை பற்றி நாம் அறிபவை மிகவும் குறைவு. நாற்பதாம் ஆண்டின் இறுதியில்தான், விலங்குகளின் தோல் கொண்டு உடலை மறைக்க நவீன மனிதன் கற்றுக் கொண்டான். பத்து ஆண்டுகளுக்கு முன்புதான் குகைகளில் இருந்து வெளியே வந்து, வீட்டைக் கட்டிக்கொண்டான். வெறும் ஐந்து ஆண்டுகளுக்கு முன்புதான் எழுதிப் பழகவும், சக்கரம் வைத்த ஊர்திகளை ஓட்டிப் பழகவும் கற்றுக் கொண்டான்.

கிறிஸ்தவ சமயம் தோன்றி இரண்டு ஆண்டுகளே ஆகியுள்ளது. அச்சு இயந்திரங்கள் இந்த ஆண்டுதான் கண்டுபிடிக்கப்பட்டன. ஒட்டுமொத்த 50 ஆண்டுகால மனித வரலாற்றிலும், வெறும் இரண்டு மாதங்களுக்கு முன்புதான் நீராவி இன்ஜின் கொண்டு புதுவித ஆற்றலைப் பயன்படுத்தத் தொடங்கினோம். நியூட்டன் புவியீர்ப்பு விசையை அர்த்தப்படுத்தினார். மின்விளக்குகள், தொலைபேசிகள், மோட்டார் வாகனங்கள், ஏரோபிளேன்கள் என சகலமும் கண்டு பிடிக்கப்பட்டது கடந்த வாரத்தில்தான்.

அதே வாரத்தில்தான் பென்சிலின் மருந்தும் தொலைக்காட்சிப் பெட்டியும் அணு ஆயுத சக்தியும் உருவாக்கப்பட்டன. இப்போது அமெரிக்கா அனுப்பியுள்ள புதிய விண்கலம் ‘வெள்ளி’ கோளை அடைந்துவிட்டால், நாம் இந்த இரவின் நடுநிசிக்குள் புகழின் உச்சியை அடைந்துவிடலாம் என்பது எத்தனைக் கைக்கூடான காரியம்!

இந்த வேகம் நம்மை மூச்சடைக்கச் செய்யும். உதவாது போனாலும் இம்சைகள் உண்டாக்கும். பழையன விலகிப் போவதால் அறியாமை வெட்டவெளிச்சமாகி, புதிய சிக்கல்கள் நம்மை அபாயத்தில் தள்ளும். ஆனால் விண்வெளியின் வாசலுக்குக் கம்பளம் விரிக்கும் இந்தப் பயணம், அதீதப் பொருட்செலவும் மனித உழைப்பும்

வேண்டுவது போல் அதீத வெகுமதியும் பெற்றுத்தரும் என்பதில் துளியும் சந்தேகம் வேண்டாம்.

எனவே ஓய்வு எடுத்துக்கொள்ளும்படி சிலர் நம்மை வற்புறுத்தவும், காத்திருக்கும் இடத்தில் பிடிமானம் கொண்டு கட்டிவைக்க விழைவதும் ஆச்சரியம் அல்ல. ஆனால் இந்த ஹியூஸ்டன் நகரமும், டெக்சாஸ் மாகாணமும், ஐக்கிய அமெரிக்க நாடும் ஓய்வெடுத்தவர் களாலும் காத்திருந்தவர்களாலும் கட்டி எழுப்பப்பட்டவை அல்ல. அயராது முன்னேறிய பலநூறு பேரின் உந்துதால் உருவான தேசம் இது. விண்வெளியைக் கைப்பற்றுவதிலும் அதையே எதிர் பார்க்கிறது இந்தத் தேசம்.

ப்ளிமவுத் பே காலனியை 1630இல் வில்லியம் ப்ராட்போர்டு கட்டியமைத்தபோது சொன்ன வார்த்தைகள் முக்கியமானவை. 'மேன்மை பொருந்திய அசாதாரணக் காரியங்கள் எல்லாம், கண்காண முடியாத கொடுமைகளின் வழியே பிறந்தவைதான். இரண்டையும் ஒரே கண்ணோட்டத்தோடு தைரியமோடு எதிர்கொள்ள வேண்டும்.'

தீராத அறிவுத்தேடலும் சலிக்காத பயணமும் கொண்ட மனிதனை எதனாலும் தடுக்கமுடியாது. இதுவே வரலாற்றின் வரைகோடுகள் நமக்குக் கற்றுத்தருபவை. நாம் அடியெடுத்து வைத்தாலும் அணிசேராவிட்டாலும் விண்வெளி குறித்த ஆராய்ச்சிகள் தொடர்ந்து நடைபெற்று வரும். விண்வெளி பந்தயத்தில் ராஜாவாக முடிசூட நினைக்கும் எந்தவொரு நாடும், பின்னடைவு சந்திக்கும் என்று எதிர்பார்க்க முடியாது.

நம் முன்னோர்கள் தொழிற்புரட்சியின் முதல் அலையை இந்த மண்ணில் சாத்தியப்படுத்தினார்கள். நவீன கண்டுபிடிப்புகளும் அணு சக்தி அறிவியல்களும் இந்தத் தேசத்தில்தான் முளைவிட்டன. இனி வரவிருக்கும் விண்வெளி ஆராய்ச்சியிலும் அவர்களிட்ட பாதையில் நடைபோட வேண்டும். ஒருபோதும் பின்வாங்கக் கூடாது. விண்வெளியில் நமக்கும் பங்கு உண்டு. அந்த உரிமையை நாமே முன்னின்று கேட்க வேண்டும்!

மண்தரையிலிருந்து விண்வெளியைக் கண்டு ரசிக்கும் உலகின் கண்களுக்கு நாம் ஒன்று சூளுரைப்போம். பல மைல்களுக்கு அப்பால் உள்ள நிலவிலும் அதற்கப்பால் உள்ள கோள்களிலும் அந்நியர் கொடியைக் காணாது அமைதியும் விடுதலையும் சுடர்விடும் நாளை நாங்கள் பார்க்கப் போகிறோம். இந்த விண்ணில் அழிவு ஏற்படுத்தும் ஆயுதங்களை அல்ல, அறிவைப் பிரகாசமாக்கும் கருவிகளை நாங்கள் காணப்போகிறோம்.

நம் தேசத்தின் பெயரால் ஏற்ற சத்தியங்கள் நிறைவேற வேண்டுமானால், விண்வெளியில் நமது கால்களைப் பதிக்க வேண்டும். அதற்கே இந்த ஏற்பாடு. சுருங்கச் சொன்னால், அறிவியல் தொழில்நுட்பத்தில் நம் முன்னோடித்தனமும் உலக அமைதியில் நமக்கிருக்கும் கட்டுக்கடங்காத நம்பிக்கையுமே இதைச் செய்ய வைக்கின்றன. கைமாறு செய்யவும், புதிர்களை அவிழ்க்கவும், உலக மாந்தரின் ஒட்டுமொத்த நன்மைக்கும் விண்வெளி ஆராய்ச்சியில் முன்னோடியாகத் திகழ நம்மை காலம் எத்தனிக்கிறது.

புதிய தளங்களில் நம் அறிவைச் சேகரம் செய்யவும், புதுப் புது உரிமைகளை ஈர்த்துக் கொள்ளவும் இந்தப் புதிய கடல் பயணம் நம்மை ஆளாக்கிவிடும். அணுசக்தி விஞ்ஞானம் போல, விண்வெளி விஞ்ஞானமும் ஒரு மனச்சாட்சியற்ற துறை. மனித குலத்திற்கு தீங்கிழைக்குமா, நன்றி பயக்குமா என்பதை ஆட்டிவிக்கும் கைகள்தான் முடிவு செய்கின்றன. இந்த மாபெரும் சமுத்திரத்தில் நம்பகமான இடத்தை அமெரிக்கா அடைந்திடாவிட்டால், விண்ணின் பரந்த வெளி அமைதிப் பூக்கும் அலையா, தீவிரவாத வலையா என்பதை யாராலும் சொல்லமுடியாது.

பழிவாங்கப்படும் குரோத தாக்குதல்களால் கடலும் பூமியும் பாதுகாப்பற்று போனதைப்போல விண்வெளியும் சிக்குண்டு போய்விடும் என நான் சொல்லவில்லை. ஆனால் துப்பாக்கி ரவைகளை குவித்து வைக்கும் தேவையின்றியே விண்வெளி முழுவதையும் கட்டுப்படுத்தலாம். இதுவரை பூமியில் ஏற்பட்ட எந்தவொரு மனிதத் தவறும் இல்லாமலேயே ஒருவர் விண்வெளியை எளிதாக ஆட்சி செய்யலாம் என என்னால் உறுதிபடக் கூற முடியும்.

இதுவரை விண்வெளியில் தேசச் சண்டைகளோ, சச்சரவுகளோ, பாரபட்சமோ இல்லை. இருப்பின், நாம் எல்லோருக்கும் அது விரோதமான ஆபத்துக்களை உண்டாக்கும். விண்ணைக் கைப்பற்றுவதன் மூலம் மனிதகுலத்தின் ஆகச்சிறந்த தேவைகளைப் பூர்த்தி செய்யமுடியும். இனி சமாதானத்தை எட்ட முடியாது என என்றைக்கோ நாம் எண்ணப்போகும் நாட்களின் துன்பச் சுவடுகளை இன்றைக்கே அழிக்கமுடியும்!

ஆனால் ஏன் நிலவைத் தேர்ந்தெடுத்தீர்கள் என சிலர் கேட்கிறார்கள். ஏன் இதை நம் இலக்காக நிர்ணயித்தோம்? நாம் ஏன் உயரமான மலையில் ஏற வேண்டும்? 35 ஆண்டுகளுக்கு முன் அட்லாண்டிக்

பெருங்கடலின் மேல் பறக்கத் துணிந்தது, எதற்காக? ரைஸ் ஏன் டெக்சாஸ் நகர் நோக்கி நகர்ந்தார்?

நாங்கள் நிலவுக்குச் செல்லத் தீர்மானிக்கிறோம். இந்தத் தசாப்தத்தில் நாங்கள் நிலவுக்குச் செல்ல தீர்மானிக்கிறோம். காரணம் அது எளிமையானது என்பது அல்ல, மிகக் கடுமையானது என்பதால். நம் பலத்தை உறிஞ்சி, உழைப்பைக் கொட்டி திக்குமுக்காடச் செய்யும் இந்தச் சவாலை நாங்கள் ஏற்கத் தயாராகிறோம். இந்தத் திட்டத்தை தள்ளிவைக்கும் எண்ணம் ஒருபோதும் கிடையாது. நாம் மட்டுமல்ல மற்றவர்களும் சேர்ந்து ஜெயிக்க வேண்டிய சவால் இது!

இது என் ஆட்சிப் பொறுப்பில் மேற்கொள்ளப்படும் மிக முக்கியமான முடிவு. இந்தக் காரணங்களை மனதில் எண்ணித்தான் ஆமை வேகத்தில் நகர்ந்த கோப்புகளை குதிரையில் ஏற்றினேன்.

மனித வரலாற்றின் மகத்தான பயணத்தை மேற்கொள்ள பல கருவிகள் கொண்டு இந்த மையம் உருவாக்கப்படுகிறது. இதை நாங்கள் நேற்று ஆய்வு செய்தோம். சாட்டர்ன் சி-1 ரக பூஸ்டர் ராக்கெட்டைச் சோதித்துப் பார்க்கும்போது நிலம் அதிர்ந்தது, காற்று கிழிந்துபோனது. இது ஜான் கிளென் ஓட்டிய அட்லஸ் 6 ரக விண்வெளி விமானத்தைவிட பலமடங்கு சக்திவாய்ந்தது. 10,000 வாகனங்களைத் தரையில் நிற்கவைத்து ஒரேமுட்டாக முடுக்கினால் உண்டாகும் ஆற்றலுக்கு ஒப்பானது.

கேப் கனாவிரலின் உயரம் 48 மாடி கட்டடத்தை ஒத்திருக்கும். அதன் அகலம் நகரின் ஒரு பாதியை விஞ்சிவிடும். நாம் ஒன்று கூடியிருக்கும் இந்த மைதானத்தைவிட இரு மடங்கு நீளமானது. அங்குள்ள ஒரே ஒரு எஃப்-1 ரக ராக்கெட் இன்ஜின் மட்டும் சாட்டர்ன் சி-1 ராக்கெட்டின் ஒருங்கிணைந்த எட்டு இன்ஜின்களுக்குச் சமம். இப்படியாக பல இன்ஜின்களை ஒன்றுகூட்டி, அதி நவீன சாட்டர்ன் ஏவுகணையை வடிவமைத்திருந்தனர்.

கடந்த 19 மாதங்களில் 49-கும் மேற்பட்ட செயற்கைக்கோள்கள் பூமியை வட்டமிட்டுள்ளன. அதில் 40 சொச்சம் அமெரிக்காவால் அனுப்பப்பட்டது. வேறெந்த செயற்கை கோள்களைக் காட்டிலும் அதிநவீனமாகவும் சோவியத் ஒன்றியத்தைக் காட்டிலும் அறிவியல் பூர்வமாகவும் அவை செய்திகளைத் தந்துள்ளன.

நாம் இப்போது வெள்ளி கிரகத்தை நோக்கி செலுத்தியுள்ள 'மரைனர்' விண்கலம், மிகச் சிக்கலான இயந்திரங்களைக் கொண்டு வடிவமைக்கப்பட்டது. கேப் கனாவிரலில் இருந்து நாம் இருக்கும்

இந்த ஹியூஸ்டன் நகர மைதானத்தை மிகத் துல்லியமாகத் தாக்கும் நுட்பம் பொருந்தியது.

டிரேன்சிட் செயற்கைக் கோள்கள் கப்பல் போக்குவரத்தின் பாதுகாப்பை உறுதி செய்கின்றன. டிரோஸ் செயற்கைக் கோள்களின் வானிலை அறிக்கை சூறாவளியில் இருந்தும் புயலில் இருந்தும் நம்மைத் தற்காத்துக்கொள்ள உதவுகின்றன. அத்தோடு காட்டுத்தீயை அடையாளம் கண்டு, தக்க சமயத்தில் நடவடிக்கை எடுக்க உதவி செய்கின்றன.

மற்றவர்களைப் போல நமக்கும் தோல்விகள் உண்டு. அதை வெளிப்படையாக அறிவிக்கவும் செய்கிறோம். உண்மையில் நாம் பின்தங்கி இருக்கிறோம். ஆள்-அமர் விண்கலம் செலுத்துவதில் நாம் பின்தங்கியே இருக்கிறோம். ஆனால் இது நிரந்தரம் அல்ல. இந்தத் தசாப்தத்தில் எல்லாம் கைக்குள் வந்துவிடும். நாம் முன்னேறி விடுவோம்.

நாம் வாழும் பிரபஞ்சம், சுற்றுச்சூழல் பற்றி புதிய செய்திகள் தோன்றும்போது அறிவியல் குறித்த புரிதலும் அதுசார்ந்த கல்விப்புலமும் பலமடங்கு வளர்ச்சி அடையும். புதிய தொழில் நுட்பக் கருவிகள் கொண்டு, கற்பிக்கும் உத்திகளை வேறு தளத்திற்கு எடுத்துச் செல்லலாம். தொழிற்சாலை, மருந்தகம், வீடு, பள்ளி என ஒவ்வொன்றுக்கும் தனித்த கணினிகள் உருவாக்கப்படலாம். ரைஸ் பல்கலைக்கழகம் போன்ற தொழில்நுட்பக்கூடங்கள் இதன் சுவையை ஒருநாள் அனுபவிக்கும்.

இறுதியாக விண்வெளி ஆராய்ச்சித் துறையும் இதனால் பருத்த பலன் அடையும். இந்த ஆராய்ச்சிகள் தொடக்கக்கட்டத்தில் இருக்கும் போதே ஆயிரக்கணக்கான வேலை வாய்ப்புகள் உருவாகியுள்ளன. விண்வெளி சார்ந்த துறைகளில் முன்பின் காணாத முதலீடுகளும் தேர்ந்த வல்லுநர்களுக்கான வேலை வாய்ப்பும் குவிந்துள்ளன. இந்த வளர்ச்சியில் ஹியூஸ்டனும் டெக்சாஸும் பெரும் பங்காற்றும்.

ஒரு காலத்தில் மேற்கின் தொலைதூர எல்லைப் பிரதேசமாக இருந்த டெக்சாஸ் மாகாணம், இனி விண்வெளி அறிவியலின் எல்லைப் பிரதேசமாக உருவெடுக்கும். ஆள்-அமர் விண்கலன் ஆராய்ச்சி நிலையம் அமையப்பெற்றதால் இனி அறிவியல் மற்றும் பொறியியல் துறையின் இதயப்பூர்வமான பகுதியாய் உங்கள் ஹியூஸ்டன் நகரம் விளங்கும். இன்னும் ஐந்து ஆண்டுகளில் இங்குள்ள விஞ்ஞானிகளின் எண்ணிக்கையை இருமடங்காக

உயர்த்த நாசா திட்டமிட்டுள்ளது. இதுவரை ஆண்டுக்கு 60 மில்லியன் டாலர் செலவினம் செய்துவந்த துறையில், இனி 200 மில்லியன் டாலர் எதிர்பார்க்கப்படுகிறது. இந்த நகரத்தின் நடுமைய கட்டடத்திலிருந்து நேரடியாகவும் முதலீடாகவும் 1 பில்லியன் டாலர் பெறுமான விண்வெளி முயற்சிகள் மேற்கொள்ளப்பட்டு வருகின்றன.

கண்டிப்பாக இது கொழுத்த லாபம் கொடுக்கும் முதலீடாக இருக்கும். இந்த ஆண்டுக்கான விண்வெளித் துறை பட்ஜெட்டை, சென்ற ஆண்டு ஒதுக்கியதைவிட மூன்று மடங்காக அதிகரித்துள்ளோம். இது கடந்த எட்டாண்டு கால பட்ஜெட்டின் ஒட்டுமொத்த தொகையை விடவும் அதிகம். 5,400 மில்லியன் டாலர் என்று சொன்னால் கொஞ்சம் தடுமாற்றம் இருக்கும், ஆனால் அது ஆண்டொன்றுக்கு நம் தேசம் செலவழிக்கும் ஒட்டுமொத்த சிகரெட், சுருட்டு விலையைவிடக் குறைவுதான்.

இந்தச் செலவினம் இன்னமும் கூடலாம். ஒவ்வொரு அமெரிக்கக் குடிமகனிடமிருந்தும் வாரத்திற்கு 40 சென்ட் வசூலிக்கப்படும் இடத்தில் 50 சென்ட்டாக உயரலாம். ஆண்கள், பெண்கள், குழந்தைகள் என எல்லோர் பெயரிலும் பாரபட்சமன்றி ஏற்றப் படும் இந்த பாரத்தால், ஐக்கிய அமெரிக்காவின் முக்கியத்துவம் வாய்ந்த திட்டமாய் இது கருதப்படுகிறது. சாத்தியப்படுமா என்ற ஐயத்திற்கு இடம் தராமல் நம்பிக்கையும் தொலைநோக்குப் பார்வையும் கொண்டு செலுத்தப்படும் நன்றிக்கடன் இது.

ஹியூஸ்டன் ஆராய்ச்சி நிலையத்திலிருந்து 2,40,000 மைல்களுக்கு அப்பாலுள்ள நிலவுக்கு நாம் அனுப்பிவைக்கும் பேராற்றல்மிக்க அந்த ராக்கெட், சுமார் 300 அடி உயரம் கொண்டதாய் இந்தக் கால்பந்து மைதானம் அளவுக்கு நீண்டு, இன்னும் கண்டுபிடிக்கப் படாத உலோகக் கலவையால் உருவாகி, கடும் வெப்பத்தையும் அழுத்தத்தையும் பலநூறு மடங்கு தாக்குப்பிடித்து, துல்லியமான கடிகாரம் அமைக்கப்பட்டு, உந்துவிசைக்குத் தேவையான உபகரணங்கள், இயக்குவதற்கான கருவிகள், தொலைதொடர்பு சாதனங்கள், உணவுப் பொருட்கள், உயிர் காக்கும் உசாத்துணைப் பொருள்கள் என எல்லாம் பொருத்தப்பட்டு இதுவரை யாரும் முயற்சி செய்திடாத வானியல் பகுதிக்குள் பிரவேசித்து மீண்டும் பூமிக்கு மிகப் பத்திரமாய் திரும்பி, மணிக்கு 25,000 மைல் வேகத்தில் பறந்து வளிமண்டலத்தை அடைந்து, சூரியனின் சரிபாதி வெப்பத்தை தன்மேல் பூசிக்கொண்டு மண்ணில் இறங்கி சரித்திர

சாதனைப் படைத்து, இந்தத் தசாப்தத்திற்குள் ஈடேற்ற வேண்டு மானால் நாம் மிக உறுதியோடு இருக்க வேண்டும்.

இதையெல்லாம் நான்தானே செய்யப்போகிறேன். நீங்கள் அமைதி காத்து பொறுத்திருந்தால் போதும்.

உள்ளங்கை நெல்லிக்கனியாய் இருந்தாலும் நடக்க வேண்டிய பாதைகளைக் கடக்க வேண்டுமே! பணத்தை வீணடிக்க வேண்டுமென நான் விரும்பவில்லை. ஆனால் வேலையைச் செய்ய வேண்டுமென விரும்புகிறேன். 60களின் தசாப்தத்திலேயே இந்தத் திட்டம் நிறைவேறும். உங்களில் சிலர் இந்தக் கல்லூரிப் படிப்பை முடிப்பதற்குள் நாம் நிலவுக்கு சென்றிருப்போம். மேடையில் அமர்ந்திருக்கும் சில கனவான்கள் பதவியை விட்டு விலகும் முன்பே இந்தத் திட்டம் வெற்றிபெறும். ஆமாம் வெற்றிபெறும். இந்தத் தசாப்தத்தில் வெற்றிபெறும்.

நிலவுக்கு மனிதனை அனுப்பும் அமெரிக்காவின் மிக உன்னத பணியில் இந்தப் பல்கலைக்கழகம் இணைந்துகொண்டதை நினைத்து பெரு மகிழ்ச்சி அடைகிறேன்.

பல வருடங்களுக்கு முன்பு எவரெஸ்ட் சிகரத்தை அடைய முற்பட்டு உயிர்நீத்த பிரிட்டிஷ் மலையேறுநர் ஜார்ஜ் மல்லோரியிடம் ஒரு கேள்வி கேட்கப்பட்டது. ‘நீங்கள் ஏன் எவரெஸ்ட் சிகரத்தை அடைய முயல்கிறீர்கள்?’ அவர் சொன்னார் ‘ஏனென்றால் அது அங்கே இருக்கிறது.’

அதேதான். விண்வெளியும் இங்கே இருக்கிறது. நாமும் அதில் ஏற முயல்வோம். நிலவும் கோள்களும் அங்கே இருக்கின்றன. உலக அமைதிக்கும் அறிவுப் புலத்திற்கும் புதிய நம்பிக்கைகள் முளைத்துள்ளன. இதுவரை மனித இனம் கண்டிராத மிக ஆபத்தான பயணத்திற்கு நாம் புறப்பட்டிருக்கிறோம். கடவுள் ஆசிவேண்டி கிளம்புவோம்.

நன்றி.

•

6

தம்மபதமே உலகின் ரட்சகனாகத் திகழும்!

பி. ஆர். அம்பேத்கர் (1891 - 1956)

இந்தியாவின் வரலாறு என்பது ஒரு வகையில் பௌத்தத்துக்கும் இந்து மதத்துக்கும் இடையிலான மோதல்களின் வரலாறு என்று சொல்லப்படுவதுண்டு. 2,500 ஆண்டுகளுக்கு முன்பு புத்தர் தொடங்கி வைத்த போருக்குத் தத்துவார்த்த வலுவூட்டி, புதிய உத்வேகத்தோடு முன்னெடுத்தவர் என்று அம்பேத்கரைக் குறிப்பிடமுடியும்.

அம்பேத்கர் இந்து மதத்திலிருந்து வெளியேறி பௌத்தத்தைத் தழுவிய நிகழ்வென்பது ஒரு தனிநபரின் மத மாற்றம் மட்டுமல்ல. நவீன இந்தியாவின் சமூக வரலாற்றில் தடம் பதித்த ஒரு முக்கியமான அத்தியாயமும்கூட. அம்பேத்கர் முன்மொழிந்த நவயானா (புதிய பாதை) புத்தரை ஒரு சமூகப் புரட்சியாளராக உருமாற்றியது. வரலாற்றில் பௌத்தம் அதுவரை வகித்து வந்த பாத்திரத்தை அம்பேத்கர் குறிப்பிடத்தக்க வகையில் மாற்றி அமைத்தார். ஓர் ஆன்மிகச் செயல்பாடாக மட்டுமின்றி ஓர் அரசியல் செயல்பாடாகவும் அவர் இதைக் கருதினார். அதனால்தான் தன் மக்களையும் அவர் அதில் இணைத்துகொண்டார்.

மக்களுக்காகத்தான் மதமே தவிர, மதத்துக்காக மக்கள் கிடையாது என்பது அம்பேத்கரின் நிலைப்பாடு. இந்து மதம் எதை உங்களுக்கு மறுக்கிறதோ அதை பௌத்தம் உங்களுக்கு வழங்கும். ஒரு மனிதனாக மதிக்கப்படவேண்டும் என்று நீங்கள் விரும்பினால் பௌத்தத்தைத் தழுவுங்கள் என்று மகர்களிடம் கேட்டுக்கொண்டார் அம்பேத்கர். பகுத்தறிவுக்கு நெருக்கமான, நவீனமான மதமாக

பௌத்தத்தை அவர் கண்டார். அறம், நீதி, சமத்துவம் ஆகிய விழுமியங்களில் நம்பிக்கைக் கொண்டிருப்பவர்களைப் பௌத்தம் தொடர்ந்து ஈர்க்கும் என்றும் அவர் நம்பினார். அவர் நம்பிக்கை இன்னமும் உயிர்த்திருக்கிறது.

அக்டோபர் 12, 1956. வழிந்து கொண்டிருக்கும் மக்கள் திரளை ஏற்றிக்கொண்டு பம்பாய் நகருக்குள் நுழைந்தது அந்த ரயில் வண்டி. நாகபுரி நோக்கிச் செல்லும் இருபதாவது ரயில் அது. பல சிறப்பு ஏற்பாடுகளை ரயில்வே நிர்வாகம் முன்னரே செய்திருந்தாலும், நாகபுரிக்குச் செல்லும் நெரிசல் மட்டும் குறைந்தபாடில்லை. திருவிழாக் கூட்டம் போல் படையெடுத்துச் சென்றனர் பட்டியலின மக்கள்.

நாகபுரி வந்து சேர்ந்த லட்சக்கணக்கான மக்கள் தங்குவதற்குப் பள்ளி அறைகள் ஏற்பாடு செய்யப்பட்டிருந்தன. நிகழ்வு நடை பெறவிருக்கும் திறந்தவெளி மைதானத்தில் மூங்கில் விரிப்புகள் விரிக்கப்பட்டிருந்தன. 3,000 மின்சார விளக்குகள் தயார் நிலையில் இருந்தன. இந்த மகத்தான வெளிச்சத்தின்கீழ் ஆண்டாண்டுகளாக அடிமைப்படுத்தப்பட்டிருந்த இனம், தன் அடிமை விலங்கிலிருந்து விடுபெற காத்திருந்தது.

அக்டோபர் 14ஆம் தேதி காலை மதமாற்ற நிகழ்ச்சி நடைபெற்று முடிந்தபோது, சுமார் 6 லட்சம் மக்கள் இந்து மதத்திலிருந்து வெளியேறி பௌத்த மதத்தைத் தழுவியிருந்தனர். இந்து மத வரலாற்றில் அழிக்கமுடியாத கரும்புள்ளி அது. ஆனால் வரலாறு அத்தோடு நிற்கவில்லை. அடுத்த நாள் காலைவரை கண்ணியமாகக் காத்திருந்தது.

'பாபாசாகேப்... பாபாசாகேப்...' என்று பெருந்திரளின் முழக்கத்துக்கு மத்தியில் அமைதி பூத்த முகத்தோடு அம்பேத்கர் வந்தார். இந்து மதத்தின் இடியாப்பச் சிக்கலை அடியோடு பெயர்த்தெறிந்த வெற்றி அவர் கண்களில் தெரிந்தது. தன்மேல் வீசப்பட்ட அம்புகளை எல்லாம் மிக லாவகமாகப் பிடுங்கி, பதில் தாக்குதல் செய்ய ஆயத்தமானார். இந்து மதத்தின் கொடுமை களையும் பௌத்த மதத்தின் பெருமைகளையும் பட்டியலின மக்களின் கடமைகளையும் மடமடவென்று அவர் பேசியதை 3 மணி நேர சொற்பொழிவு என்று மட்டும் சொல்லிவிடமுடியாது. மூவாயிரம் ஆண்டுகால அடிமை வரலாறு அது. டாக்டர் பி. ஆர். அம்பேத்கரின் உத்வேகமூட்டும் அந்த உரை கீழே.

•

என் அழைப்பை ஏற்று வருகை தந்திருக்கும் பௌத்த சகோதரர்களே, நண்பர்களே வணக்கம்! இந்த மாபெரும் மதமாற்றச் சடங்கை (தீக்ஷை) நாம் ஏன் இங்கே (நாகபுரி) நடத்தினோம் என்ற மிக முக்கியமான குழப்பம் பலருக்கும் தோன்றலாம். என்னைப் பொறுத்தவரை இன்றைய சொற்பொழிவை நேற்றும்; நேற்று நடந்திய சடங்குகளை இன்றும் நடத்தியிருக்க வேண்டும். இந்தக் கனமான கடமைகளை நாம் ஏன் தலைமேல் சுமத்திக்கொண்டோம்; இதனால் என்ன சாதித்துவிடப் போகிறோம் என்பதை மிக நிச்சயமாக நீங்கள் தெரிந்துகொள்ள வேண்டும். இதை அறிந்து கொள்வதில்தான், இன்றைய பொழுதின் அத்தனை உழைப்பும் அடங்கியிருக்கிறது.

இந்தச் சடங்கு, இதன் தேவை, இவை பற்றியெல்லாம் உங்களுக்கு முன்னரே நான் தெளிவுபடுத்தியிருக்க வேண்டும். ஆனால் என்ன செய்ய? நாட்கள் ஓடுவதைத் தவிர, எல்லாம் நிச்சயமற்றுதான் இருந்தன.

'மதமாற்றம் செய்ய நீங்கள் ஏன் நாகபுரியைத் தேர்ந்தெடுத்தீர்கள்? வேறெந்த ஊரையும் தேர்ந்தெடுக்காமல் போக என்ன காரணம்?' என்று என்னிடம் பலர் கேட்கிறார்கள். 'ஆர்.எஸ்.எஸ் (ராஷ்ட்ரிய சுவயம்சேவக் சங்கம்) அமைப்பின் திடகாத்திரமான மக்கள் பலம் நாகபுரியில் இருப்பதால், அதைத் திக்குமுக்காடச் செய்யவே இந்நிகழ்ச்சி இங்கு நடக்கிறது' என மேலும் சிலர் வாதிடுகின்றனர். ஆனால் உண்மை அதுவல்ல. இந்த ஒரு பிறப்பே போதாதபடி நம்முன் பிரம்மாண்ட கனவுகள் இருக்கும்பொழுது, வெறுமனே மூக்கைச் சொறிந்தபடி இவர்களை உசுப்பேத்த நமக்கு நேரமில்லை.

நாகபுரியை தேர்ந்தெடுக்க வேறொரு காரணம் இருந்தது. இந்தியாவில் பௌத்த மதத்தை பரப்பிய பெரும் பெருமை உடைய நாகர்களை, பௌத்த வரலாறு படித்த ஒரு சிலரே அறிவர். ஆரியர்களை எதிர்த்த புரட்சிகரமான வரலாறு இவர்களுக்கு உண்டு. ஆரியருக்கும் ஆரியர் அல்லாதோருக்கும் நடைப்பெற்ற எண்ணிலடங்காத போர்கள் புராணம் முழுக்க சிதறிக்கிடக்கின்றன. அப்படிப்பட்ட நாகர்களை உயிரோடு எரித்த ஆரியர் பற்றிய செய்திகள் நிறையவே உள்ளன. அகத்திய முனிவரால் கூட ஒரே ஒரு நாகரைத்தான் காப்பாற்ற முடிந்ததாம். அந்த நாகரின் வழிவந்தவர்கள் நாம்.

ஆண்டாண்டுகளாக நசுக்கப்பட்ட நாகர்களுக்கு, தன்னை உயர்த்த ஓர் ஏணி தேவைப்பட்டபோது, இந்தப் புண்ணிய பூமியில்

அவதரித்தவர்தான் மகான் கௌதம புத்தர். மானசீகமாக புத்தரை ஏற்றுக்கொண்ட இவர்கள், அவரின் தம்மபதத்தை இந்தியா முழுக்கக் கொண்டு சேர்த்தனர். அப்பெருமைக்குரிய நாகர்கள், நாம் கூடியிருக்கின்ற இந்த நாகபுரியின் சுற்றுவட்டாரத்தில்தான் வாழ்க்கை நடந்திவந்தனர். அதனாலேயே இந்நகரமும் 'நாக-புரி' என்று அழைக்கப்படுகிறது.

இங்கிருந்து 27 மைல் தூரத்தில் நாகர்ஜுனா மலை இருக்கிறது; அதனருகில் நாக-நதி ஓடுகிறது. நாகக் குடியிருப்பின் காரணத்தால்தான் இந்நகர் இப்பெயர் பெற்றது என்பதில் சந்தேகம் இல்லை. இதுதான் நாகபுரியைத் தேர்ந்தெடுக்க எனக்கு மூலகாரணமாய் இருந்ததே ஒழிய யாரையும் புண்படுத்துவது என் நோக்கமல்ல. உண்மையில் ஆர்.எஸ்.எஸ். பற்றிய நினைப்பு கூட எனக்குத் தோன்றவில்லை.

இப்படியொரு கூட்டத்தை நான் ஏற்பாடு செய்கிறேன் என்று தெரிந்ததும் பல நாளிதழ்கள் என்னை வசமாக விமர்சிக்கத் தொடங்கின. சில விமர்சனங்கள் மிகக் கடுமையானவை. அவர்கள் சொல்கிறார்கள், 'தீண்டத்தகாத என் பாமர மக்களை, நான் தவறாக வழிநடத்துகிறேனாம்.' இன்னும் சிலர், 'தீண்டத்தகாத நீங்கள், என்ன செய்தாலும் தீண்டத்தகாதவர்கள்தான். தேவையில்லாமல் மதம் மாறி, நீங்கள் அனுபவிக்கும் சலுகைகளை இழந்துவிடாதீர்கள்' என்று ஏய்க்கப் பார்க்கிறார்கள். பட்டறிவில்லாத நம் பாமரர்களை மீண்டும் பழைய புராணத்தையே பின்பற்றச் சொல்கிறார்கள்.

இந்த நயவஞ்சகப் பேச்சு நம்மின் வயது முதிர்ந்தோரையும், இளையோரையும் ஓரளவு வசீகரித்துவிடும். எப்படியோ, நம் மக்களிடம் சந்தேகத் தீ கொழுந்துவிடத் தொடங்கி விட்டது. அறிவைக் கொடுத்து அறியாமையை போக்கும் கடமை என்மேல் விழுந்துள்ளது. எரிந்து கொண்டிருக்கும் நம் மனதை அதுவே சாந்தப்படுத்தும், அதுவே சாந்தப்படுத்தும்!

மாமிசம் உண்பதைத் தவிர்க்க, நாம் ஓர் இயக்கத்தைக் கடந்த காலத்தில் நடத்திவந்தோம். தீண்டத்தகாதவர்கள் தன்மேல் விழுந்த இடியாக அதைக் கருதினார்கள். உயிரோடு இருக்கும் ஓர் எருமை மாட்டின் உடம்பிலிருந்து வேண்டியமட்டும் அவர்கள் பாலை உறிந்து கொள்வார்களாம்; ஆனால் செத்துப்போன பின் அதன் பிணத்தை நாம் இடுப்பில் கட்டி அலையவேண்டுமாம்! என்ன ஒரு முட்டாள்தனமான பழக்கமிது, சொல்லுங்கள்.

நான் கேட்கிறேன், 'இறந்து போன விலங்குகளைச் சுமக்க அனுமதிக்கும் அவர்கள், இறந்துபோன தம் தாயாரை நாம் தூக்குவதற்கு மட்டும் ஏன் அனுமதி தர மறுக்கிறார்கள்?' சவத்தைத் தீண்டுவதற்குக் கூட நமக்கு உரிமையில்லையா?

ஒருமுறை 'கேசரி' இதழில் ஒரு கட்டுரை வந்தது. குறிப்பிட்ட கிராமத்தில் ஆண்டொன்றுக்கு ஐம்பது கால்நடைகள் இறந்து போகின்றன. அதன் தோல், கொம்பு, எலும்பு, மாமிசம், வால் பகுதிகளை விற்றால் சுமார் 500 ரூபாய் பெறும். தன் தேவையில்லாத கொள்கைகளால் இந்தத் தீண்டத்தகாதவர்கள் ஆண்டொன்றுக்கு 500 ரூபாயை இழக்கிறார்கள் என துக்க கண்ணீர் விட்டு அந்த 'கேசரி' இதழின் அபிமானி எழுதியிருந்தார்.

இம்மாதிரியான போலி பிரசாரத்திற்குப் பதில் சொல்ல வேண்டி என்ன கடமை இருக்கிறது? ஆனால் நம் மக்கள், 'இந்தப் பிரசாரத்திற்கு எல்லாம் ஏன் நம் சாகிப் பதில் சொல்ல மறுக்கிறார்கள்?' என ஏங்குகிறார்கள்.

ஒருமுறை சங்கநேரியில் ஒரு கூட்டத்திற்குச் சென்றிருந்தேன். இரவு விருந்தும் அங்கு ஏற்பாடு செய்திருந்தனர். அப்போது அங்கு வந்த கேசரி இதழின் நிருபர் ஒருவர் தன் கேள்வியை காகிதத்தில் எழுதிக் கொடுத்தனுப்பினார். 'உங்கள் மக்களிடம் இறந்த விலங்குகளைச் சுமக்க வேண்டாம் எனச் சொல்லி வருகிறீர்கள். உண்மையில் அவர்கள் எத்தனை வறுமையில் வாழ்கிறார்கள் தெரியுமா? பெண்களுக்குச் சேலையும் ரவிக்கையும் உடுத்தக் கூட வசதி இல்லை. அவர்களிடம் சொந்தமாக நிலமும் இல்லை, உண்ண உணவும் இல்லை. பாவப்பட்ட வாழ்க்கை வாழும் அவர்கள், செத்த விலங்குகளை சுமந்து ஆண்டொன்றுக்கு 500 ரூபாய் சம்பாதித்து வந்தார்கள். ஆனால், உங்களின் தலையீட்டால் அதையும் இழந்துவிட்டார்கள். ஏன் இப்படிச் செய்தீர்கள், சாகிப்?'

நான் கேட்டேன், 'இதற்கு எங்கு பதிலளிக்க வேண்டும்? இந்த வளாகத்திலேயே சொல்லிவிடவா, இல்லை கூட்டம் கூட்டிச் சொல்லவா?' எனக்கு மக்களிடம் சொல்வதே சரியெனப்பட்டது. 'இந்தக் கேள்வி மட்டும்தானா, இல்லை வேறேதும் இருக்கிறதா?' என்றேன். 'இல்லை...இல்லை. இது மட்டுந்தான்' என்றார். 'சரி, உங்கள் குடும்பத்தில் எத்தனை பேர், உங்களுக்கு எத்தனை குழந்தைகள்?' 'எனக்கு ஐந்து குழந்தைகள். என் சகோதரருக்கு ஆறு - ஏழு குழந்தைகள்.'

'ஓ! அப்போ உங்கள் குடும்பம் மிகப் பெரியது. ஒன்று செய்யுங்கள், செத்துப் போன விலங்குகளை சுமந்து கொண்டுபோய் அதன் கொம்பு, எலும்பு, மாமிசத்தை விற்று 500 ரூபாய் சம்பாதித்து உங்கள் குடும்பத்தை கரைசேர்க்கும் வழியைப் பாருங்கள். என் மக்களின் நலனைக் கவனிக்க, என்ன செய்யவேண்டும் என்று எனக்குத் தெரியும். அதை நாங்கள் பார்த்துக் கொள்கிறோம். நாங்கள் சுமந்தால் எங்களுக்கு லாபம் என்றால், நீங்கள் சுமந்தால் உங்களுக்கும் லாபம் தானே? போய் செத்த சவங்களை தூக்கித் திரியுங்கள்!'

நேற்று ஒரு பிராமணச் சிறுவன் என்னிடம் வந்து, 'நாடாளு மன்றத்திலும் சட்டசபையிலும் உங்களுக்குத் தனி இடங்கள் ஒதுக்கப்பட்டிருக்கிறதே, அதை ஏன் வேண்டாமென மறுக்கிறீர்கள்?' என கேட்டான். நான் சொன்னேன், 'நீங்களே ஒரு மகராகி அந்த இடங்களை நிரப்புகிறீர்கள். பணித்துறையில் உள்ள இடங்களும் இவ்வாறே நிரப்பப்பட்டு வருகின்றன. இந்த இடங்களுக்கு எத்தனை எத்தனையோ பிராமணர்களும் ஏனையோர்களும் விண்ணப்பித்து வருகிறார்கள். பணித்துறைகளில் நடப்பது போல, பிராமணராகிய நீங்களே ஏன் ஒரு மகராகி இந்த இடங்களையும் நிரப்பக்கூடாது?'

என் கேள்வியெல்லாம் ஒன்றுதான். 'எங்களின் இழப்புக்காக நீங்கள் ஏன் கண்ணீர் சிந்துகிறீர்கள்?' எங்களுக்கு மிக நெருக்கமான தேவை சுய மரியாதையே தவிர பொருளாதார ஆதாயமல்ல. ஒழுக்கமுடைய ஒரு பெண்ணுக்குத்தான் ஒழுக்கக்கேட்டின் சாபம் என்னவென்று தெரியும்.

நமது பம்பாய் மாகாணத்தில் விலைமாதர்களுக்கு என்றொரு தனி நகரம் இருக்கிறது. அவர்கள் 8 மணிக்கு எழுந்து அருகில் இருக்கும் ஹோட்டலில் காலை உணவை ஆர்டர் செய்கிறார்கள். 'ஓ சுலைமான், ஒரு தட்டுக் கொத்துக்கறியும் ரொட்டியும் கொண்டுவா' என பணிக்கிறார்கள். சுலைமான் கொத்துக்கறியோடு தேநீரும், கேக்கும் கொண்டுவந்து தருகிறார். ஆனால் என் தாழ்த்தப்பட்ட சகோதரிகளுக்கு சாதாரண ரொட்டியும் சட்டினியும் கூடக் கிடைப்பதில்லை. அப்படியிருந்தும் அவர்கள் தன் சுயமரியாதையையோ தன்மானத்தையோ ஒருபோதும் விட்டுக் கொடுத்ததில்லை.

நாம் கௌரவத்திற்கும் சுய மரியாதைக்கும் போராடி கொண்டிருக் கிறோம். இந்தப் பயணத்தில் வெற்றியடைய நாம் எதை வேண்டு மானாலும் துறப்பதற்குத் தயார். கடந்த 40 ஆண்டுகளாக இந்தப்

பத்திரிகையாளர்கள் என்னை ஒரு பாடுபடுத்தி இருக்கிறார்கள். தயவுசெய்து இனியாவது இந்தக் குழந்தைத்தனத்தை விட்டொழித்து, மனிதத்தன்மையுடன் நடந்து கொள்ளுங்கள்!

பௌத்த மதத்திற்கு மாறினாலும் என்னால் எப்போதும் அரசியல் உரிமைகள் பெற முடியும். ஒருவேளை நான் இறந்துவிட்டால் என்ன நடக்கும் என உறுதிபடக் கூற முடியாது. அதற்கு முன்பே இந்த இயக்கம் நம்மிடம் அயராத உழைப்பை எதிர்பார்க்கிறது. நாம் பௌத்தத்தைத் தழுவுவதால் என்னென்ன சிக்கல் வரும், அதை எப்படிக் கையாள்வது, என்னென்ன வாதங்களை முன்வைக்க வேண்டும் என எல்லாம் கரைத்துக் குடித்துவிட்டேன்.

அவர்களின் எல்லாக் கேள்விக்கும் என் சட்டைப்பையில் பதில் இருக்கிறது. நான் பெற்ற இந்த உரிமைகள் என் மக்களுக்கானவை. இதைப் பெற்ற என் மக்களும் நிச்சயம் பாதுகாக்கவே செய்வர். இந்த உரிமைகளைப் போராடி பெற்றவனாக நான் இருந்தால், அவற்றை மீண்டும் பெறும் நம்பிக்கை எனக்கு உண்டு. இனியாவது என்னை முழுவதுமாக நம்புங்கள். எதிர் பிரசாரத்தில் கடுகளவும் உண்மை இல்லை.

ஒரு விஷயத்தால் நான் வியப்படைகிறேன். மூலைமுடுக்கெல்லாம் இந்த மதமாற்றம் குறித்து விவாதங்கள் நடக்கின்றன. ஆனால், நான் ஏன் பௌத்தத்தை தழுவினேன்; வேறெந்த மதத்தையும் நாடாமல் பௌத்தம் நோக்கிச் செல்ல என்ன காரணம் என ஒருவரும் கேட்கவில்லை. எந்த ஒரு மதமாற்ற இயக்கத்திலும் இந்த ஒரு கேள்வியே மிக முக்கியமானது. மதம் மாறும்போது எந்த மதத்திற்கு மாறுகிறோம்; ஏன் மாறுகிறோம் என்பதை மிகத் தீவிரமாக யோசிக்க வேண்டும்.

1935-ல் இயோலில் ஏற்ற தீர்மானத்தைத் தொடர்ந்து, இந்து மதத்தைத் துறக்கும் ஓர் இயக்கத்தை நாங்கள் தொடங்கினோம். நீண்ட நாட்களுக்கு முன்பே, ‘நான் ஓர் இந்துவாகப் பிறந்தாலும், இந்துவாகச் சாக மாட்டேன்’ என உறுதி எடுத்திருந்தேன். அதை நேற்று நிரூபிக்கவும் செய்தேன். எத்தனை பெரும் மகிழ்ச்சி அடைகிறேன் தெரியுமா, வானுக்கும் பூமிக்கும் குதிப்பதாக உணர்கிறேன். நரகத்தில் இருந்து விடுபட்டுவிட்டேன்!

கண்ணை மூடிக்கொண்டு என்னைப் பின்பற்றுபவர்களை நான் விரும்பவில்லை. பௌத்த மதத்தைத் தழுவ விரும்பினால், அதை முற்றிலுமாக உணர்ந்து முழுமனதோடு ஏற்றுக் கொள்ளுங்கள்.

மனித குலத்தின் வளர்ச்சிக்கு மதம் இன்றியமையாதது. கார்ல் மார்க்ஸைப் படித்த பின்பு ஒரு சாரார் தோன்றினர். அவர்களைப் பொறுத்தவரை மதம் ஒரு தேவையில்லாத பொருள். அதை மதிக்க வேண்டிய அவசியம் இல்லை எனக் கருதினார்கள். காலையில் எழுந்ததும் ரொட்டி, வெண்ணெய், கோழி இறைச்சி எனச் சகலமும் உண்பார்கள். மதியம் நெருங்கியதும் வயிறார உண்டுவிட்டு, குறட்டை விட்டுத் தூங்குவார்கள். எழுந்ததும் சினிமா, பின் மறுபடியும் ஆரம்பத்திலிருந்து. இதுதான் அவர்களின் வாழ்க்கை. இதை நான் ஏற்க மறுக்கிறேன்.

என் தந்தை பரம ஏழை. என்னால் கனவிலும் அவற்றை அடைய முடியாது. என்னைப் போல் கொடுமைகளை சுமந்துகொண்டு, யாரும் தன் வாழ்க்கையை வாழ்ந்திருக்க மாட்டார்கள். சுகபோகங்கள் இல்லாத வாழ்க்கையின் வழி என் போன்றவர் களுக்குத்தான் தெரியும். பொருளாதார மேம்பாட்டிற்கான இந்த இயக்கத்தின் தேவையை நான் அறிகிறேன். மனிதன் பொருளா தாரத்திலும் உயர்வடைய வேண்டும்தான். நான் இந்த மார்க்சிய இயக்கத்திற்கு எதிரானவன் அல்ல. ஆனால் சிறு மாறுபாட்டை அதில் காண்கிறேன்.

எருமைக்கும் காளைக்கும் மனிதனுக்கும் ஒரு வித்தியாசம் இருக்கிறது. எருதுக்கும் காளைக்கும் தீவனம் தேவை. மனிதனுக்குக் கூட உணவு தேவை. ஆனால் முன் இரண்டுக்கு மனம் இல்லை. மனிதனுக்கோ திடகாத்திரமான உடலோடு பலவீனமான மனதும் இருக்கிறது. ஆகவே இவ்விரண்டைப் பற்றியும் நாம் அக்கறைக் கொள்ள வேண்டும். மனதைப் பக்குவப்படுத்தி வளர்த்தெடுக்க வேண்டும்.

உணவைத் தவிர பண்படுத்தப்பட்ட மனமெல்லாம் மனிதனுக்குத் தேவையில்லை என்று வாதிடும் எந்த ஒரு நாட்டாரிடமும் உறவு வைத்துக்கொள்ளும் ஆசை எனக்கு அறவே இல்லை. ஏனைய மனிதர்களோடு பழகி சக மனிதனாக வாழ ஆரோக்கியமான உடலோடு, ஆரோக்கியமான மனமும் அவசியம். இதுவே மனித சமுதாயத்தை மேம்படுத்தும்!

மனதளவிலோ, உடலளவிலோ மனிதன் அடிக்கடித் துன்பப்பட என்ன காரணம்? ஒருவேளை அவன் உடல் பலவீனப் பட்டிருக்கலாம்; இல்லை மனம் உற்சாகமற்று இருக்கலாம். இந்த உற்சாகம் இல்லை என்றால் நாம் உயர்வடைய வழியில்லை. ஆனால் ஆயிரமாண்டுகளாக ஏன் இந்த உற்சாகம் நம்மிடம் தோன்றவில்லை?

முதற்காரணம், எந்தவகை சலுகைகளும் வசதிகளும் பெற்று விடாதபடி நம் மக்கள் உந்தப்பட்டுள்ளனர். நாளைக்கான எந்தவித நம்பிக்கையும் நம்மிடம் துளிர்வதில்லை. நம்பிக்கை இல்லாத நம்மிடம் உற்சாகம் எங்கு பிறக்கும்? நம் உழைப்பைச் சுரண்டுபவர்கள், நம்மால் உற்சாகம் அடைகிறார்களே ஒழிய அவர்களால் நாம் ஒருநாளும் ஆனந்தம் அடைவதில்லை.

ஓர் ஆசிரியர் கேட்கிறார். 'ஏய். யார் நீ? மகர் தானே? முதல் வகுப்பில் தேர்ச்சி பெறுவாயா? இல்லை. தேர்ச்சி பெற்றுதான் என்ன செய்யப் போகிறாய்? அதெல்லாம் பிராமணக் குழந்தைக்கு உண்டான வேலை. நீ மூன்றாம் வகுப்பில் தேர்ச்சி பெற்றாலே போதும், போ!' இந்தச் சூழலில் அவன் எப்படி உற்சாகம் அடைவான்; அந்தக் குழந்தை எப்படி தேர்ச்சி பெறும்? உற்சாகம் ஊட்டும் எல்லா வித்துக்களும் நம் மனதில்தான் பொதிந்துள்ளன. எவனது உள்ளமும் உடலும் ஆரோக்கியமாக இருக்கிறதோ, எவன் தைரியசாலியாக வாழ்கிறானோ, தன் அவமதிப்பை எல்லாம் அழித்தெறிய எவன் முற்படுகிறானோ, அவனே உற்சாகமுடையவன் ஆகிறான். அவனே மேன்மையடைகிறான்.

ஒரு விசித்திரமான சித்தாந்தம் இந்து மதத்தில் வேரூன்றியுள்ளது. அதனால் நாம் எப்போதும் உற்சாகமடைய முடியாது. ஆயிரமாண்டு காலமாக நாம் உற்சாகமடையாமல் தவிர்க்க இந்த மதம் வேலை செய்து கொண்டிருக்கிறது. வயிற்றை நிரப்பும் சாதாரண எழுத்தர் பணியைத் தவிர, விளிம்பில் தள்ளப்படும் நம்மவர்கள் வேறு என்ன செய்யமுடியும்? இந்தச் சிறிய எழுத்தர்களை வேலைவாங்க ஒரு பெரிய எழுத்தர். இதுதான் நம் உச்சபட்ச சாதனை.

மனிதனின் உற்சாகத்திற்கு மூலக் காரணமே அவனது மனம்தான். நமது மக்களிடம் உற்சாகத்தை ஏற்படுத்த, நாங்கள் ஓர் இயக்கத்தை நிறுவி கற்பிக்கத் தொடங்கினோம். வெறும் இடுப்புத் துணியைக் கட்டிக்கொண்டுதான் நான் என் பள்ளிக் கல்வியைத் தொடங்கினேன். அங்கு எனக்குத் தண்ணீர் தர மறுத்தார்கள். பள்ளி வளாகத்தில் தண்ணீர் அருந்தாமலே என் பெரும்பாலான நாட்கள் கழிந்தன. பம்பாய் எல்பின்ஸ்டன் கல்லூரியிலும் இதே நிலை நீடித்தது. இது மாதிரியான சூழலில் வளரும் நம் சமூக மக்களில் ஒரு எழுத்தரை தவிர வேறு யாரை நாம் எதிர்பார்க்க முடியும்?

தில்லி நிர்வாகக் கவுன்சிலில் நான் இடம்பெற்றிருந்தபோது, லின்லித்கோ பிரபுதான் வைஸ்ராயாக இருந்தார். நான் அவரிடம், 'சராசரி பட்ஜெட் தொகையை விடுத்து, முஸ்லிம் மக்களின்

கல்விக்காக அலிகர் பல்கலைக்கழகத்திற்கு 3 லட்சம் ரூபாயும் அதேபோல் பனாரஸ் இந்துப் பல்கலைக்கழகத்திற்கு 3 லட்சம் ரூபாயும் வழங்கியிருக்கிறீர்கள். எங்களுக்கும் ஏதாவது செய்ய நினைத்தால், இதுபோல 1000 மடங்காவது நீங்கள் நிதி ஒதுக்க வேண்டும். அவ்வளவு வேண்டாம், முஸ்லிம்கள் பெறும் தொகையாவது எங்களுக்கும் ஒதுக்குங்கள்' என்றேன். உடனே அவர், 'நீங்கள் என்ன சொல்ல நினைத்தாலும், அதைக் கடிதமாக எழுதிக் கொடுங்கள்' என்றார்.

நானும் அப்படியே ஓர் அறிக்கை தயாரித்தேன். அது இன்னும் என்னிடம் உள்ளது. ஐரோப்பியர்கள் மிகப் பரிவானவர்கள். என் கோரிக்கையை ஏற்றுக்கொண்டார்கள். ஆனால் அந்தப் பணத்தை எதற்குச் செலவிடுவது? மீண்டும் குழப்பம். நமது சிறுமிகள் கல்வி கற்கவில்லை. பெண்களின் கல்விக்காகவும், உணவு தேவைக் காகவும் பணத்தைச் செலவு செய்ய வேண்டும். ஆனால் நமது பெண்கள் கல்வி கற்று நன்கு படித்தவர்கள் ஆகும்போது அவர்களின் உணவுத் தேவைக்கு செலவு செய்ய, என்ன வசதி இருக்கிறது நம்மிடம்? அவர்கள் கல்வி கற்பதன் இறுதி பலன்தான் என்ன? அரசாங்கமும் கல்விக்குச் செலவிடுவதை நிறுத்திக் கொண்டு இதர துறைக்கு நிதி அளிக்கத் தொடங்கிவிட்டது.

மீண்டுமொருமுறை லின்லித்கோவைச் சந்தித்தேன். 'நீங்கள் கோபப்படவில்லை என்றால், ஒன்று கேட்கட்டுமா? நான் ஒருவன் மட்டுமே 50 பட்டதாரிகளுக்கு சமமானவன், இல்லையா?'

அதை அவர் ஒப்புக்கொள்ள வேண்டியிருந்தது.

'அதற்குக் காரணம் என்ன?' என்று கேட்டேன்.

'எங்களுக்குத் தெரியவில்லை' என்றார்.

'நான் அதிகம் படித்திருக்கிறேன். நான் நினைத்தால் இந்த அரசின் மணிமுடி தரித்து, ராஜ சிம்மாசனத்தில்கூட அமர முடியும்' என்றேன்.

இத்தகையவர்கள்தான் எனக்கு வேண்டும். அங்கிருந்து ஒட்டு மொத்தமாக நாம் கண்காணிக்க முடியும். நமது மக்கள் பாதுகாக்கப்பட வேண்டுமென்றால், இத்தகு கூரிய நோக்கு கொண்ட மனிதர்கள் நமக்கு வேண்டும். ஒரு சாதாரண எழுத்தரால் என்ன செய்ய முடியும்? நான் இதைக் கேட்ட மறுகணமே 16 மாணவர்களை உயர் படிப்பிற்காக இங்கிலாந்து அனுப்பி வைத்தார். அந்த 16 பேரில் சிலர் அரை வேக்காடாகவும், சிலர் முழுவேக்காடாகவும் இருந்தது

என்னவோ ஒரு தனிப்பட்ட விஷயம்! ஆனால் பின்னர் வந்த ராஜகோபாலாசாரி, இந்த உயர்கல்வித் திட்டத்தையே முற்றிலுமாக ஒழித்துவிட்டார்.

இந்த நாட்டில் இன்னும் பாகுபாடு நிகழ்கிறது. அடுத்து வரும் ஆயிரம் ஆண்டுகள் கழிந்தாலும் நம் நிலை மாறாது. இந்த நிலை நீடித்தால், நாம் உத்வேகம் பெற உற்சாகம் கிட்டாது. இந்த மதத்திலேயே இருந்து வந்தால் நம்மால் எதுவும் செய்ய முடியாது. மனு ஸ்மிருதியில் இருக்கும் சதுர்வர்ண முறை, நம் மனிதக் குலத்திற்கே தீங்கானது என பலமுறை சொல்லியிருக்கிறேன். பிற வர்ணத்தார் ஏவும் வேலை மட்டுமே சூத்திரர்கள் செய்ய வேண்டுமென மனுஸ்மிருதி சொல்கிறது.

பிராமணர்கள் மட்டும் கல்வி கற்பார்களாம்; சத்திரியர்கள் போர் புரிவார்களாம்; வைசியர்கள் வியாபாரம் செய்வார்களாம்; சூத்திரர் மட்டும் இவர்கள் எல்லோருக்கும் தொண்டு செய்ய வேண்டுமாம்! இந்த முறையால் யாருக்கு என்ன லாபம்? பிராமண, சத்திரிய, வைசியர்களாவது ஓரளவு பயன் பெறுகிறார்கள். சூத்திரர்களின் நிலை என்ன? மூன்று வர்ணத்தாரைத் தவிர யாராவது இங்கு உற்சாகம் பெற முடியுமா? இந்தச் சதுர்வர்ண முறை தற்செயலானது அல்ல; சொருகப்பட்ட சரக்கும் அல்ல; இந்து மதத்தின் மூல வேறே இதுதான். இந்துமதத்தில் சமத்துவம் இல்லை!

ஒருமுறை நான் காந்தியை சந்தித்தபோது, தனக்குச் சதுர்வர்ண முறையில் நம்பிக்கை இருக்கிறது என்றார். ‘உங்களைப் போன்ற மகாத்மாக்கள் சதுர்வர்ணத்தை நம்புகிறீர்களா? சரி சதுர்வர்ணம் என்றால் என்ன? அது எப்படி இருக்கும்? நெட்டையாக இருக்குமா இல்லை தட்டையாக இருக்குமா? அது எங்கு தொடங்கி எங்கு முடிகிறது?’ என்றேன்.

காந்தி பதில் பேசவில்லை. அவரால் என்ன சொல்ல முடிந்திருக்கும்? காரணமின்றி இந்து மதத்தை நான் குற்றம் சாட்டவில்லை. இந்து மதத்தால் யாரும் வாழ முடியாது. அது ஒரு சீரழிந்த மதம்.

நமது நாடு ஏன் அந்நியரின் ஆட்சிக்குச் சென்றது தெரியுமா? 1945 வரை ஐரோப்பாவில் போர் நிகழ்ந்தது. எத்தனை வீரர்கள் இறந்து போனார்களோ, அத்தனை வீரர்களை மீண்டும் பணியில் அமர்த்தியது அந்நாட்டு ராணுவம். நாம் போரில் வெற்றி பெற்றுவிட்டோம் என்று யாராலும் சொல்ல முடியாத சூழல். நமது நாட்டில் எல்லாமே வேறுபட்டதாக இருந்தது. சத்திரியர்கள் தோற்கடிக்கப்பட்டால்

நாடு வீழ்ந்துவிடும். இதுதான் நம் நாட்டின் நியதி. நமக்கு மட்டும் ஆயுதம் ஏந்தும் உரிமை வழங்கப்பட்டிருந்தால், இந்த நாடு அடிமைப்பட்டிருக்காது, தெரியுமா? இந்தியாவை ஆளும் தகுதி இந்த உலகில் யாருக்கும் இல்லை.

இந்து மதத்தில் இருப்பதால் யாராலும் வளர்ச்சி அடைய முடியாது. வர்ணாசிரமப் படிக்கட்டில் மேல்சாதி மக்களுக்கே எல்லா உரிமையும், எல்லா வளப்பமும் வந்து சேர்கிறது. ஆனால் மற்றவரின் கதி என்ன?

ஒரு குழந்தையைப் பெற்றெடுக்கும் பிராமணத் தாயின் கண்கள், காலியாக இருக்கும் உயர்நீதிமன்ற நீதிபதியின் நாற்காலியைத் தேடுகிறது. அதற்கு முற்றிலும் மாறாக, துப்புரவுப் பணிசெய்யும் தாயின் கண்கள் காலியாக இருக்கும் மற்றொரு துப்புரவுப் பணியை நாடுகிறது. இந்த விசித்திரமான சமூகப் பழக்கத்திற்கு இந்து மதத்தின் வர்ணாசிரம முறையே அடிப்படைக் காரணம். இதிலிருந்து கொண்டு நாம் என்ன மாற்றத்தை எதிர்பார்க்க முடியும்? பௌத்தத்திற்கு மாறினால் ஒழிய நம்மால் ஒன்றும் செய்ய முடியாது.

பௌத்த மதத்தில் 75% பிக்குகள் பிராமணக் குலத்தைச் சார்ந்தவர்கள். 25% பிக்குகளே சூத்திரரும் மற்ற சிலரும். ஆனால் பகவான் புத்தர் அவர்களிடம் சொன்னார், ‘ஓ பிக்குகளே! நீங்கள் வெவ்வேறு தேசத்திலிருந்து வெவ்வேறு சாதி அடையாளங்களோடு வந்திருக்கிறீர்கள். மாகாணங்களில் ஓடும் நதியானது வெவ்வேறு பெயர்களால், வெவ்வேறு வழிகளில் செல்கிறது. ஆனால் கடலை அடையும்போது தன் அடையாளங்களைத் துறந்து ஒற்றை ஆளாக தன்னைப் பிரதிநிதித்துவப்படுத்திக் கொள்கிறது. பௌத்த சங்கம் ஒரு பெருங்கடல். இங்கு எல்லோரும் சமம்.’

கடல் நீரில் கங்கை நதி எது, மகாநதி எது என்று அலசி ஆராய யாரால் முடியும்? அதேபோல பௌத்த சங்கத்தில் இணையும் ஒருவர் தன் சாதி அடையாளங்களைத் துறந்து, அனைவரும் சமம் என்பதை ஏற்க வேண்டும். இந்தப் பூமியல் இத்தகைய சமதர்மத்தைப் போதித்த மகான் ஒருவர்தான். மகான் கௌதம புத்தர்.

‘நீங்கள் ஏன் பௌத்தத்திற்கு மாற இத்தனைக் காலம் எடுத்துக் கொண்டீர்கள்? இத்தனை நாட்களாக என்ன செய்தீர்கள்?’ எனச் சிலர் கேட்கிறார்கள். இது முக்கியமான கேள்வி. ஒரு மதத்தின் மீது பற்றுக் கொள்வது அத்தனைச் சுலபமான காரியம் அல்ல. இது ஒற்றை ஆள் செய்யும் வேலை அல்ல. மதத்தைப் பற்றிச் சிந்திக்கும் எவரும் இதை அறிவர். என்னைப் போன்று இவ்வளவு

பொறுப்பேற்றிருக்கும் நபர் இந்த உலகில் வேறு எவரும் இல்லை. என் ஆயுட்காலம் சம்மதித்தால், திட்டமிட்ட எல்லாப் பணிகளையும் முடிந்தவரை செயல்படுத்திவிடுவேன்.

ஒரு மகர் - பௌத்தன் ஆவதால் என்ன மாறிவிடப் போகிறது எனச் சிலர் கேட்கிறார்கள். அது தவறு. செல்வந்தருக்கும் மேட்டுக் குடிக்கும் மதத்தின் தேவை புரியாது. பகட்டான பங்களாக்கள், அவற்றில் வேலை செய்ய பணியாட்கள், சொத்து, செல்வம், மரியாதை, லொட்டு, லொசுக்கு.. இவர்களுக்கு மதத்தைப் பற்றி என்ன கவலை?

ஆனால் ஏழைகளுக்கு மதம் அவசியமானது; தாழ்த்தப்பட்டோருக்கு மதம் இன்றியமையாதது. வாழ்க்கையின் சாரம்சமே நம்பிக்கையில் வேர் பிடித்திருக்கும் போது, அந்த நம்பிக்கைமேல் இடி விழுந்தால் என்ன செய்வது? தாழ்த்தப்பட்ட ஒருவனுக்கு மதம் நம்பிக்கை அளிக்கிறது. 'பயப்படாதே! உன் வாழ்க்கை நிச்சயம் ஒருநாள் மேம்படும் என்று தெம்பூட்டுகிறது.' அதனால்தான் ஏழைகளும் தாழ்த்தப்பட்டவர்களும் மதத்தைப் பிடித்துத் தொங்குகிறார்கள்.

கிறிஸ்தவ மதம் ஐரோப்பாவில் காலடி எடுத்து வைத்தபோது, ரோம சாம்ராஜ்ஜியமும் அதன் அண்டைய பிரதேசங்களும் பஞ்சத்தில் தத்தளித்தன. மக்களுக்குப் போதிய உணவு கிடைக்கவில்லை. அச்சமயம் ஏழை எளிய மக்களுக்கு கிச்சடி வழங்கப்பட்டது. பின் யார் கிறிஸ்தவர் ஆனார்கள்? ஐரோப்பாவின் ஏழை எளிய மக்களும் தாழ்த்தப்பட்டவர்களும்தான். கிறிஸ்தவ மதமே பிச்சைக்காரர்களின் மதம் என்று கிப்பன் கூறினார். ஆனால் அந்தக் கிறிஸ்தவ மதம் எப்படி ஐரோப்பா முழுமைக்கும் பரவியது என்று சொல்ல அவர் உயிரோடு இல்லை.

பௌத்த மதம் என்பது மகர்கள் மற்றும் மங்கர்களின் மதம் என்று சிலர் சொல்லுவார்கள். மகான் கௌதமரை 'அரே கௌதம்... அரே கௌதம்'' என்று பழிக்கும் இந்தப் பிராமணர்கள் ஒன்றைத் தெரிந்துகொள்ள வேண்டும். 'ராமர், கிருஷ்ணர், சங்கரர் எல்லோர் சிலைகளையும் வெளிநாட்டில் விற்பனைக்கு வைத்தால் ஒன்றாவது விற்றுத் தீருமா? மாறாக, மகான் புத்தரின் சிலையை விற்பனைக்கு வையுங்கள். ஒன்றுகூட எஞ்சி இராது! இந்தியா இருக்கட்டும். அயல்நாடு சென்று பாருங்கள். இந்தியா பற்றி அவர்களுக்குத் தெரிந்த ஒரே பெயர், பகவான் புத்தர் மட்டும்தான். இத்தனைச் சிறப்பையும் தாண்டி இந்த மதத்தின் பெருமையை இனி யாரால் தடுக்க முடியும்?

நாங்கள் எங்கள் மார்க்கத்தைப் பின்பற்றுகிறோம். நீங்கள் உங்கள் மார்க்கத்தைப் பின்பற்றுங்கள். எங்களுக்குப் புத்தொளி கிடைத்து விட்டது. ஏற்றம் தரும் ஒரு பாதையை நாங்கள் கண்டுபிடித்து விட்டோம். இந்தப் பாதை புதிதல்ல; கடன் வாங்கப்பட்ட மார்க்கம் அல்ல இது; இந்தியாவுக்கு முற்றிலும் பழகிப் போன பாதை.

பௌத்த மதம் இங்கு 2000 ஆண்டுகள் உயிர் வாழ்ந்திருக்கிறது. உண்மையில் நாம் ஏன் முன்னரே பௌத்த மார்க்கத்தை தழுவவில்லை என வருத்தப்படுகிறேன். புத்தரின் தம்மம் என்றென்றைக்கும் உயிர்வாழக் கூடியது. ஆனால் அவர் உரிமைக் கொண்டாடவில்லை. கால ஓட்டத்திற்கு ஏற்பத் தன்னைத் தகவமைத்துக் கொள்ளும் வசதியைப் பௌத்தத்திற்கு வழங்கியிருந்தார். இது வேறெந்த மதத்திலும் கிடையாது.

முஸ்லிம்களின் படையெடுப்புதான் பௌத்த மதம் அழிவதற்குப் பிரதான காரணம். புத்தப் பெருமான் சிலைகள் சிதைக்கப்பட்டன. பௌத்தத்தின் மேல் விழுந்த முதல் இடி இது. இந்தப் படை எடுப்பால் பயந்த புத்த பிக்குகள் ஓடி ஒளிந்தார்கள். சிலர் திபெத்திலும், சிலர் சீனாவிலும் இன்னும் சிலர் முன்பின் தெரியாத அந்நியத் தேசத்திலும் சரண் புகுந்தார்கள். ஒரு மதத்தின் வாழ்நாள் அதன் மக்களைப் பொறுத்தே அமைகிறது.

வட மேற்கு எல்லையில் ஒரு கிரேக்க மன்னன் ஆண்டு வந்தான். அவன் பெயர் மிலிண்டா. அவனுக்கு விவாதம் செய்வதில் கொள்ளைப் பிரியம். விவாதம் செய்ய விருப்பம் உள்ளவர்கள், என்னிடம் வந்து கேள்வி கேட்கலாம் என்று வெகுநாட்களாக இந்துக்களிடம் கூறி வந்தான் . பல பேச்சாளர்களை வாயடைக்கச் செய்தான்.

ஒருமுறை புத்த பிக்குவிடம் விவாதம் செய்ய ஆசைப்பட்டு, பணியாள் ஏவி அழைத்து வரச் சொன்னான். பௌத்த மக்கள் ஒன்றிணைந்து நாகசேனரை அனுப்பி வைத்தனர். நாகசேனர் நன்கு படித்தவர். பிறப்பால் ஒரு பிராமணர். நாகசேனருக்கும் மிலிண்டாவிற்கும் நடந்த இந்த விவாதம் பிற்காலத்தில் உலகமறியும் ஒரு புத்தகமாக வெளிவந்தது. 'மிலிண்டா பன்ஹா' என்பது அந்நூலின் பெயர். 'ஒரு மதம் ஏன் சிதைகிறது?' என்ற கேள்விக்கு நாகசேனர் மூன்று காரணங்களை அடுக்குகிறார்.

முதல் காரணம். ஒரு குறிப்பிட்ட மதம் போதிய பக்குவம் அடையாமல் இருப்பது, அதன் அடிப்படை சித்தாந்தங்களை

ஆழமற்றதாக ஆக்கிவிடுகிறது. அதன் கொள்கைகளை மீறி லௌகீக மதமாக உருவெடுக்கிறது. இத்தகைய சூழலில் அதனால் நெடுங்காலம் தாக்குப்பிடிக்க முடிவதில்லை.

இரண்டாவது காரணம். நன்கு படித்துத் தேர்ந்த மதப் போதகர்களே, ஒரு மதத்தை தூக்கிப் பிடிக்கும் முக்கிய தூண்கள். நன்கு படித்தவருக்கே அம்மதத்தின் அடிப்படைச் சித்தாந்தங்களை, மேம்பட்ட கொள்கைகளை பயிற்றுவிக்கும் ஆற்றல் இருக்கும். வாதம் செய்யத் தயங்கி தோல்வியுற்றார் எனில், அந்த மதம் அப்படியே ஒடுங்கிவிடும்.

மூன்றாவது காரணம். மதமும் மதக் கோட்பாடுகளும் படித்தவர் களுக்கு மட்டுந்தான் என்றும், சராசரி மக்களுக்கு கோவிலும் சிலையுமே போதுமென்றும் இருந்துவந்தால் மதத்தின் அடிப்படையே ஆட்டம் கண்டுவிடும்.

பௌத்தத்தைத் தழுவும்போது அதன் கொள்கைகள் லௌகீகமானது அல்ல என்று உணர வேண்டும். 2500 ஆண்டுகள் கழிந்தாலும், ஒட்டுமொத்த உலகும் ஏற்கும்படி அதன் கொள்கைகள் கட்டமைக்கப் பட்டுள்ளன.

அமெரிக்காவில் 2000 பௌத்த நிறுவனங்கள் உள்ளன. 3 லட்ச ரூபாய் செலவில், பௌத்தக் கோவில் ஒன்று இங்கிலாந்தில் கட்டப்பட்டுள்ளது. ஜெர்மனியிலுங்கூட 3000 முதல் இருந்து 4000 வரை பௌத்த நிறுவனங்கள் செயல்பட்டு வருகின்றன.

புத்தரின் தம்மம் என்றென்றைக்குமானது. அப்படியிருந்தும் அவர் இது கடவுளின் மதம் என்று ஒருபோதும் சொன்னதில்லை. 'என் தந்தை ஒரு சாதாரண மனிதர், என் தாய் ஒரு சாதாரணப் பெண். உங்களுக்கு சரியெனப்பட்டால் இந்த மதத்தைப் பின்பற்றுங்கள். இந்த மதம் உங்கள் பகுத்தறிவுக்கு ஒத்திருந்தால் ஏற்றுக் கொள்ளுங்கள்' என்றார். இந்தப் பெருந்தன்மையை நாம் வேறெந்த மதத்தில் காணமுடியும்!

பௌத்த மதத்திற்கும் ஏனைய மதத்திற்கும் ஏராளமான வித்தியாசங்கள் உள்ளன. மற்ற மதங்கள் மனிதனைக் கடவுளோடு சம்பந்தப்படுத்துவதால் அதில் மாற்றம் செய்வது அத்தனை சுலபமல்ல. கடவுளே இயற்கையைப் படைத்தார். வானம், பூமி, காற்று, சூரியன், சந்திரன் எல்லாம் அவரின் அருளாற்றல். நமக்காக அவர் எதையும் மிச்சம் வைக்கவில்லை. அதனால் அந்தப் புண்ணியவானை வணங்குங்கள் என்கின்றன ஏனைய மதங்கள்.

கிறிஸ்தவ மதத்தின்படி, நாம் இறந்ததற்குப் பின் தீர்ப்பு நாள் என்றொரு தினம் உண்டு. அனைத்தும் அந்தத் தீர்ப்பை பொறுத்தே அமைகிறது. ஆனால் பௌத்த மதத்தில் கடவுளுக்கோ ஆன்மாவுக்கோ வேலை இல்லை. 'எங்கும் துக்கம் நிறைந் திருக்கிறது. 90 சதவிகித மக்கள் துக்கத்தால் துவண்டு போயுள்ளனர்' என பகவான் புத்தர் சொன்னார். அந்த மக்களின் துக்கக் கண்ணீரைத் துடைத்து எறிவதே அவரின் பௌத்த மதக் கொள்கையானது. புத்தர் சொன்னதைவிட கார்ல் மார்க்ஸ் எதையும் புதிதாகச் சொல்லிவிட வில்லை.

சகோதரர்களே, நான் சொல்ல வேண்டிய மட்டும் சொல்லி விட்டேன். எல்லா விதத்திலும் இந்த மதம் மகத்தானது. துளி களங்கமில்லை. இத்தனை நாட்களாக இந்து மதத்தின் கொள்கை நம் உற்சாகத்தைக் காவு வாங்கி வந்தது. ஆயிரமாண்டுகள் ஆகியும் நம்மில் ஒரு பட்டதாரியைக் கூட இந்தச் சமூகத்தால் உருவாக்க முடியவில்லை.

ஒரு தனிமனிதனாக, இந்த நாட்டில் என்னால் சாதிக்க முடியாதது எதுவுமல்ல. பிராமணர், சத்திரியர், வைசியர் என்று உங்களுக்குள் இருக்கும் இந்த அபிப்பிராயத்தை எப்படி உடைப்பது என்பதே என் அடுத்த சவால். இந்த மதம் பற்றிய அத்தனை புரிதல்களையும் உங்களுக்குத் தெரியப்படுத்த வேண்டும். உங்களின் எல்லாச் சந்தேகங்களையும், எல்லாக் குழப்பங்களையும் புத்தகம் எழுதித் தீர்த்து விடுகிறேன். தயவு செய்து இனியாவது என்னை முற்றிலும் நம்புங்கள்.

இந்தப் புதிய பாதை மகத்தான பொறுப்புகள் நிறைந்தது. செய்து கொடுத்த சத்தியத்தையும்; நம் இயக்கத்தின் லட்சியத்தையும் இளைஞர்கள் காப்பாற்றிக் கரைசேர்க்க வேண்டும். சுயநலக்காரர் ஆகிவிடக்கூடாது. நம் சம்பாத்தியத்தின் இருபதில் ஒரு பங்கையாவது இதற்கு ஒதுக்குவோம். என்னுடன் உங்கள் எல்லோரையும் அழைத்துச் செல்ல விரும்புகிறேன்.

ஆரம்பத்தில் ததாகதர் ஒருசிலருக்கு தீட்சை வழங்கி, 'இந்த மதத்தைப் பரப்பிச் செல்லுங்கள்' என்று வழிகாட்டினார். அதற்குப் பின் யாஷாவும் அவளது நாற்பது நண்பர்களும் பௌத்தத்தைத் தழுவினார்கள். யாஷா பணக்காரக் குடும்பத்தைச் சார்ந்தவர். அவர்களிடம் இந்த மதம் எப்படிப்பட்டது என்பதை புத்தர் சொல்கிறார், 'பகுஜன் ஹிதே பகுஜன் சுகே, லோகனுகம்பே, தம்மா அதி கல்யாணம், மத்ய கல்யாணமா, பர்யவாஸன் கல்யாணம்!'

ததாகதர் அந்தக் காலத்திற்கு ஏற்ப பௌத்தத்தை பரப்பும் நெறிமுறையை வடிவமைத்தார். இப்போது நாம் அந்த நெறிமுறையை மாற்றி அமைக்கும் காலம் வந்துவிட்டது. இந்த நிகழ்ச்சிக்குப் பிறகு ஒவ்வொருவரும் மற்றவருக்கு தீட்சை அளிக்க வேண்டும். ஒவ்வொரு பௌத்தருக்கும் தீட்சை அளிக்கும் அதிகாரம் உண்டு என நான் பிரகடனப்படுத்துகிறேன்.

●

7

வரலாறு என்னை விடுதலை செய்யும்

ஃபிடல் காஸ்ட்ரோ (1926 - 2016)

1953ஆம் ஆண்டு ஜூலை மாதம் 26ஆம் தேதி அதிகாலை 5 மணிக்கு மொன்கடா ராணுவ முகாமை ஃபிடல் காஸ்ட்ரோ தலைமையிலான வீரர்கள் தாக்கினார்கள். கியூபாவை ஆண்டுவந்த கொடுங்கோல் பாடிஸ்டா அரசைக் கவிழ்க்க முயன்ற ஃபிடலின் முதல் தாக்குதல் இது. ஆனால் சின்னச் சின்ன தவறுகளால் முதல் தோல்வியாகவும் அமைந்தது.

இரண்டு மாதங்களுக்குப் பிறகு ஃபிடல் காஸ்ட்ரோ உட்பட 122 பேர் மீதான விசாரணை சாண்டியாகோ நீதிமன்றத்தில் நடந்தது. தீரமாக வாதாடிய ஃபிடல் 93 பேருக்கு விடுதலை வாங்கித் தந்தார்.

அக்டோபர் 16, விசாரணையின் இறுதிநாள். அன்று காஸ்ட்ரோவுக்கு உடல்நிலை சரியில்லை என்று பரவலாக நம்பவைக்கப்பட்டு, அவர் மீதான விசாரணையை சதுர்னினோ லோரா மருத்துவமனையில் உள்ள செவிலியர் விடுதியில் ரகசியமாக நடத்தினர்.

தனக்கு வழங்கப்பட்ட 2 மணி நேரத்தில், காஸ்ட்ரோ பேசிய 1.30 மணி நேர உரை, கியூப வரலாற்றின் விடிவெள்ளியாக இருந்தது. தன் ஆதர்ச நாயகர் ஹொஸே மார்த்தியின் மீதிருந்த பற்று ஃபிடல் உரையின் ஒவ்வொரு அங்குலத்திலும் தெறித்தது.

'வரலாறு என்னை விடுதலை செய்யும்' என்று முத்தாய்ப்பாகப் பேசி முடிக்கையில், 'நேர்மையுடன் தனது நோக்கங்களை ஒப்புக்கொண்ட ஃபிடலை இந்த நீதிமன்றம் பாராட்டுகிறது. ஆனால் சட்டத்தைத் தன்

கையில் எடுத்துக் கொண்டது தவறு. எனவே 15 ஆண்டுகாலம் சிறை தண்டனை விதிக்கிறேன்' என்று நீதிபதி தன் தீர்ப்பை வாசித்தார்.

ஃபிடல், அடுத்த இரண்டாண்டுகளில் விடுதலைப் பெற்று சில ஆண்டுகளில் கியூபக் குடியுரசின் ஜனாதிபதியும் ஆனார். உலகெங்கிலும் உள்ள புரட்சிசார் அமைப்புகளுக்கு இன்றளவும் உரம் போட்டுக் கொண்டிருக்கும் பிரசித்தி பெற்ற உரையின் சுருக்கப்பட்ட வடிவம் இது.

•

மரியாதைக்குரிய நீதிபதிகளே! உங்கள் நாட்டின்மீது உண்மையாகவே பாசம் இருந்தால், மனித குலத்தின் மீது கரிசனம் இருந்தால், நீதியின்பால் நம்பிக்கை இருந்தால் என் உரையைக் கவனமாகக் கேளுங்கள். என்னைப் பேசவிடாதபடி பல வருடங்கள் மௌனத்தில் முடக்குவார்கள் என்பதை நான் அறிவேன். உண்மையை மூடி மறைக்க தன்னால் முடிந்த எல்லா வேலைகளையும் இந்த அரசாங்கம் செய்யும்.

மக்களின் ஞாபகத்தில் இருந்து என்னை மெல்ல மெல்ல மழுங்கடிக்க ஏதேதோ சூழ்ச்சி செய்து வருகிறார்கள். ஆனாலும் என் குரலில் உள்ள வெப்பம் கொஞ்சமும் குறையாது. நான் தனித்துவிடப்பட்டதாய் உணர்ந்தாலும்கூட, இந்தக் கோழைகள் வெறுக்கும் அக்கினிக் கொப்பளிக்கும் உரை வீச்சை என் இருதயத்தில் இருந்து நான் பேசிக்கொண்டுதான் இருப்பேன்.

ஜூலை மாதம் 27ஆம் தேதி, மலை மேல் இருந்த ஒரு கூடாரத்திலிருந்து ஆட்சியாளர் பேசிய உரையை வானொலி மார்க்கமாகக் கேட்டேன். அப்போது அரசுக்கு எதிராக ஆயுதம் ஏந்திய 18 வீரர்கள் என்னோடு களத்தில் இருந்தார்கள். அந்த மாதிரியான களங்களில் கால் வைத்திராதவர்களுக்கு நாங்கள் அனுபவித்த கோபமும் கசப்பும் எப்படிப் புரியும்?

எங்கள் மக்களை விடுதலை செய்வதற்கான நீண்ட நாளைய நம்பிக்கைகள் எல்லாம் பாழடைந்துக் கிடக்கும்போது, அந்தத் திமிர்பிடித்த கொடுங்கோலரின் பேச்சில் முன் எப்போதையும் விட கொடிய மகிழ்ச்சியைக் கண்டோம். எங்கள் நொறுங்கிப் போன கனவுகளை அந்தக் கொடிய சிரிப்புச் சத்தம் உலுக்கி எடுத்தது.

நாங்கள் மனம் வெதும்பி வெறுக்கும்படி கசப்பான மொழியில் அவர் எல்லையில்லாத பொய்களையும் அவதூறுகளையும் அடுக்கிக்

கொண்டே போனார். இந்த முடிவில்லாத வசைகளை, ஓயாமல் ஓடிக்கொண்டிருக்கும் எங்கள் வீரர்களின் சுத்த ரத்தத்தோடு ஒப்பிடலாம். இதற்குக் காரணமும் அதே சர்வாதிகாரிதான். மனிதாபிமானமற்ற கொலைகாரக் கும்பலுக்கு உடந்தையாக இருந்து, அவர் ஒப்புதல் அளித்த பின்தான் இத்தனை அப்பாவிகள் ரத்தம் சிந்தி மரித்துப் போனார்கள்.

ஒரு கணம் நாங்கள் அவரை நம்பியிருந்தாலும்கூட, மானமும் மனசாட்சியும் உள்ள ஒரு மனிதன் தன் வாழ்நாள் முழுக்க இவ்விரண்டும் அற்ற விரோதத்தோடு வாழ நிர்பந்திக்கப்படுவான். அவரை வாழ்நாள் முழுதும் விமர்சித்து வந்த எனக்கு, அந்த வெறுப்பூட்டும் நெற்றியைப் பார்த்து சத்தியவானின் முத்திரை குத்த துளியும் நம்பிக்கை எழவில்லை.

ஆயிரத்திற்கும் மேற்பட்ட வீரர்கள் எங்களை நெருங்கிக் கொண்டிருந்தார்கள். அவர்களிடம் பலம் பொருந்திய ஆயுதங்கள் இருந்தன. எங்களைச் சுட்டுப்பிடிக்கும்படி அவசர உத்தரவு பிறப்பிக்கப்பட்டிருந்தது.

அந்த உண்மைகள் எல்லாம் இனி கொஞ்சம் கொஞ்சமாக வெளிவரும். நான் எனக்கு வகுத்துக்கொண்ட பணியை நிறை வேற்றியதால், உங்கள் முன் இப்போது பேசிக் கொண்டிருக்கிறேன். நான் இனி நிம்மதியாகவும் திருப்தியாகவும் இறந்துபோகலாம். அந்தக் கொலைகாரக் கொடும் பாவிகள் பற்றி இனி ஒரு வார்த்தையும் பேச மாட்டேன்.

மொன்கடா ராணுவ முகாம் சித்திரவதைக் கூடமாக மாறியிருந்தது. பலர் இறந்து கிடந்தார்கள். வெட்கமில்லாத வீரர்களின் சீருடை, கசாப்புக் கடைக்காரனின் மேல் அங்கியைப் போல் ரத்தம் தெறித்து குமட்டல் எடுத்தது. சுவர் முழுதும் ரத்தக்கறை. சுவற்றில் பதிந்து கிடந்த புல்லட் அச்சுகளில் சதைத் துணுக்குகளும், மூளைத் திசுக்களும், தலைமுடி தடயங்களும் தென்பட்டன.

முகத்தை நோக்கிச் சுடப்பட்ட துப்பாக்கிக் குண்டுகளின் கொடூரமான நினைவுகளை இவை ஞாபகப்படுத்தின. ராணுவ முகாமைச் சுற்றியிருந்த அடர்த்தியான புல்தரை மீது ரத்தம் சொட்டிக் கொண்டிருந்தது. கியூபாவின் விதியை வழிநடத்திச் செல்லும் இந்தக் குற்றவாளிகளின் கைகள், மரணக் குகையின் வாசலில் இருக்கும் கைதிகளுக்காக நரகத்தின் கல்வெட்டுகளை எழுதி வைத்தன. அதில் ‘எல்லா நம்பிக்கையையும் கைவிடு’ என்று இருந்தது.

தங்கள் அடையாளத்தின்மேல் முகமுடி அணியவோ, செய்த காரியங்களை மூடி மறைக்கவோ அவர்கள் கொஞ்சமும் மெனக்கெட வில்லை. தங்கள் பொய்களால் மக்களை ஏமாற்றிவிட்டதாய் நினைத்தார்கள். உண்மையில் அப்படியாகத் தங்களைத் தாங்களே ஏமாற்றிக் கொண்டார்கள்.

பிறப்பையும் இறப்பையும் அருளும் அண்ட சராசரத்தின் அகிலக் கடவுள்களாய் தம்மை நினைத்துக் கொண்டிருந்தார்கள். அதனால்தான் விடிகாலையில் நாங்கள் தாக்கியபோது, பிண விருந்தின் ரத்த போதைக்கு ஆட்பட்டு பயந்து நடுங்கினார்கள்.

தாந்தே தன்னுடைய 'இன்ஃபெர்னோ' எனும் படைப்பில் நரகத்தை ஒன்பது வட்டங்களாக வகைப்படுத்துகிறார். குற்றவாளிகளுக்கு ஏழாவது வட்டமும்; திருடர்களுக்கு எட்டாவது வட்டமும்; துரோகிகளுக்கு ஒன்பதாவது வட்டமும் ஒதுக்கினார். மனிதர்களுக்கு ஒருவேளை ஆன்மா இருந்தால், அவர்களுக்கான சரியான வட்டத்தை கண்டுபிடிக்க பிசாசுகள் கதிகலங்கிப் போவதுண்டு. ஆனால் இந்த சாண்டியாகோ டி கியூபாவில் கடும்பாதகச் செயல் புரிந்த மனிதர்களுக்கு இதயம்கூட இல்லையே, என்ன செய்வது!

ஒவ்வொரு சமூகத்திலும் கீழான மனிதர்கள் இருக்கிறார்கள். மற்றவர் துன்பத்தில் இன்பம் கண்டு, முரட்டுமஸ்தான்களாக, பல தலைமுறைக்கு முன்பிருந்த கொடிய நோயை நிகழ்காலத்திற்குக் கடத்தி மனிதப் போர்வையில் வாழ்கிறார்கள். ஆனால் இவர்கள் எல்லோரும் சமூகப் பழக்கவழக்கங்களால் கட்டுப்படுத்தப்பட்ட மிகக் கொடிய அரக்கர்கள் என்பதை மறக்க வேண்டாம்.

ரத்த ஆறிலிருந்து ஒரு முடக்கு நீர் அருந்துங்கள் என்றால், மொத்த ஆறும் வற்றிப்போகும் வரை தாகம் அடங்காது என்பார்கள். இவர்கள் எல்லோருக்கும் ஓர் ஒழுக்கப்பூர்வமான சட்டம் தேவை. மிகத் துணிச்சலான, நேர்மையுள்ள, லட்சியப்பூர்வ கியூபர்களை கொன்று தீர்க்கிறார்கள். அத்தோடு இந்தக் கொடுங்கோலர்கள் உத்தமமான கியூபப் பெருங்குடியை கூலிப்படை என்று வாயக்கூசாமல் அழைக்கிறார்கள்.

கியூப அரசிடமிருந்து சம்பளம் வாங்கும் துரோகக் கரங்கள், அதன் சொந்த மக்களையே கொல்லத் துணிகிறது. இறந்துபோன உத்தமர்களை தலைவர்களாகவும் புனிதர்களாகவும் நாங்கள் அர்த்தப்படுத்தினோம். கியூப குடியரசைப் பாதுகாக்க ஏந்திய படைபலங்கள் எல்லாம், அதன் ஒன்றிரண்டு சாராரின் நலன்களைப் பாதுகாக்க மொத்த மக்களையும் காவு கேட்கிறது.

'ப்ரயோ (முன்னாள் கியூப அதிபர்) பணம் கொடுத்துதான், நாங்கள் இதை செய்தோம் என ஒப்புக்கொள்ளுங்கள்' என்று ராணுவத்தினர் எங்கள் தோழர்களை மிகக் கடுமையாய் துன்புறுத்தினார்கள். கொள்கையிலிருந்து மாறுபட்டால் ஒழிய உயிரோடு வாழமுடியாது என்று விதவிதமாய் எச்சரித்தார்கள். அதையெல்லாம் கோபத்துடன் மறுத்ததால், மீண்டும் சித்திரவதைப் படலம் தொடங்கியது.

கண்களைத் தோண்டினார்கள். ஆணுறுப்பைச் சிதைத்தார்கள். ஆனாலும் தோழர்கள் மசிந்து கொடுக்கவில்லை. ஒருவர்கூடப் புகார் அளிக்கவோ, கட்சி மாறவோ துணியவில்லை. நார் நாராகக் கிழிந்த எங்கள் தோழர்களின் உடலை, பொய் சொல்லாத புகைப்படங்கள் வெட்ட வெளிச்சமாக்கின. இன்னும் சில சீரழிவு தொடர்ந்தன. ஆண்களின் வீரத்திற்கு முன்னால் ஏமாந்து போன ராணுவத்தினர், இம்முறை பெண்களின் உறுதிப்பாட்டை உடைக்கப் பார்த்தார்கள்.

தோழர்கள் மெல்பா ஹெர்னான்டஸூம், ஹைதி சாண்டாமரியாவும் அடைக்கப்பட்டிருந்த சிறைக்கு, குருதி ஒழுகும் ஒரு மனிதக் கண்ணை கையில் எடுத்துக்கொண்டு சார்ஜன்டும் சில ஆண்களும் சென்றார்கள். அதை சாண்டாவிற்கு காட்டி, 'இது உன் சகோதரனுடைய கண். அவன் சொல்ல மறுப்பதை நீ சொல்லா விட்டால், மற்றொரு கண்ணையும் பிடுங்கி விடுவோம்' என பயமுறுத்தினார்கள். தன் சகோதரன் மீது எல்லையில்லா அன்பு வைத்திருந்த ஹைதி, 'அவன் ஒரு கண்ணைப் பிடுங்கி விட்டு, பேசவில்லை என்று புளுகுகிறீர்களே, நான் அதைவிடவும் மௌனமானவள்' என்று கண்ணியத்தோடு பதிலளித்தாள்.

கொஞ்சம் நேரம் கழித்து மீண்டும் அந்தச் சிறைக்குச் சென்றவர்கள், இரு தோழர்களின் கையிலும் சிகரெட் பற்றவைத்து காயம் பதித்தார்கள். வெறுத்துப் போனவர்களாய், காயம் பட்ட ஹைதியை நோக்கி, 'உன் வருங்கால கணவனையும் நாங்கள் கொன்றுவிட்டோம்' என்றார்கள். ஆனால் சற்றும் அசைந்து கொடுக்காத ஹைதி, 'அவன் சாகவில்லை. தேசத்திற்காக மடிந்து போகிறவன், மக்கள் மத்தியில் என்றென்றைக்கும் வாழ்ந்துக் கொண்டிருப்பான்' என பதிலிறுத்தாள். கியூபப் பெண்களின் கண்ணியமும் ஆக்ரோஷம் பொங்கும் வீரமும் இத்தனை மட்டத்திற்கு உயர்ந்தது கிடையாது.

நாங்கள் கியூபர்கள். கியூபனாக இருப்பது எங்கள் கடமை. அந்தக் கடமையை நிறைவேற்றாமல் இருப்பது பெரும் தேசத்துரோகம். எங்கள் தேசத்தின் வரலாற்றில் நாங்கள் பெருமை கொள்கிறோம்.

விடுதலை, நீதி, மனித உரிமை போன்ற பதங்களைப் பள்ளிக்கூடத்தில் இருந்தே நாங்கள் பயின்று வந்திருக்கிறோம். எங்கள் வீரர்களுக்கும் தியாகிகளுக்கும் மரியாதை செலுத்த உரிமைப் பெற்றிருக்கிறோம். செஷ்பெடஸ், அக்ரமோன்டெ, மாசியோ, கோமெஸ், மார்த்தி போன்ற பெயர்களைத்தான் நாங்கள் முதலில் தெரிந்துகொண்டோம். 'சுதந்திரம் என்பது பிச்சையெடுத்து வாங்குவது அல்ல, வெட்டுக்கத்தியின் வீரத்தால் வென்றெடுப்பது' என்று டைட்டன் சொன்னதை நாங்கள் நினைவில் வைத்திருக்கிறோம்.

கியூப மக்களின் விடுதலைக்கான விடை அப்போஸ்தலர் எழுதிய 'பொற்காலம்' என்ற புத்தகத்தில் இருக்கிறது. 'அநியாயமான சட்டங்களுக்குக் கட்டுப்பட்டு, தான் பிறந்த நாட்டை பிரிதொரு மனிதன் ஏறி மிதித்து ஆட்சிச் செய்ய அனுமதிப்பவன், கௌரவமான மனிதன் அல்ல. உலகில் ஒரு குறிப்பிட்ட அளவு வெளிச்சம் இருப்பதுபோல, குறிப்பிட்ட அளவு மரியாதை இருக்க வேண்டும். மரியாதை இழந்த மனிதர்கள் பலர் உருவாகும் போது, அந்தப் பலரின் மரியாதையை சிலர் இங்கு சுவீகரித்துக் கொள்கிறார்கள். அவர்கள்தான் மக்களின் விடுதலைக்காகப் போராடும் பெரும் புரட்சியாளர்களாய், கௌரவக் கொள்ளையை எதிர்த்துப் போர் தொடுக்கிறார்கள். அதில் இன்னும் ஆயிரக்கணக்கானோரின் மனித மாண்பு அடங்கியுள்ளது.'

அந்நியக் கொடுங்கோன்மைக்கு எதிராக கியூபர்கள் புரட்சி செய்த நினைவு நாளை ஒவ்வொரு ஆண்டும் அக்டோபர் 10 மற்றும் பிப்ரவரி 24ஆம் தேதிகளில் கொண்டாடி வருகிறோம். ஒற்றை நட்சத்திரமுள்ள நம் தேசியக் கொடியைப் பாதுகாக்கவும், போற்றிப் பாடவும் சொல்லித் தந்திருக்கிறார்கள்.

'சங்கிலியால் பிணைக்கப்பட்டு வாழ்வது என்பது,
அவமானங்கள் இழைக்கப்பட்டு வாழ்வது ஆகுமே;
பிறந்த நாட்டிற்காக நாமும் உயிரை விடுவது,
இறந்த பின்னும் உலகில் நம்மை வாழ வைக்குமே'

என்ற நம் சுதேசிய கீத வரிகளை ஒவ்வொரு மதியமும் முணுமுணுக்கக் கற்றிருக்கிறோம். இதை நாங்கள் எப்போதும் மறக்க மாட்டோம். இந்த உயரிய தொட்டில் வழக்கங்களைப் பின்பற்றும் கியூபர்களுக்கு சிறைத்தண்டனையும் கொலை தண்டனையும் பரிசாகக் கிடைக்கின்றன. நம் முன்னோர்கள் உயிலெழுதிக் கொடுத்த சுதந்திர நாட்டில் நாம் பிறந்திருக்கிறோம்.

நம்மை யாரும் அடிமையாக்க நினைத்தால் இந்தத் தீவு கடலில் மூழ்கிவிடும்.

அப்போஸ்தலர் தன் நூறாவது வயதில் இறந்துபோவார். அவரை எல்லோரும் மறந்துவிடுவது போல் தோன்றும். ஆனால் அது எவ்வளவு பெரிய அவமானம்! அவர் உயிரோடு இருக்கிறார். அவருடைய மக்கள் புரட்சி செய்கிறார்கள். அவரை மதிக்கிறார்கள். அவரின் மகோன்னதத்தைக் காப்பாற்றுகிறார்கள். அவர் விட்டுச் சென்ற கோட்பாடுகளைக் காப்பாற்ற மண்ணில் புரளும் பல கியூபர்களை நான் கண்டிருக்கிறேன்.

அவர் நினைவை கியூப தேசத்தின் இதயத்தில் ஊன்றிவைக்க, அவர் கல்லறை முன் ரத்தம் சிந்தி மடிந்துபோன பலரைப் பார்த்திருக் கிறேன். அப்போஸ்தலரை இழந்துபோயிருந்தால், கியூபாவின் கதி என்ன ஆகியிருக்கும்?

என் தரப்பு வாதத்தை நான் இத்தோடு முடித்துக் கொள்கிறேன். என்னை விடுதலை செய்யுங்கள் என்று வழக்குரைஞரைப் போல் நான் கெஞ்ச மாட்டேன். பைன் தீவின் இழிவான சிறைச்சாலையில் என் தோழர்கள் வருந்தி வாடும்போது, எனக்கான சுதந்திரத்தை எப்படிக் கேட்க முடியும்? நானும் அவர்களோடு செல்கிறேன். அந்த பாரத்தை சேர்ந்து சுமக்கிறேன். திருட்டுப் பாதகம் செய்யும் ஒரு குற்றவாளி ஆட்சி செய்யும் நாட்டில், உத்தமமான குடிமக்கள் வீதியிலோ சிறைச்சாலையிலோ செத்துமடிய வேண்டுமென்பதை நாங்கள் புரிந்துகொள்கிறோம்.

இந்தக் கோழைகளின் கொடூரமான அச்சுறுத்தல்களும் மனிதநேயம் அற்ற தண்டனைகளும் என் சிறைவாச நாட்களை எப்படியெல்லாம் துன்புறுத்தும் என்று எனக்குத் தெரியும். உயிருக்கு இணையான என் எழுபது தோழர்களை படுபாதகமாய் கொன்ற கொடுங்கோலனுக்கே அஞ்சாத நான், இந்த சிறைச்சாலைக்கா நடுங்கப் போகிறேன்? என்மேல் குற்றம் சுமத்துங்கள். பரவாயில்லை. வரலாறு என்னை விடுதலை செய்யும்!

•

8

நான் பேரரசனுக்கான இதயமும் வயிறும் பெற்றிருக்கிறேன்

முதலாம் எலிசபெத் (1533 - 1603)

முதலாம் எலிசபெத்தின் வாழ்க்கை துன்பங்களால் எழுதப்பட்டது. முறை தவறிய வாரிசாக அறிவிக்கப்பட்டு, அரண்மனையில் அடிமை போல வாழ்ந்து, தனது ஒன்றுவிட்ட சகோதரியால் ஓராண்டு காலம் வரை சிறையில் அடைக்கப்பட்டு, போராடி அரசுரிமைப் பெற்றவர்.

திருமணம் செய்துகொள்ளாமல் 45 ஆண்டுகளுக்கு இங்கிலாந்தையும் அதன் அண்டைய ராஜ்ஜியமான அயர்லாந்தையும் அரசியாக இருந்து ஆட்சி செய்தவர்.

இவரது ஆட்சி காலத்தில் ஸ்பானிய கப்பற்படைக்கு எதிராக டில்பரியில் நிகழ்ந்த போர் மிக முக்கியமானது. 130 கப்பல்களில் 17,000 வீரர்கள் அதிபயங்கர ஆயுதங்களோடு இங்கிலாந்தில் கரை இறங்கினர்.

ஒரு பெண், போர்முனையிலிருந்து எழுச்சிப் பொங்கும் உரையாற்றியதாய் அதுவரை வரலாற்றில் பதிவுகள் இல்லை. தீர்மானங்கள் ஏற்று, பெண்களுக்கே உரிய தைரியத்திலிருந்து மேன்மேலும் வலுப்பெற்று வீரதீரமிக்க உடல்மொழியில் தன் படைகளை வழிநடத்திச் சென்றார் எலிசபெத்.

1588ஆம் ஆண்டு ஆகஸ்ட் 9ஆம் தேதி, போர் வீரர்களுக்கு மத்தியில் வெள்ளிக்கோல் ஏந்திக்கொண்டு வெள்ளைக் குதிரைமேல் அமர்ந்து

அவர் பேசிய அந்தச் சிறு உரைதான், உலக வரலாற்றில் ஓர் இன்றியமையாத இடத்தைப் பெற்றுத்தந்தது. ஸ்பானிய கப்பற்படை கடலில் மூழ்கிவிட்டது என்பதை பிரான்சிஸ் டிரேக் உறுதிசெய்யும் வரை, அவர் அந்தக் குதிரை பூட்டிய வண்டியில் அமர்ந்துகொண்டு போர்களத்தையே வெறித்துப் பார்த்துக் கொண்டிருந்தார்.

தான் பெண் என்பதை முன்னிறுத்தியும், அஃதொன்றும் தடை இல்லை என்பதை விளக்கிக் கூறியும் வெற்றிக்கு வழிவகுத்த முதல் பெண்ணின் குரல் இது.

•

எனதன்பு மக்களே,

நம் எதிரிகள் பல ரகமான ஆயுதங்களைச் சுமந்து வருகிறார்கள். துரோகத்தின் பிடியால் ஏமாற்றப்பட்ட நமக்கு, பாதுகாப்பை மனதிலிறுத்தி வெற்றிபெறும் வழியைச் சிலர் வலியுறுத்துகிறார்கள்.

உங்களிடம் ஒன்றை உறுதிபடச் சொல்கிறேன். எனது அன்புக்குரிய மக்களை நம்பாமல் வாழும் வாழ்வை நான் அறவே வெறுக்கிறேன். அதை நான் விரும்பவில்லை. இனி நம்மை எதிர்க்கும் கொடுங் கோலர்கள் அஞ்சட்டும்.

நான் எப்போதும் கடவுளுக்குக் கீழ்ப்பட்டவளாக, இறைவனுக்கு அடிபணிந்தே வாழ்ந்திருக்கிறேன். என் முழுமுதலான பலத்தையும் பாதுகாப்பையும் நல்லெண்ணம் பொருந்திய உங்கள் விசுவாசமான இதயத்தில்தானே வைத்துள்ளேன். அதனால்தான் உங்களைச் சந்திக்க வந்தேன்.

நான் இங்கு வந்திருப்பது பொழுதுபோக்கிற்காகவோ கேளிக்கைக் காகவோ அல்ல. உஷ்ணம் பொருந்திய போரின் நடுமத்தியில் இறைவனுக்கு அடிபணிந்து, ராஜ்ஜியத்தையும் மக்களையும் மீட்டுக்கொணர, ரத்தமும் சதையுமாய் போராடி, உயிர்ப்பித்தாலும் சரி இறந்துபட்டாலும் சரி என தீர்மானித்துவிட்டேன்.

நானொரு நலிந்துபோன பலகீனமான பெண்ணின் உடலைச் சுமந்து கொண்டிருப்பது எனக்குத் தெரியும். ஆனால் என்னிடம் பேரரசனுக்கான இதயமும் வயிறும் இருக்கின்றன. இங்கிலாந்து மன்னருக்குரிய எல்லாச் சக்திகளும் நிரம்பப் பெற்றிருக்கிறேன்.

நமது ராஜ்ஜியத்துக்கு உட்பட்ட எல்லையை பார்மா, ஸ்பெயின் அல்லது ஐரோப்பிய இளவரசன் எவனொருவன் நெருங்க

நினைத்தாலும், அப்படிப்பட்ட கொடும் பாதகச் செயல் நடப்பதாய் கேள்வியுற்றாலும், அது என் கௌரவத்திற்கு ஏற்பட்ட மாபெரும் இழுக்கு.

நானே ஆயுதங்களை ஏந்திக்கொண்டு, போர்த் தளபதியாகவும் நீதிபதியாகவும் களத்தில் அரும்பாடுபட்ட உங்கள் எல்லோருக்கும் வெகுமதி வழங்குவேன். நீங்கள் இதுவரை சிந்திய ரத்தத்திற்கே பல வெகுமதிகளும் கிரீடங்களும் காத்திருக்கின்றன. மன்னர் சாட்சியாய் அவையெல்லாம் உங்களுக்குச் சரியாக வழங்கப்படும்.

நமது ராஜ்ஜியத்திற்கு எதிராகவும், மக்களுக்கு எதிராகவும், கடவுளுக்கு எதிராகவும் சமர் செய்பவர்களை அசகாய வீரத்தோடு, துணிந்து போர் செய்கிறீர்கள். உங்களின் வீரத்தால் நாம் இந்த வெற்றியை வெகுவிரைவில் அடையப்போகிறோம்.

•

9

உதிரம் கொடுங்கள், சுதந்திரம் தருகிறேன்

சுபாஷ் சந்திர போஸ் (1897 - 1945)

கல்கத்தா வீட்டுச் சிறையிலிருந்து தப்பித்து 1941இல் ஜெர்மனிக்குச் சென்றார் சுபாஷ் சந்திர போஸ். அங்கு இந்தியப் பெருந்திரள் ஒன்றைக் கட்டியெழுப்பினார். ஜெர்மனியிலும் நெருக்கடிகள் அதிகரிக்க, நீர்மூழ்கிக் கப்பல்மூலம் ஜப்பான் ஆளுகைக்கு உட்பட்ட சிங்கப்பூர் சென்றார். அங்கு நாடு கடந்த இந்திய அரசையும் (ஆஸாத் ஹிந்த்) இந்திய தேசிய ராணுவத்தையும் ஒருங்கிணைத்து கட்டியமைத்தார். அந்த ராணுவம் 1944ஆம் ஆண்டு மார்ச், ஜூன் மாதங்களில் ஜப்பான் ராணுவத்தோடு சேர்ந்து பிரிட்டனை எதிர்த்து இந்திய மண்ணில் போர் புரிந்தது.

இந்தப் படையெடுப்பு பெருமளவில் தோல்வியுற்றாலும், போஸ் விட்டுக்கொடுப்பதாக இல்லை. பிரித்தானியர்கள் உலகப் போர் முனையில் தோல்வியுறுவதாகவும், அது விடுதலைக்குப் போராடும் இந்தியர்களுக்குப் பொன்னான வாய்ப்பு என்றும் உரையாற்றினார். இப்போது வாசித்தாலும் உத்வேகம் கொள்ளச் செய்கின்றன அவர் சொற்கள். குறிப்பாக, கடைசி பத்தியைப் படிக்கும்போது உடல் முழுக்க ஒருவித வெப்பத்தை உணர முடிகிறது.

1944ஆம் ஆண்டின் ஜூலை மாதத்தில் போஸ் ஆற்றிய பிரபலமான உரை இதோ.

•

நண்பர்களே! கிழக்காசிய இந்தியர்கள் அனைவரும் மொத்தமாக அணிதிரண்டு பெரும் தியாகம் செய்யும்படியான திட்டம் ஒன்றை ஓராண்டுக்குமுன் அவர்களிடம் ஒப்படைத்திருந்தோம். அந்தத் திட்டத்தில் ஈடுபட்ட அனைவரும் கடந்த 12 மாதங்களில் என்னவெல்லாம் சாதித்தார்கள் என உங்களுக்குச் சொல்லப் போகிறேன்.

இனி வரும் ஆண்டுகளில் நம்முடைய தேவை என்ன, அதற்கு நாம் எப்படியெல்லாம் ஆயத்தமாக வேண்டுமென அதன்பின் சிந்திப்போம்.

ஆனால் இவையெல்லாம் பேசுவதற்கு முன், நாம் சுதந்திரம் பெற கிட்டியிருக்கும் இந்தப் பொன்னான வாய்ப்பை நீங்கள் உணர வேண்டும். உலகப்போரின் கோரப்பிடியில் பிரிட்டன் சிக்கியுள்ளது. தான் அடியெடுத்து வைக்கும் ஒவ்வொரு தேசத்திலும் அடிமேல் அடிவாங்கி பலகீனப்பட்டுக் கிடக்கிறது. கடந்த ஐந்து ஆண்டுகளில் இல்லாதபடி எதிரியின் பலம் உருக்குலைந்து போயிருப்பது நம் விடுதலைப் போராட்டத்தை மேலும் எளிமையாக்கியுள்ளது. நூற்றாண்டிற்கு ஒருமுறை மட்டுமே வாய்க்கும் இந்த அரிய வாய்ப்பு கடவுளால் வழங்கப்பட்டிருக்கிறது. அதனால்தான் பிரிட்டன் கடிவாளத்திலிருந்து தாய்நாட்டை விடுதலை செய்ய இந்த வாய்ப்பை நாம் முழுமூச்சுடன் பயன்படுத்த வேண்டுமென நிர்பந்திக்கிறேன்.

எனக்கு இந்தப் போராட்டத்தின் தாக்கம் குறித்து திடமான நம்பிக்கையும் நல்ல அபிப்பிராயமும் இருக்கிறது. வெறுமனே 30 லட்சம் கிழக்காசிய இந்தியர்களை நம்பி இந்தக் களத்தில் நான் குதிக்கவில்லை. அதற்கப்பாலுள்ள இந்தியாவில் பூதாகரமான இயக்கம் ஒன்று பல லட்ச இந்தியர்களின் சகிப்பையும் தியாகத்தையும் தாங்கிக் கொண்டு விடுதலைக்காகப் போராட்டிக் கொண்டிருக்கிறது. அதை நான் நம்புகிறேன்.

1857ஆம் ஆண்டில் நடந்த பெரும் போருக்குப் பின்னர் இந்தியர்கள் நிராயுதபாணியாக இருப்பது துரதிர்ஷ்டவசமானது. அதற்குப்பின் நம் எதிரிகள் பலம் பொருந்திய ஆயுதங்களை ஏந்தினார்கள். இந்த நவீன காலத்தில் ஆயுதங்களும் போர் வீரர்களும் இல்லாமல் நிராயுத பாணியாக நின்று ஒரு தேசத்திற்கு விடுதலை பெற போராடுவது என்பது நடக்கவே இயலாத காரியம்.

பெருந்தன்மை வாய்ந்த ஜப்பானும் கடவுளின் கருணையும் ஒன்றுகூடி வந்து நம் மேல் பரிவு காட்டியுள்ளன. கிழக்காசிய

இந்தியர்களை ஒன்றிணைத்து ஆயுதம் பொருந்திய நவீன மக்கள் ராணுவமாக கட்டியெழுப்ப இவர்கள் செய்த உதவியை நம்மால் என்றும் மறக்க முடியாது.

சுதந்திரம் பெறும் மகோன்னதக் காரணத்தை முன்னிறுத்தி ஒற்றை ஆளின் பின்னால் கிழக்காசிய இந்தியர்கள் அணிதிரண்டார்கள். இந்தியாவிற்குள் பிரிட்டன் ஏற்படுத்திய எந்தவொரு மதவாதப் பிரிவினை தகிடுதத்தமும் கிழக்கில் இல்லை. நம் வெற்றிக்கு ஏதுவான களமும் காலமும் வாய்த்திருக்கின்றன. இந்தியர்கள் மனமுவந்து முன்வந்து சுதந்திரத்திற்கான விலையைச் செலுத்தி, தங்கள் விடுதலையை வாங்கிச் செல்வதே இப்போதைய தேவை.

'ஒருங்கிணைந்த அணிதிரட்டல்' திட்டத்தின்படி நமக்கு மனித பலமும் பணபலமும் ஆயுதமும் வேண்டும் எனச் சொல்லி இருந்தேன். அதில் போதுமான ஆட்களை நாம் ஏற்கெனவே பணியமர்த்திவிட்டோம். சீனா, ஜப்பான், இந்தோ-சீனா, பிலிப்பைன்ஸ், ஜாவா, போர்னியோ, செலிபீஸ், சுமத்ரா, மலாய், தாய்லாந்து, பர்மா போன்ற கிழக்காசிய நாடுகளின் மூலை முடுக்கிலிருந்து பலர் பணியில் சேர்ந்துள்ளார்கள்.

மனிதர்கள், பணம், பொருள் என எல்லாவற்றையும் முன்னைவிட அதிதீவிரமாக சேகரம் செய்யுங்கள். குறிப்பாகப் பண்ட மாற்றத்தையும் போக்குவரத்தையும் நுணுகி ஆராய்ந்து அதிலுள்ள சிக்கலைத் தீர்க்க வேண்டும்.

சுதந்திரம் பெற்ற பகுதிகளை நிர்வாகம் செய்யவும் புனரமைக்கவும் அனைத்து வகைப்பட்ட ஆண்களும் பெண்களும் பெருமளவில் தேவை. எதிரிகள் பர்மாவில் குடியானவர்களை அப்புறப்படுத்தி அவர்களுக்கு பலனிக்கும் அனைத்தையும் அழித்துப் பின்வாங்கும் திட்டத்தை (Scorched Earth Policy) செயல்படுத்தியதுபோல், இரக்கமின்றி எந்நேரத்திலும் எந்த இடத்திலும் அத்திட்டத்தை கையாளுவார்கள். நாம் எச்சரிக்கையோடு இருக்க வேண்டும்.

போர் நடக்கும் இடத்திற்கு அவ்வப்போது ஆட்களையும் ஆயுதங்களையும் அனுப்பி வலுசேர்க்கும் பிரச்னை தலையானது. அவ்வாறு செய்யாத பட்சத்தில், வெற்றி நம்மை விட்டு நழுவிவிடும். இந்தியாவிற்குள் ஆழ ஊடுருவ முயற்சி செய்யும் நம் கனவு மொத்தமாய் கலைந்துவிடும்.

நம் குடியானவர் பகுதியை பாதுகாத்து பணிசெய்யும் வீரர்கள், கிழக்கு ஆசியாவும் பர்மாவும் நம் விடுதலைப் போருக்கான தங்கு

தளமென்று எப்போதும் மறக்கக் கூடாது. இந்தத் தளங்கள் ஆட்டம் கண்டால், சமர் செய்யும் இந்தப் போர் வெகு சிக்கலாகிவிடும். தயவு கூர்ந்து 'ஒருங்கிணைந்த அணிதிரட்டடல்' என்பதன் வீரியத்தைப் புரிந்து கொள்ளுங்கள். இரண்டு ராணுவப் படைக்கு இடையே எப்போதும் நடக்கும் காரசாரமற்ற போர் அல்ல இது. கடந்த ஒருவருட காலமாகப் பட்டைத் தீட்டி, மெருகேற்றி, மிகுந்த அழுத்தம் கொடுத்து, இந்தக் 'கட்டுக்கடங்காத போரை' நான் வலியுறுத்தி வருகிறேன்.

நம் கட்டுப்பாட்டில் உள்ள சொந்த ராணுவத் தளத்தை ஏன் பாதுகாக்க வேண்டும் என்பதற்கு மற்றொரு காரணமும் இருக்கிறது. போர்க்குழு நண்பர்கள் சிலரோடு சேர்ந்து இன்னும் சில மாதங்களில் போர் நடைபெறும் தளங்களுக்கு நேரடியாகச் செல்ல இருக்கிறேன். புரட்சியை வலுப்படுத்தும் காரணமாக இந்தியாவிற்கும் பயணப்பட வேண்டிய சூழல் உருவாகி உள்ளது. அந்தச் சமயத்தில் எங்கள் இல்லாமையிலும் கூட, எந்தவித அசம்பாவிதமும் ஏற்படாமல் போர் காரியங்கள் சுமூகமாய் நடைபெற விரும்புகிறோம்.

நண்பர்களே, ஓராண்டுக்கு முன் சொல்லும்போது 'ஒன்றிணைந்த அணிதிரட்டலை' எனக்குச் சாத்தியப்படுத்தினால், மற்றொரு போர் முனையை உங்களுக்குப் பரிசளிப்பதாய் சொல்லியிருந்தேன் அல்லவா? அந்தச் சத்தியத்தை நான் காப்பாற்றிவிட்டேன். நம் இயக்கத்தின் முதற்கட்ட வேலைகள் முடிந்துவிட்டன. ஜப்பான் ராணுவத்தோடு ஒன்றிணைந்து சமர் செய்துகொண்டிருக்கும் நம் வெற்றி வீரர்கள், திரும்பி ஓடும்படி எதிரிகளைத் துரத்திவிட்டார்கள். இப்போது நம் தாய்நாட்டை மீட்பதற்காக, அந்த புண்ணிய பூமியில் போர் செய்து வருகிறார்கள்.

நம் முன் இருக்கும் இந்த அசாத்திய பணியை மேற்கொள்ள முழுமூச்சுடன் தயாராகுங்கள். உங்களிடம் மனிதபலம், பணபலம், பொருட்பலம் வேண்டும் என கேட்டிருந்தேன். அவையெல்லாம் அளவுக்கு மீறி சேர்ந்து விட்டன. இப்போது வேறொன்றைக் கேட்கிறேன். மனித பலமோ பணமோ ஆயுதமோ மட்டும் விடுதலையும் வெற்றியும் தந்துவிடாது. துணிச்சலோடு போராட நெஞ்சுரம் பொருந்திய பலமான இதயம் வேண்டும்.

வெற்றி இப்போது கைக்கு எட்டும் தருவாயில் இருப்பதால், இந்தியாவை நீங்கள் சுதந்திர பூமியாகக் காண்பதும்; அங்கு சுதந்திரமாய் வாழ நினைப்பதும் கொடும் தவறு. சுதந்திரத்தை அனுபவிக்க இங்கு யாருக்கும் ஆசை இருக்கக்கூடாது. ஒரு பெரும்

போரை நாம் எதிர்கொண்டிருக்கிறோம். வேண்டுமானால் இந்தியா வாழ்வதன் பொருட்டு சாக வேண்டும் என்று ஆசைப்படுங்கள். ஒரு வீரத் தியாகியின் உதிரத்தால், இந்தத் தேசத்தின் விடுதலைக்கான வழி அலங்கரிக்கப்பட வேண்டுமென்று, ஒரு தியாகியாக மடிந்துபோக ஆசைப்படுங்கள்!

நண்பர்களே! இந்த விடுதலைப் போரில் உற்ற துணையாய் நிற்கும் என் தோழர்களே! எல்லாவற்றையும்விட இன்றைக்கு நான் உங்களிடம் கேட்பது ஒன்றைத்தான். எனக்கு உங்கள் உதிரம் வேண்டும். பகைவன் சிந்திய ரத்தத்தை ஈடு செய்ய, ரத்தம் ஒன்றையே நாம் பதிலீடு செய்ய வேண்டும். விடுதலையின் விலைக்கு ஒப்ப நம்மிடம் இருப்பது உதிரம் மட்டும்தான். என்னிடம் உதிரம் கொடுங்கள், நான் உங்களுக்குச் சுதந்திரம் தருகிறேன்.

•

10

அமெரிக்கர்களைக் காட்டிலும் ஆப்பிரிக்கர்களாக இருக்கிறோம்

மால்கம் எக்ஸ் (1925 - 1965)

மால்கம் எக்ஸ். விநோதங்களும் கோபங்களும் நிறைந்த மனிதர். அமெரிக்காவில் கறுப்பின உரிமை கோருவதே பெரும்பாடு எனும் நிலையில் கறுப்பின முஸ்லிம் பிரதிநிதியாகப் போராடிய பெருவீரர்.

இவரது இயற்பெயர் மால்கம் லிட்டில். மால்கம் என்பது அவருடைய எஜமானனின் பெயர். அவரது அடிமை என்பதைக் குறிக்கவே மால்கம் லிட்டில் என்று தான் அழைக்கப்படுவதாக உணர்ந்ததும் 'மால்கம் எக்ஸ்' என்று தன் பெயரை மாற்றிக் கொண்டார். மால்கம் எக்ஸ் என்றால், முன்னாள் குடிகாரன், முன்னாள் கிறிஸ்தவன், முன்னாள் அடிமை எல்லாமும்தான்.

எலிஜா முகமதோடு சேர்ந்து பல ஆக்கப்பூர்வ காரியங்களைக் கறுப்பின மக்களின் விடுதலைக்காகவும் முஸ்லிம் விடுதலைக் காகவும் செய்துவந்தார். ஆனால் 1963இல் ஏற்பட்ட முரண்பாட்டால் அவரிடமிருந்து விலகி மெக்கா சென்றார்.

எலிஜாவோடு பணியாற்றிய 'கறுப்பின முஸ்லிம்' இயக்கத்தில் தான் அறிந்த ஓட்டைகளை இப்போது செப்பனிட்டார். 'வெள்ளைக் காரப் பேய்' என்று கொக்கரித்த குரல் இப்போது 'ஆப்பிரிக்க - அமெரிக்க' ஒற்றுமைக்காக ஒலித்தது. ஆனால் மால்கமின் இந்த

மனமாற்றத்தை எலிஜாவாலும் அவர் இயக்கத்தாலும் ஏற்றுக் கொள்ள முடியவில்லை.

1964ஆம் ஆண்டு பிப்ரவரி 14ஆம் தேதி மால்கமின் வீட்டில் குண்டு வீசினார்கள். குண்டு வீசியதன் புழுதி அடங்குவதற்குள், அதே நாள் மாலையில் ஆஃப்ரோ - அமெரிக்க ஒளிபரப்பு நிலையத்தில் அவர் பேசிய காரசாரமான உரை இது. கறுப்பின மக்களின் ஒற்றுமை குறித்தும், வெள்ளைக்காரர்களின் சூழ்ச்சி குறித்தும் அவர் ஆற்றிய இந்த உரை, இன்றளவும் இன அரசியலைப் புரிந்து கொள்ள நுணக்கமாக நமக்கு உதவுகிறது.

துரதிர்ஷ்டவசமாக, அடுத்த ஒருவார காலத்தில் நியூ யார்க் நகரத்தில் மற்றொரு உரையாற்றுவதற்காகச் சென்ற மால்கம் எக்ஸ் விரோதிகளால் சுட்டுக் கொல்லப்பட்டார்.

•

ஆப்பிரிக்கக் கண்டத்தில் இருந்து முந்நூறு, நானூறு ஆண்டுகளுக்கு முன்பே அமெரிக்கா வந்த பிறகும் கறுப்பர்கள் ஏன் தங்கள் நிலை குறித்துக் கவலைப்பட வேண்டும்? ஏன் நாம் இதுகுறித்துச் சிந்திக்க வேண்டும்? கறுப்பர்களுக்கு ஏற்படும் சிக்கலால் நமக்கு இங்கு என்ன தாக்கம் ஏற்படப் போகிறது?

1959 வரை ஆப்பிரிக்கக் கண்டம் காலனிய ஆட்சியின் கோரப் பிடியில் இருந்ததை நீங்கள் மறந்துவிடக் கூடாது. ஐரோப்பாவின் அந்தக் காலனிய சக்திகள், ஆப்பிரிக்கா பற்றிய தவறான பிம்பத்தை வெளியுலகிற்கு ஏற்படுத்தினார்கள். காட்டுமிராண்டிகள் என்றும் நரமாமிச உண்ணிகள் என்றும் கொஞ்சமும் நாகரிகம் அடையாத காட்டுவாழ் மனிதர்கள் என்றும் ஆப்பிரிக்கா பற்றிய தவறான கருத்துகளை எப்போதும் சொல்லி வந்தார்கள்.

இப்படி இயற்கையாகவே போலி விமர்சனங்களைக் கட்டியெழுப்பி, நீங்களும் நானும் வெறுக்கும்படி செய்துவிட்டார்கள். நம்மை ஆப்பிரிக்கர்கள் என்று அழைப்பதையும், ஆப்பிரிக்கா பற்றி இவர்கள் சொல்வதையும் நாம் விரும்பவில்லை. ஆப்பிரிக்காவை வெறுப்பதிலும், ஆப்பிரிக்கர்களை வெறுப்பதிலும் நாம் நம்மையே வெறுத்துப் பழகிவிட்டோம் என்பதுதான் உண்மை.

அது அறியாமல் நடந்தது. ஏனென்றால் வேரை வெறுத்துவிட்டு, மரத்தைப் பிடிக்கிறது என்று ஒருவரால் சொல்ல முடியுமா? அதுபோல் உங்கள் பூர்வீகத்தை மறந்துவிட்டு, உங்களை நேசிப்பது

என்பது நடக்காத காரியம் என்பதைப் புரிந்து கொள்ளவேண்டும். அதனால்தான் சொல்கிறேன், ஆப்பிரிக்காவை வெறுத்த பின்னர் ஒருவரால், தன் சுயத்தில் பற்றுகொண்டு வாழமுடியாது.

முற்றிலும் மூளைச்சலவை செய்யப்பட்டு, ஆப்பிரிக்காமீது தவறான பார்வை கொண்டிருக்கும் ஒருவரை இங்கு எனக்குக் காட்டுங்கள். தன் மீதே தவறான விமர்சனம் கொண்டிருக்கும் மற்றொருவரை நான் உங்களுக்குக் காட்டுகிறேன். உங்களால் ஒரே சமயத்தில் ஆப்பிரிக்கா மீது தவறான அபிப்ராயத்தையும் உங்கள்மீது நேர்மறையான எண்ணத்தையும் வைத்திருக்க முடியாது.

ஆப்பிரிக்கா பற்றிய புரிதலும் அபிப்ராயமும் ஏதோ ஒரு புள்ளியில், ஏதோ ஒரு கோணத்தில் மாறுபடலாம்; அங்கிருந்துதான் உங்கள் மீதான பார்வையும் மாறுபடுகிறது. வாழ்க்கை சீராகிறது. வெள்ளைக்காரனுக்கு இந்தத் தந்திரங்கள் எல்லாம் மிக நன்றாகத் தெரியும். அதனால்தான் நீங்களும் நானும் ஆப்பிரிக்காவை விரும்பிடாதபடி, நம் அடையாளத்தின் மீதும் மூதாதையர்கள் மீதும் போலி கட்டுமானங்களை ஏற்படுத்துகிறான்.

நீங்கள் உங்களை பற்றி நன்றாகப் புரிந்துகொண்டிருப்பீர்கள். இதுநாள்வரை ஆப்பிரிக்கப் பண்புகளை அடியோடு வெறுக்கும் மனிதர்களாய் நாம் வாழ்ந்திருக்கிறோம். நமது வடிவமற்ற தலையை வெறுத்தோம். மூக்கை வெறுத்தோம். நாய்போன்ற நீண்ட மூக்குகள் கிடைக்காதா என்று ஏங்கினோம். நமது நிறத்தை வெறுத்து, நரம்பில் ஓடும் ஆப்பிரிக்க ரத்தத்தையும் கூட அருவருப்பாய்ப் பார்த்தோம். தோலையும் ரத்தத்தையும் வெறுக்கத் தொடங்கிய நாம், இறுதியில் நம்மையே முழுமையாய் வெறுத்துவிட்டோம்.

நமது நிறமே நமக்குச் சங்கிலியானது. நம்மை முன்னேறிச் செல்ல விடாமல் தடுத்து நின்றது. அங்குமிங்கும் நகர முடியாமல் தடைபடுத்தி வைக்கும் சிறைச்சாலையாய் மாறியது. இத்தனை தடைகளும் நிறத்தால் விளைந்தது எனத் திடமாய் நம்பினோம். கறுப்பு நிறமும் கறுப்பின ரத்தமும் கறுப்பின அம்சங்களும் நம்மை முன் செல்லவிடாதபடி சிறைப்படுத்தி வைக்கின்றன என்ற எண்ணவோட்டத்தால், உளவியல் ரீதியாய் உந்தப்பட்டு, நம்மை நாமே வெறுக்கத் தொடங்கினோம். கறுப்பும் கறுப்பினம் சார்ந்த எல்லாவற்றையும் நாம் எதிர்த்தோம், ஒதுக்கினோம்.

நம்மைக் கீழாக நினைக்க வைத்து, முழுமை பெறாத மனிதனாய் உலகிற்கு உருவகப்படுத்தி, உதவியற்றவர்களாய் தெருவில் திரிய

வைத்தது. உதவிக்கும் போதாமைக்கும் ஆட்பட்டு, யாராவது ஒருவர் வழிகாட்ட வரமாட்டாரா என்று காத்துக்கிடந்தோம். நம் சகக் கறுப்பினத்தவனே கலங்கரை விளக்கம் ஆவான் என்பதை நாம் ஏற்க மறுத்தோம். அந்த நாட்களில் நம்மீதே நமக்கு நம்பிக்கை இல்லை. கொம்புகளால், ஊது கருவிகளால், வித்தியாசமாக ஒலியெழுப்பிப் பாட்டுப் பாடுவதைத் தவிர, கறுப்பின மக்களுக்கு வேறென்ன தெரியப் போகிறது என்று நாம் நினைத்தோம்.

ஆனால் உணவு, உடை, வீடு, கல்வி போன்ற தீவிரமான விஷயங்களில் நாம் அவர்களை அப்படியே நம்பினோம். இந்த விஷயங்களை நமக்காக நாமே கொண்டுவர வேண்டுமென ஒருபோதும் சிந்திக்கவில்லை.

இதுவரை நமக்காக என்ன செய்தோம்? உதவியற்றவர்களாய் நாதியின்றி கிடக்கிறோம். இதற்கெல்லாம் அடிப்படை நம்மீது நாம் அடைந்த அருவருப்புதான். சுய வெறுப்பின் வடிவம் நெருப்பாய் படர்ந்து ஆப்பிரிக்க வெறுப்பாய் வலுப்பெற்றது...

கறுப்பின முஸ்லிம் இயக்கம் நன்றாய் வளர்ந்ததற்கு, அது தன் குரலை ஆப்பிரிக்கப் பண்பாட்டிற்கு அழுத்தமாய் பதிவு செய்ததுதான் காரணம். இந்த இயக்கத்தின் விஷேச வளர்ச்சிக்கு இதுதான் உசாத்துணையாய் இருக்கிறது. ஆப்பிரிக்க ரத்தம், அதன் பூர்வாங்க தொடர்பு, ஆழவேரூன்றிய கலாசாரப் பிணைவு இவை எல்லாம்தான் நமக்குத் துணைசெய்கின்றன.

நீங்கள் ஆச்சரியப்படும்படி நான் ஒன்று சொல்கிறேன். இந்நாட்டு மக்களின் ஆழ்மனத்தில் தானொரு ஆப்பிரிக்கன் என்ற எண்ணம் இன்னும் நீடிக்கிறது. அவர்களைப் போலவே நடனமாடுவதால், தினமும் ஏமாற்றப்படுவதால் தானொரு அமெரிக்கன் என்பதைவிட ஆப்பிரிக்கன் என்ற எண்ணம் மேலோங்குகிறது.

'நீ ஓர் அமெரிக்கன்' என்று அவர்கள் எல்லோரிடமும் சொல் கிறார்கள். ஆனால் பொறுங்கள். 'அமெரிக்கருக்குக் கிடைக்கும் எந்தவொரு உபசரிப்பும், நமக்கு இல்லாதபோது நாம் எப்படி அமெரிக்கர்களாய் மாறமுடியும்?' நாம் எப்போதும் அமெரிக்கர்கள் அல்ல. பத்து பேர் உண்ணும் இடத்தில் நானும் ஒருவராய் உட்காரலாம். எனக்கும் ஒரு தட்டு தருவார்கள். ஆனால் அதில் ஒன்றும் இருக்காது.

எல்லோரும் சரிசமமாய் உட்கார்ந்து விடுவதாலேயே, நானும் விருந்தினர் ஆகிவிடுவேனா? நீங்கள் உபசரிக்காதவரை, நான்

விருந்தினன் அல்ல. அவர்களோடு ஒன்றாக அமர்வதாலேயே, நானும் விருந்தினன் ஆகிவிட மாட்டேன். இந்நாட்டில் அவர்களோடு சேர்ந்து வாழ்வதாலேயே, நாம் அமெரிக்கப் பிரஜை ஆகிவிட முடியாது.

அமெரிக்கப் பிரஜை ஆகுவதற்கு முன்னால், நாம் செய்ய வேண்டிய காரியங்கள் இன்னும் நிறைய இருக்கின்றன. அமெரிக்கவாதத்தின் பலனை நீங்கள் அனுபவிக்க வேண்டும். இதுவரை அமெரிக்கப் பழத்தின் சுவையை நீங்கள் ருசித்ததில்லை. முட்களைத்தான் மிதித்திருக்கிறீர்கள். நெருஞ்சியில்தான் நடந்து பழகினீர்கள். வெள்ளைக்காரரைவிட இந்தப் பழத்திற்கு அரும்பாடுபட்டு உழைத்தவர்கள் நீங்கள்தான்.

ஆனால் சுவைக்கும்போது மட்டும் உங்களை ஒதுக்கிவிட்டார்கள். சீருடை மாட்டிவிட்டு வெளிநாட்டில் போய் சண்டை செய்து வா என்று அனுப்பிவைத்தால் அசமஞ்சமாய் நிற்காமல் அதகளப் படுத்துவீர்கள். எனக்குத் தெரியும், அவர்களுக்காகச் சண்டைப் போடும்போது மட்டும் உங்களால் எல்லாமே முடிகிறது.

மக்கள் என்னவெல்லாம் பேசுகிறார்கள் என்பதைத் தெரிந்துகொள்ள நேரம் ஒதுக்கி தெருவில் இறங்கினேன். எனது அன்பிற்குரிய சகோதர, சகோதரிகளே! அவர்கள் நிம்மதியாய் இல்லை, ஏமாற்றத்தில் துவண்டு கிடக்கிறார்கள். வாழ்க்கையின் உச்சநிலை வெறுப்பிற்கு ஆட்பட்டு, 'நம்மிடம் இழப்பதற்கு இனி என்ன இருக்கிறது?' என்று கேட்கிறார்கள். இப்படிப்பட்ட நிலைக்குத் தள்ளப்பட்டவர்கள் மிக அபாயகரமான சூழலை உருவாக்கவும் தயங்கமாட்டார்கள். நமது சுற்றுப்புற மக்கள் இந்தக் கதியில்தான் வாழ்ந்து வருகிறார்கள்.

நீக்ரோக்கள் நிம்மிதியாய் இருக்கிறார்கள் என்ற கருத்துக் கணிப்பை 'நியூஸ் வீக்' பத்திரிகை சமீபத்தில் வெளியிட்டிருந்தது. ஆமாம், கருத்துக் கணிப்புகள் வெளியிடுவதில் 'நியூஸ் வீக்' ஒரு பிரபலமான பத்திரிகைதான். ஒருவேளை அவர்கள் சந்தித்த நீக்ரோக்களை நான் இதுவரை பார்த்ததில்லை போல?.

அதேசமயம் நான் சந்தித்த நீக்ரோக்களையும் அவர்கள் சந்திக்க வில்லை. இதில்தான் அபாயம் ஒளிந்திருக்கிறது. இங்குதான் வெள்ளைக்காரன் தன்மேல் மண்ணைவாரிப் போட்டிக் கொள்கிறான். புள்ளியியலைக் கண்டுபிடித்து, அதன்மூலம் கருத்தைத் திணித்து, அதை உண்மையாக்கப் பார்க்கிறான்.

அவர்கள் ஏன் நீக்ரோக்களைச் சோம்பேறி என்று சொல்கிறார்கள் தெரியுமா?

ஏனென்றால் நீக்ரோக்கள் சோம்பேறியாய் இருக்க அவர்கள் ஆசைப்படுகிறார்கள். நீக்ரோக்கள் ஒன்றிணைய மாட்டார்கள் என்று சொல்வதும் அதே தேவைக்குத்தான். நாம் ஒன்றிணைவதை அவர்கள் விரும்பவில்லை. இதை நம் மனத்தில் ஆழப் பதித்துவிட்டால் போதும். கற்பனை செய்தபடி எல்லாம் நடந்துவிடும் என்று துடிக்கிறார்கள். நீக்ரோக்கள் ஒன்றுசேர மாட்டார்கள் என்ற கருத்து பொதுப்புத்தியில் இருக்கும்போது, நாமாக முயன்று கூட்டத்தைக் கூட்டினாலும் ஒருத்தரும் ஒத்துழைக்க மாட்டார்கள். இந்த உளவியல் காரணத்தை வைத்துதான் வெள்ளைக்காரர்கள் வேலை செய்கிறார்கள்.

பெருங்கிளர்ச்சி வெடிக்கும்படி சூழல் உருவானால் மீண்டும் பத்திரிகையின் காதைப் பிடித்துத் திருகி நீக்ரோக்கள் நிம்மதியாய் இருக்கிறார்கள் என்று சமத்துவ மழை பொழிவார்கள். பத்து பேரில் நீங்கள் ஒருவர் மட்டும் முரண்பட்டவராய் இருந்தால் பொறுமையாகவும் அடக்கமாகவும் காய்களை நகர்த்துவீர்கள். அதுவே பத்து பேரும் மாறுபட்டவராக இருந்தால்? பத்து பேருமே நிம்மதி இழந்தவராய் இருந்தால் என்ன செய்வது?

நீக்ரோக்கள் எத்தனை தூரம் நிம்மதி இழந்திருக்கிறார்கள் என்பதை உணர்ந்துவிட்டால், டாம் அங்கிள்கள் (அங்கிள் டாம் என்பது அடிமைப்பட்டே பழகிப்போன கறுப்பினக் கற்பனை கதாபாத்திரம்) கூட வேதனைப்பட்டு வெகுண்டெழுந்தால், வெள்ளையர்களின் பாடு அதோகதிதான். இதற்குத்தான் அவர்கள் அஞ்சுகிறார்கள். பிரான்சிலும் இங்கிலாந்திலும் அமெரிக்காவிலும் இதுதான் அவர்களை நடுங்க வைக்கிறது.

இதற்குத்தான் நாம் எல்லோரும் ஒன்றுகூடி இணைய வேண்டும். 'இப்படி நடந்தால் என்ன செய்வது? இனி இதை தவிர்க்க என்ன செய்யலாம்? இதிலிருந்து மீள என்ன வழி?' என்ற அறிவார்ந்த கருத்துகளை நாம் சிந்திக்க வேண்டும். அதற்காக உங்கள் முதலாளியிடம் சென்று, 'இங்கு பாருங்கள். இதுதான் நான். இப்படித்தான் இருப்பேன்' என்று சொல்லவேண்டாம். ஒப்பந்தம் முடிந்தபிறகு, அவர் பார்வையில் நீங்கள் என்னைப்போலவே இருப்பீர்கள். இது காரியத்தை மேலும் கடினமாக்கிவிடும். ஒப்பந்தம் முடிந்தபிறகு என்மீது விழுந்த அதே மோசமான அபிப்பிராயந்தான் உங்கள் மீதும் விழும்...

நான் மீண்டும் சொல்கிறேன்.

எந்த விதத்திலும் நான் இனவெறியோடு செயல்படவில்லை. பிரிவினையின் எந்த ரூபத்தையும் நான் வரவேற்கவில்லை. எல்லோரிடமும் சகோதரத்துவத்துடன் வாழ ஆசைப்படுகிறேன்.

ஆனால் சகோதர எண்ணம் இல்லாதவர்களிடம் வற்புறுத்தி உறவு கொண்டாட முடியாது. முதலில் நமக்குள் சகோதர உணர்வை கொண்டு வருவோம். விருப்பப்பட்டால் வெளியில் இருந்து வருபவர்களை அரவணைக்கலாம்.

ஆனால் நம்மை விரும்பாதவர்களாய், சகோதர உணர்வால் கட்டியிழுத்து அன்பு பாராட்ட வேண்டும் என்பதில் எனக்கு திருப்தியில்லை.

•

11

செய் அல்லது செத்து மடி!

மகாத்மா காந்தி (1869 - 1948)

வெள்ளையனே வெளியேறு இயக்கத்தை 1942ஆம் ஆண்டு ஒருங்கிணைப்பதில் மகாத்மா காந்தி நிறைய சிக்கல்களை எதிர் கொள்ளவேண்டியிருந்தது. அவர் எதிர்நோக்கிய தீர்வு ஒன்றுதான். இந்திய தேசத்தின் விடுதலை.

இரண்டாம் உலகப்போரை காரணம் காட்டி கிடுக்கிப்பிடி தந்திரங்களை ஏவிவிட்டு, ஆங்கிலேய அரசு அடாவடித்தனமாய் இந்தியர்களை நசுக்கியது. அடிப்படை உரிமைகள் கூட மறுக்கப் பட்டன. இரண்டாம் உலகப் போரில் இந்தியர்களின் ஒப்புதல் இல்லாமலேயே பிரிட்டன் இந்தியாவை போர்க்களத்திற்கு அழைத்துச் சென்றது. இந்த வடுவை ஆற்றுவதற்காக மார்ச் மாத வாக்கில் சமாதானம் பேச கிரிப்ஸ் தூதுக்குழுவை பிரிட்டன் அனுப்பிவைத்தது. நிபந்தனைகளோடு போருக்கு ஒப்புதல் தெரிவித்த காங்கிரஸ் கட்சியும் நிலையான சுதந்திர தேதி அறிவிக்கப் படாததால் பின்வாங்கியது. இந்தியர்கள் கொதித்தெழுந்தார்கள்.

ஜூலை 14ஆம் தேதி காங்கிரஸ் செயற்குழுக் கூட்டம் வர்தாவில் கூடியது. அங்கு பிரிட்டன் ஆட்சிக்கு எதிராகப் போர்க்கொடி தூக்கி, பூரண சுதந்திரம் அடைய தீர்மானம் நிறைவேற்றப்பட்டது. அதன்படி ஒத்துழையாமை போராட்டத்தில் ஈடுபட ஒருமனதாக முடிவு செய்தனர். இந்தத் தீர்மானத்தின் முக்கியத்துவத்தை மண்ணின் தேவைக்கு ஏற்ப உணர்ச்சியூட்டும் வகையில் உரையாற்ற காந்தி தயாராய் இருந்தார்.

ஆகஸ்ட் 8ஆம் தேதி பம்பாயில் உள்ள கோவாலியா டாங்க் மைதானம் கூட்ட நெரிசலால் நிரம்பி வழிந்தது. தீர்மான உரையை வாசிப்பதற்கு முன்னாள் அதன் தேவையை இந்துஸ்தானியில் காந்தி மொழிந்தார். புகழ்பெற்ற 'வெள்ளையனே வெளியேறு' இயக்கத்தின் அரங்கேற்ற உரையில் முதல் பாதியாக இந்த உரை வரலாற்றில் இடம்பெறுகிறது.

தீர்மான உரையை வாசித்து, வாக்கெடுப்பு முடிந்த பின்னர் மீண்டும் அதன் தேவையை இந்துஸ்தானியில் பேசும் காந்தியின் புகழ்பெற்ற உரையின் இரண்டாம் பாதியில்தான் 'செய் அல்லது செத்து மடி' என்ற வாசகம் இடம்பெறுகிறது.

காந்திக்கும் காந்தியத்திற்கும் அன்றைக்கு இருந்த சிக்கல்கள் இந்த உரையில் அப்பட்டமாகத் தெரிகின்றன. உலகளாவிய சுதந்திரப் போராட்ட வரலாற்றில் புதியதொரு அணுகுமுறையைக் கையாண்ட காந்தியின் மிக முக்கியமான உரை இது.

•

(தீர்மானம் பற்றிய பொது அபிப்பிராயங்களைப் பேசுகையில்)

தீர்மானத்தைப் பற்றி விவாதிப்பதற்கு முன், உங்களிடம் ஒன்றிரண்டு விஷயங்களைச் சொல்ல வேண்டும். மிகக் கவனமாகக் கேளுங்கள். நான் உங்களிடம் சொல்லும் அதே பக்குவத்தில் நீங்களும் உணர்ந்துகொள்ள வேண்டும் என்று விரும்புகிறேன்.

நான் சொல்லும் கருத்தை எனது நிலையிலிருந்தே நீங்கள் பரிசீலிக்க வேண்டும். ஏனென்றால் அதை ஏற்கும் பட்சத்தில், அதன்படி செயல்புரிய நீங்கள் எத்தனிக்கப்படுவீர்கள். இது ஒரு மிகப்பெரிய பொறுப்பு. 1920களில் பார்த்த அதே மனிதனாகத்தான் நான் இருக்கிறேனா, இல்லை மாறுதலுக்கு இடம் கொடுத்து விட்டேனா என்று சிலர் கேட்கிறார்கள். அவசியமான கேள்வி.

எது எப்படியோ, நான் இதை உங்களுக்கு விரைந்து சொல்கிறேன். நீங்கள் 1920களில் சந்தித்த அதே காந்தியாகத்தான் நான் இருக்கிறேன். எவ்வித அடிப்படை குணாம்சத்தையும் மாற்றிக் கொள்ளவில்லை. அப்போது வலியுறுத்தி வந்த அகிம்சை கொள்கைக்கு இன்றைக்கும் முக்கியத்துவம் அளிக்கிறேன். இன்னும் சொல்லப்போனால், அகிம்சை பற்றிய என் பார்வை முன்னைவிட வலுவாக வேர்ப்பிடித்திருக்கிறது. எந்தவிதத்திலும் இந்தத் தீர்மானம் முன்னர் பதிவாகிய என் எழுத்துக்கும் பேச்சுக்கும் முரண்பாடானது அல்ல.

இப்போது நிகழ்ந்திருக்கும்படியான சம்பவங்கள் எல்லோருக்கும் அமைவதில்லை. வரலாற்றில் ஓரிருவர் மட்டுமே அரிதாகச் சிக்கிக் கொள்கிறார்கள். நான் இன்று சொல்வதிலும் செய்வதிலும் புனிதத்துவமான அகிம்சை கொள்கை மட்டுமே அடிநாதமாய் இருக்கிறது என்பதை நீங்கள் உணர வேண்டும். செயற்குழுவின் வரைவு அறிக்கையும், தற்போது நாம் வெளிப்படுத்தும் போராட்ட உத்திகளும் அகிம்சையின் வெளிச்சத்திலிருந்து உதயமானவை என்பதை மறந்துவிடக்கூடாது.

ஒருவேளை அகிம்சை கொள்கையில் நீங்கள் யாரேனும் நம்பிக்கை இழந்திருந்தாலோ, அல்லது சோர்வு அடைந்திருந்தாலோ இந்தத் தீர்மானத்திற்கு ஆதரவாய் வாக்குச் செலுத்த வேண்டாம். என் நிலையை உங்களுக்குத் தெளிவாக விளக்குகிறேன்.

கடவுள் எனக்கு விலைமதிப்பற்ற பரிசை அகிம்சையின் பெயரால் வழங்கி இருக்கிறார். நானும் எனது அகிம்சை கொள்கையும் இன்று சோதனைக்கு உள்ளாகியிருக்கிறோம். சண்டைச் சச்சரவுகள் மலிந்து உலகமே தீயின் நாக்குகளுக்கு இரையாகத் துடிக்கும்போது, விடுதலைக்கு ஏங்கும் இவர்களை இப்படியே தகிக்கவிட்டு, கடவுள் தந்த விஷேச சக்திகளை பிரயோகிக்காமல் போவது முறையாகுமா? இதனால் நான் பெற்ற அருந்தவப் பரிசினைக் கொண்டு யாதொரு பயனும் இல்லை. கடவுள் என்னை மன்னிக்க மாட்டார். நான் இப்போது செயல்பட வேண்டும். ரஷ்யாவும் சீனாவும் அச்சுறுத்தப் படும்போது, நாம் வெறுமனே தயங்கி வேடிக்கை பார்க்க முடியாது.

நாம் அதிகாரத்திற்காகப் போராடவில்லை. சுதந்திரமான இந்திய தேசத்திற்காக அகிம்சை வழியில் போராடுகிறோம். இதுவே வன்முறை போராட்டம் என்றால், வெற்றியடைந்த கட்சியின் தலைமைப் பொறுப்பாளர் ராணுவ ஆட்சியென்ற பெயரில் சர்வாதிகாரத் தலைமை ஏற்பார். ஆனால் காங்கிரஸ் விவகாரத்தில், இன்னும் குறிப்பாக அகிம்சை விவகாரத்தில் சர்வாதிகாரம் என்ற பேச்சுக்கே இடமில்லை. சுதந்திரத்திற்காகப் போராடும் அகிம்சை வீரர், பேராசையின் பொருட்டு தன்பால் எதையும் சுருட்டிக் கொள்ள மாட்டார். நாட்டின் விடுதலை ஒன்றே அவர் கொண்ட லட்சியம். விடுதலை அடைந்தபிறகு இந்நாட்டை யார் ஆளவேண்டும் என்பதில் காங்கிரஸ் இன்னும் அசிரத்தையாகவே இருக்கிறது.

ஆட்சியதிகாரம் கிடைக்கும்போது ஒட்டுமொத்த மக்களுக்கும் பிரித்துக் கொடுக்கப்படும். தங்களை யார் ஆளவேண்டும் என்பதை மக்களே தேர்ந்தெடுத்துக் கொள்ளலாம். ஒருவேளை பார்ஸிகளின்

கையில் ஆட்சி அதிகாரம் ஒப்படைக்கப்படலாம். இல்லை என்றால் நான் விரும்புவதைப் போல இன்றைய காங்கிரஸ் கூட்டத்தில் நாம் கேள்விப்படாத வேறு ஒருவரின் கைகளில் இந்தப் பதவி அதிகாரத்தை நாம் ஒப்படைக்கலாம்.

அப்போது வந்து, 'இந்தச் சமூகம் மிகச் சிறுபான்மையானது. சுதந்திரப் போராட்டத்தில் அந்தக் கட்சி பெரும்பங்காற்ற வில்லையே, அதற்கு ஏன் முழு அதிகாரம்?' என்று கேள்வி எழுப்பக் கூடாது. தொடக்கக் காலத்தில் இருந்தே, வகுப்புவாத பிரச்னைகளை காங்கிரஸ் மிக உன்னிப்பாகக் கவனித்து வருகிறது. எதற்கும் ஆட்படாமல், ஒட்டுமொத்த தேசம் என்ற பெருங்கனவுப் பார்வையில் தன்னை லட்சியப்படுத்தி அதற்கேற்றார்போல் செயல்பட்டு வருகிறது.

இன்று நாம் பின்பற்றும் கொள்கையில் குறைபாடு இருக்கிறது. அகிம்சையில் இருந்து நெடுந்தூரம் விலகியிருக்கிறோம். ஆனால் உண்மையான அகிம்சையில் குறைபாடும் இல்லை; அதைப் பின்பற்றுபவர்களுக்குத் தோல்வியும் இல்லை. நம்மிடம் சின்னச் சின்னக் குறைகள் இருந்தாலும் வெற்றிபெறுவோம் என்ற நம்பிக்கை இருக்கிறது. பெரும் விஷயங்கள் சாத்தியப்படும் என்ற உத்வேகம் பிறக்கிறது. 22 ஆண்டுகளாய் அமைதிப் பூத்துக் கிடக்கும் நம் போராட்டங்களுக்கும்; இடைவிடாத நம் முயற்சிகளுக்கும் கடவுள் கருணை காட்டி மகுடம் சூட்டுவார் என்ற எண்ணம் மேலோங்குகிறது.

உலக வரலாற்றிலேயே, சுதந்திரத்திற்காக அரங்கேறிய நேர்த்தியான ஜனநாயகப் போராட்டம் நம்முடையதுதான். சிறையில் இருந்த போது கார்லைல் எழுதிய 'பிரெஞ்சுப் புரட்சி' புத்தகத்தை வாசித்தேன். ரஷ்யப் புரட்சி பற்றி பண்டித ஜவாஹர்லால் நேரு எனக்குக் கொஞ்சம் சொல்லியிருக்கிறார். என்னுடைய புரிதலின்படி, ஆயுதம் ஏந்தி ஆட்சியதிகாரத்தைக் கைப்பற்றிய இவர்கள், ஜனநாயகக் கொள்கையை மறந்துவிட்டார்கள் என்று நினைக்கிறேன்.

நான் மனத்தில் எண்ணியுள்ள; அகிம்சை வழியில் நாம் அடையப் போகும் இந்த ஜனநாயகம் சரிசமமான விடுதலையை நாமெல்லோருக்கும் வழங்கும். உங்களுக்கு நீங்கள்தான் ராஜா. நான் அழைக்கும் இந்தப் போராட்டத்தில் கலந்து கொள்வதில்தான் எல்லா வெற்றிகளும் அடங்கியிருக்கின்றன. இதை உணர்ந்துகொண்டால் இந்து முஸ்லிம் என்ற பாகுபாடு களைந்து, இந்தியர்களாய் ஒன்றிணைந்து சுதந்திரத்திற்காகப் போராடுவீர்கள்.

பிரிட்டிஷாரை அணுகுவது குறித்து சில கேள்விகள் இருக்கின்றன. மக்களுக்கு பிரிட்டிஷார் மீது வெறுப்பு உண்டாகியிருக்கிறது. அவர்களின் நடத்தை அருவருப்பூட்டுவதாகச் சிலருக்கு இருக்கிறது. பிரிட்டிஷ் ஏகாதிபத்தியத்திற்கும் பிரிட்டன் மக்களுக்கும் இடையே உள்ள வேறுபாட்டை அவர்கள் காண்பதில்லை. அவர்களைப் பொறுத்தவரை இரண்டும் ஒன்றுதான். இந்த வெறுப்பினால் ஜப்பானியர்களை வரவேற்கவும் தயங்க மாட்டார்கள். இது முன்னதைக் காட்டிலும் அதிபயங்கரமானது.

வெறும் அடிமை முறையின் எஜமான மாற்றமாகவே இது இருக்கும். இந்த உணர்விலிருந்து நாம் விடுபட வேண்டும். நாம் எதிர்ப்பது பிரிட்டிஷார்களை அல்ல, அவர்கள் பின்பற்றும் ஏகாதிபத்தியத்தை. கோபம் கொள்வதால் அதிகார மாற்றம் நிகழ்ந்துவிடாது. தற்போதைய இக்கட்டான சூழலில் இந்தியா தனது பங்கை ஆற்றுவதற்கான உரிய நேரம் இது.

போர்முனையில் பிரிட்டன் சண்டை செய்து கொண்டிருக்கும்போது, வெறுமனே பணமும் பொருளும் கொடுத்து உதவி செய்வது இந்தியா போன்ற பெரும் தேசத்திற்கு உகந்தது அல்ல. சுதந்திரம் அடைவதற்கு முன்பு வீர உணர்வையும்; தியாக உணர்வையும் நம்மால் துளியும் தூண்ட முடியாது. எல்லையில்லாத தியாகங்கள் செய்து நம்மை அர்ப்பணித்துக் கொண்டால், பிரிட்டிஷ் அரசால் சுதந்திரம் தராமல் இருந்துவிட முடியுமா?

வெறுப்புணர்வில் இருந்து நம்மை மீட்டுக்கொள்ள வேண்டும். என்னளவில் இதுவரை நான் யாரையும் வெறுத்தது இல்லை. உண்மையில் முன்னெப்போதையும் விட பிரிட்டிஷாரின் மிக நெருங்கிய நண்பனாக இப்போது உணர்கிறேன். இன்று அவர்கள் துன்பத்திற்கு ஆளாயிருக்கிறார்கள். அவர்கள் செய்த குற்றத்தில் இருந்து காப்பாற்றிக் கொண்டுவர வேண்டும் என்ற எண்ணம் எனக்கு நட்பு ரீதியில் துளிர்க்கிறது. நிலைமையை ஆழமாகப் பார்க்கும் போது, அவர்கள் படுகுழியின் விளிம்பில் சிக்கியிருப்பதாய் தெரிகிறது. நட்பிற்காக விரித்த கரங்களை, குற்றத்தை சுட்டிக் காட்டப் பயன்படுத்த விழைகிறோம். இது பிரிட்டிஷாரைக் கோபப் படுத்தலாம். ஆனாலும் இது நம் கடமை. செய்துதான் ஆக வேண்டும்.

மக்கள் சிரிக்கலாம். இருந்தாலும் இதுதான் என் முடிவு. என் வாழ்வின் மிகப்பெரிய போராட்டத்தை நான் முன்னெடுக்கும் போது, நான் யார் மீதும் வெறுப்புகொள்ளாதவனாய் இருப்பது அவசியம் என்று கருதுகிறேன்.

(தீர்மானம் நிறைவேற்றிய பிறகு)

நீங்கள் நிறைவேற்றிய இந்தத் தீர்மானத்திற்கு என் வாழ்த்துகளைப் பகிர்கிறேன். இந்தத் தீர்மானத்தின் மீது ஏகோபித்த வரவேற்பு இருந்தாலும்கூட மூன்று தோழர்கள், சில திருத்தங்களைச் சுட்டியிருக்கிறார்கள்; பதிமூன்று பேர் தீர்மானத்திற்கு எதிராக வாக்குச் செலுத்தியிருக்கிறார்கள். நான் அவர்களையும் பாராட்டு கிறேன். இதில் அவர்கள் வெட்கப்பட என்ன இருக்கிறது. கடந்த இருபது வருடங்களாக நாம் இதற்குப் பழகிப்போயிருக்கிறோம்.

நம்பிக்கையில்லாமல் தனித்து நிற்கும் போதும், மக்கள் நம்மைப் பார்த்து ஏளனம் செய்யும்போதும் தைரியத்தை கைவிடாமல் வாழ்ந்திருக்கிறோம். நாம் செய்வது சரி என்று எடுத்த காரியத்தை நம்பிக்கையோடு கடைப்பிடித்திருக்கிறோம்.

ஐம்பது வருடங்களுக்கும் மேலாய் நான் கடைப்பிடிக்க நினைக்கும் கொள்கையை, இந்தத் தோழர்கள் எளிதில் தன்வயப்படுத்தி உள்ளார்கள். அவர்கள் தைரியத்தை மெச்சுகிறேன்.

ஆனால் திருத்தங்களோடுதான் இந்தத் தீர்மானத்தை ஏற்க வேண்டும் என்று இப்போது சொல்வது முறையல்ல. இந்த நண்பர்கள் தங்கள் திருத்தங்களைத் திரும்பப் பெறுமாறு மௌலானாவிடம் செய்த வேண்டுகோளைப் பற்றி சிந்தித்திருக்க வேண்டும்; ஜவாஹர்லால் கூறிய விளக்கங்களை அவர்கள் கவனமாய்ப் பின்பற்றியிருக்க வேண்டும். அவர்கள் அப்படிச் செய்திருந்தால், இப்போது காங்கிரஸ் ஒப்புக்கொள்ள வேண்டும் என்று அவர்கள் கோரும் உரிமை, காங்கிரஸால் ஏற்கெனவே ஒப்புக் கொள்ளப்பட்டது என்பது தெளிவாகத் தெரிந்திருக்கும்.

ஒவ்வொரு முசல்மானும் இந்தியாவைத் தன் தாய்நாடாக மதித்த காலம் ஒன்று இருந்தது. அப்போது அலி சகோதரர்கள் என்னோடு இருந்தார்கள். அவர்களின் பேச்சும் நடத்தையும் ஒன்றைத்தான் பிரதிபலித்தது. 'இந்தியா இந்துக்களுக்கு எப்படியோ, அப்படித்தான் முசல்மான்களுக்கும்.' இது அவர்களின் உள்ளார்ந்த நம்பிக்கையே அன்றி, வெளிப்பூச்சான முகமூடி அல்ல. அவர்களோடு பலகாலம் வாழ்ந்ததன் பேரில் என்னால் இதை உறுதிபடச் சொல்லமுடியும். பல இரவுகள் அவர்களோடு இருந்திருக்கிறேன். ஒவ்வொரு உரையாடலும் ஆழ்ந்த நம்பிக்கையின் வெளிப்பாடாய் இருந்தது.

முகத்தோற்றத்தைக் கண்டு எளிதில் ஏமாறக்கூடிய மனிதன் என்று என்னைச் சிலர் சொல்கிறார்கள். நான் அந்த அளவுக்கு ஏமாளி

அல்ல. இருந்தாலும் இந்த விமர்சனங்களால் நான் காயப்படுவ தில்லை. ஏமாற்றுக்காரன் என்பதைவிட ஏமாளியாய் இருப்பது நல்லது.

கம்யூனிஸ்ட் நண்பர்கள் முன்வைத்த சட்டத்திருத்தத்தில் புதிதாக ஒன்றும் இல்லை. ஆயிரம் மேடைகளில் திரும்பத் திரும்பச் சொல்லப்படும் அதே கோரிக்கைதான். 'இந்து-முஸ்லிம் பிரச்சனைக்கு சுமூகமான தீர்வு வேண்டினால், அது நான் உயிரோடு இருக்கும்போது கிட்டினால்தான் உண்டு' என்று ஆயிரக்கணக்கான முசல்மான்கள் என்னிடம் சொல்லிவிட்டார்கள்.

இதைக் கேட்டு நான் முகஸ்துதி அடைய வேண்டும். ஆனால் ஈர்ப்பில்லாத ஒப்புதலை நான் எப்படி ஏற்றுக்கொள்வது? இந்து - முஸ்லிம் ஒற்றுமை என்பது இன்று நேற்று கதையல்ல. லட்சக் கணக்கான இந்துக்களும் முஸ்லிம்களும் அதைத் தேடி அலைந்திருக்கிறார்கள். எனது பிள்ளைப் பருவத்திலிருந்தே, நான் இதைக் கவனமோடு கையாண்டிருக்கிறேன். முஸ்லிம் - பார்ஸி நண்பர்கள் இடையே நட்புறவு ஏற்படுத்த முனைந்திருக்கிறேன்.

மாற்றுச் சமூக மக்களோடு அமைதியோடும் இணக்கத்தோடும் வாழ விரும்பினால், விடாப்பிடியாய் அயலாரோடு நட்பு பாராட்ட வேண்டும் என்பதை அந்த இளம் வயதிலும் நன்றாக உணர்ந்திருந்தேன். இந்துக்களோடு நட்புப் பாராட்ட நான் எவ்விதச் சிறப்பு முயற்சிகளும் மேற்கோள்ளவில்லை. மாறாய் முசல்மான்களைத் தேடித் தேடி அன்பு செய்தேன்.

நான் தென்னாப்பிரிக்கா சென்றதுகூட ஒரு முசல்மானின் அறிவுறுத்தலால் ஏற்பட்ட பயணம். அங்கு சென்ற பிறகு எதிர்க் கட்சிக்காரர் என்றாலும் பல முசல்மான்களை நண்பராக்கிக் கொண்டேன். ஒற்றுமைக்காக அங்கு எனக்கு நல்ல பெயர் உருவானது. எனது நட்பு வட்டத்தில் பல முஸ்லிம் சகோதரர்களும் பார்சி நண்பர்களும் இருந்தார்கள். அவர்கள் எல்லோருக்கும் மீளாத துன்பத்தை ஏற்படுத்தி கண்ணீர் சொரியவிட்டுத்தான் இந்தியா வந்தடைந்தேன்.

இந்தியாவிலும் அந்த நட்புப் படலம் தொடர்ந்தது. கருங்கற் களையும் உருகவைத்து நட்பு ஏற்படுத்திக் கொண்டேன். கிலாபத் இயக்கத்தில் உள்ள முசல்மான்களுக்கு என் முழு ஒத்துழைப்பை நல்குவது வாழ்வின் பெரும் லட்சியமாய் இருந்தது. நாடெங்கிலும் உள்ள முஸ்லிம்கள் என்னை உண்மையான நண்பனாய் ஏற்றுக் கொண்டார்கள்.

அப்படியிருந்த என்னை இத்தனைக் கொடூரமாய், வெறுக்கப்படும் மனிதனாய் சித்திரிப்பதற்கு என்ன காரணம்? கிலாபத் இயக்கத்தை ஆதரிப்பதில் எனக்கு என்ன சுயநலம் இருக்க வேண்டும்?

உண்மைதான். பசுவைக் காப்பாற்ற வேண்டும் என்ற எண்ணம் என் ஆழ்மனத்தில் இருக்கிறது. நான் பசுவை வணங்குகிறேன். பசுவைப் படைத்தவரும் என்னைப் படைத்தவரும் ஒருவர்தான். என் உயிரை ஈடாக வைத்தாவது, பசுவதையைத் தடுக்க நான் ஆசைப்படுகிறேன்.

என் தனிப்பட்ட வாழ்வில் எத்தனையோ முரண்பாடுகளும் கருத்தாக்கங்களும் இருந்தாலும், நான் அந்த இயக்கத்தில் வாக்குவாதம் செய்யாமல் சேர்ந்து கொண்டேன். எனது அருகாமையில் உள்ள சகோதரன் சோகத்தில் துடிக்கிறான், அவன் கண்ணீரைத் துடைப்பதில் எனக்கும் அக்கறை இருக்கிறது என்பதைச் சொல்ல கிலாபத் இயக்கத்தை நான் பயன்படுத்தினேன். ஒருவேளை அலி சகோதரர்கள் இன்று உயிரோடு இருந்திருந்தால், இந்தக் கூற்றுக்கு சாட்சியம் அளிக்க வந்திருப்பார்கள்.

பசுவதையைத் தடுக்கும் பொறுப்பு என்மீது விதிக்கப்படவில்லை என்று பலர் துணைக்கு நிற்பார்கள். கிலாபத் இயக்கத்தைப் போல, பசுவதை பற்றிய சிந்தனைகளும் தனி மனிதரின் சுய விருப்பு - வெறுப்புக்கு ஆட்பட்டது. ஒரு நேர்மையான மனிதனாய், உண்மையான சகோதரனாய், விசுவாசம் மிக்க நண்பனாய் முசல்மான்களின் குரலாய் ஒலிக்க காலம் என்னை நிலைநிறுத்தியது.

அப்போதெல்லாம் இரவு உணவு வேளையில் இந்துக்களை நான் அதிர்ச்சியடைய வைத்திருக்கிறேன். நல்லவேளையாய் அதற்கு அவர்கள் இப்போது நன்றாகப் பழகிவிட்டார்கள்.

'என்னை ஒரு நாள் மோசமாகக் குற்றம் சாட்டுவார்கள் என்ற பயத்திலேயே உங்களோடு உணவு உண்பதை நான் தவிர்த்து விடுகிறேன்' என்று மௌலானா பாரி என்னிடம் சொல்லி இருக்கிறார். அதன்பிறகு அவரோடு தங்கும் சூழல் ஏற்பட்டால், பிரத்தியேகமாக ஒரு பிராமண சமையல்காரரைப் பணிக்கு அமர்த்தி தனியாக உணவு ஏற்பாடு செய்துவிடுவார்.

அவர் தங்கியிருக்கும் 'ஃபிராங்கி மஹால்' கட்டடம் பழைய பாணியில் போதுமான வசதிகளோடு அமைந்திருந்தது. ஆனாலும் அவர் எல்லா கஷ்டங்களையும் மகிழ்ச்சியுடன் தாங்கிக்கொண்டு, என்னால் அவரை விரட்ட முடியாது என்று தீர்மானமாய் மறுத்துவிட்டார்.

ஒருவருக்கு ஒருவர் மாற்றாரின் சமய நம்பிக்கைகளை மதித்துப் போற்றினர். யார் மனத்திலும் கள்ளம் இல்லை. இந்த கண்ணியமும் மகோன்னதமும் இப்போது எங்கே போயின? குவாத்-ஐ-ஆசாம் ஜின்னா உட்பட எல்லா முசல்மான்களிடமும் நான் ஒன்றைக் கேட்கவேண்டும். இப்பேர்பட்ட மகிழ்ச்சிகரமான நாட்களில் யார் இன்று முட்டுக்கட்டை போட்டது? ஒருகாலத்தில் ஜின்னாவும் காங்கிரஸ்காரராய் இருந்தவர்தான். அவரே காங்கிரஸ் மீது கோபப்படுகிறார் என்றால், சந்தேகம் எனும் புற்றுநோய் அவர் உடல் முழுதும் பரவியிருக்கிறது. கடவுள் அவரை ஆசீர்வதிப்பாராக.

நான் இறந்தபிறகு அவர் உண்மையை உணர்ந்து கொண்டால், முசல்மான்களை நான் ஓரங்கட்டவில்லை என்றும் அவர்கள் ஏமாற்றப்படவில்லை என்றும் ஜின்னா புரிந்துகொள்வார். ஒருவேளை நான் அவர்களை துன்புறுத்தி, நயவஞ்சகமாய் ஏமாற்றியிருந்தால்?

எனது வாழ்க்கையை அவர்கள் வசம் ஒப்படைக்கிறேன். தங்கள் விருப்பப்படி அவர்கள் எனக்கு முற்றுப்புள்ளி வைக்கலாம். இதுவரை என்னை நிறைய பேர் தாக்கியிருக்கிறார்கள். ஆனால் கடவுள் புண்ணியத்தில் நன்றாக இருக்கிறேன். தாக்கியவர்களும் மனம் வருந்தி மன்னிப்புக் கேட்டிருக்கிறார்கள். ஓர் அயோக்கியனை அழிப்பதாய்ச் சொல்லி யாராவது என்னைச் சுட்டுக் கொல்ல முயன்றால் இறந்துபோவது காந்தி அல்ல, எனது உருவத்தில் அவருக்குத் தோன்றிய அயோக்கியன்தான்.

மோசடி செய்யவும் இழிவுப்படுத்தவும் களத்தில் இறங்குபவர்களுக்கு நான் ஒன்று சொல்கிறேன், 'எதிரியைக்கூட நிந்திக்கக் கூடாது என இஸ்லாம் வலியுறுத்துகிறது. நபிகள் நாயகம் தன் எதிரிகளை அன்பால் அரவணைத்து, பெருந்தன்மையால் வென்றெடுத்தவர். நீங்கள் எல்லாம் அப்பேர்ப்பட்ட இஸ்லாத்தைப் பின்பற்றுபவர்களா இல்லை வேறெதுவுமா? நீங்கள் உண்மையான முஸ்லிமாக இருந்தும், என் விசுவாசத்தை பகிரங்கமாய் அம்பலப்படுத்திய பின்னர் நம்ப மறுக்கலாமா? உற்ற நண்பனாய் இருந்து, நம் நலத்தைப் பாதுகாத்த ஒருவனை அநியாயமாய் இழந்துவிட்டோமே என்று ஒருநாள் நீங்கள் நிச்சயம் வருத்தப்படுவீர்கள்.'

நான் எவ்வளவு தூரம் முறையிடுகிறேனோ, எவ்வளவுக்கு எவ்வளவு மௌலானாவைப் பற்றி பேசுகிறேனோ, அவ்வளவு துரிதமாய் என்னை இழிவுபடுத்தும் பிரசாரம் வளர்ச்சி பெறுவதை காண்கிறேன். இந்த இழிவுரைகள் எல்லாம் எனக்கு தோட்டாக்கள்

போல. ஒருவேளை நான் இதனால் இறந்துகூடப் போகலாம். ஆனால் என்னை காயப்படுத்த முடியாது. என்னை இழிவு படுத்துபவர்களுக்கு இதனால் என்ன ஆதாயம்? அவர்களால் இஸ்லாத்துக்குதான் இழுக்கு. இஸ்லாத்தின் அப்பழுக்கற்ற தன்மைக்கு, தயவு செய்து அவப்பெயர் சேர்ப்பதை அடியோடு விடுங்கள் என்று மன்றாடிக் கேட்கிறேன்.

இந்தத் துஷ்பிரயோகங்களுக்கு எல்லாம் மௌலானா சாகேப் மிக மோசமாய் இலக்காவது ஏன் என்று தெரியுமா? ஏனென்றால் அவர் தன் நட்பின் அழுத்தத்தை என் மீது செலுத்த மறுக்கிறார். தனக்குப் பொய் என்று தெரிந்த ஒன்றை தன் நண்பனிடம் உண்மை என சொல்லி வற்புறுத்துவது நட்பின் தவறான பிரயோகம் என்பதை அவர் உணர்ந்திருக்கிறார்.

காயித்-இ-ஆசாமிடம் (முகமது அலி ஜின்னா) நான் ஒன்று சொல்ல விரும்புகிறேன். 'தனி பாகிஸ்தான் வேண்டுவதில் எது உண்மை, எது நியாயம் என்பது உங்களுக்கே தெரியும். தேவை சரியானதாய் இருந்தால், அது உங்களுக்கு வழங்கப்படும். ஆனால் ஒருவன் பொய் பிரசாரம் செய்து, அதனைப் பிறர் மீது திணித்தால் அதற்கான பலனை நெடுநாட்கள் அனுபவிக்க முடியாது. கடவுள் அதிலிருந்து விலகி, பொய்ப் பிரசாரங்கள் செய்வதை வெறுக்கிறார்.'

காயித்-இ-ஆசாம் கசப்பான செய்திகளைச் சொல்லவேண்டிய கட்டாயத்தில் இருப்பதாய் சொல்கிறார். ஆனால் இது அவர் எண்ணங்களையும் உணர்வுகளையும் வெளிப்படுத்த உதவாது. நானும் அதேபோல் ஒன்று சொல்கிறேன்: 'என்னை முசல்மான்களின் நண்பனாகக் கருதும்போது, அவர்களுக்கு மனம் ஒவ்வாத செய்தியாய் இருந்தாலும் என் மனதில்பட்ட சில விஷயங்களைச் சொல்லலாம் அல்லவா? என் ஆழ்மன அபிப்பிராயங்களை அவர்களிடம் இருந்து எப்படி மறைக்க முடியும்? கேட்பவர்களுக்கு கசப்பாய் இருந்தாலும், தன் மனதில் பட்டவற்றை அப்பட்டமாய் சொன்ன காயித்-இ-ஆசாம் அவர்களைப் பாராட்டுகிறேன்.

ஆனால் அவரை நேருக்கு நேர் பார்க்காத முசல்மான்கள் இங்கிருக் கிறார்கள். அவர்கள் ஏன் நிந்திக்கப்பட வேண்டும்? கோடிக் கணக்கான முசல்மான்கள் உங்கள்பின் வந்தால், உங்களைச் சுற்றி இருக்கும் சில வழிகெட்டுப்போன முசல்மான்களை புறக்கணிக்க முடியாதா? கோடிக்கணக்கான மக்களை தன்வயப்படுத்தி இருக்கும் ஒருவர் பெரும்பான்மை சமூகத்தைப் பற்றியோ அல்லது சிறுபான்மையினர் பெரும்பான்மையிரால் மூழ்கடிக்கப்படுவார்கள்

என்றோ ஏன் பயப்பட வேண்டும்? அரேபியர்களுக்கும் முசல்மான்களுக்கும் மத்தியில் நபிகள் எவ்வாறு பணி செய்தார்? தனக்கு பெரும்பான்மை கிடைத்தால்தான் இஸ்லாத்தைப் பரப்புவேன் என்று சூளுரை செய்தாரா? இஸ்லாமின் நன்மைக்காக நான் சொல்வதைக் கொஞ்சம் யோசித்துப் பாருங்கள். நம்பிக்கை இல்லாவிட்டாலும், கொள்கைகளுக்கு மாறாக நடந்தாலும், காங்கிரஸ் ஒரு விஷயத்தை ஏற்க வேண்டும் என்று சொல்வதில் நியாயமோ தர்மமோ கிடையாது.

ஒருமுறை ராஜாஜி அவர்கள், ‘எனக்கு தனி பாகிஸ்தானில் நம்பிக்கை கிடையாது. ஆனால் முசல்மான்கள் விரும்புகிறார்கள். திரு. ஜின்னா அவர்களும் விரும்புகிறார். சுலபத்தில் இது ஆவேசமான கோரிக்கையாகி விட்டது. நாம் ஏன் அவர்களுக்கு தற்காலிகமாய் ‘சரி’ என்று சொல்லக் கூடாது? சில காலம் கடந்த பின்னர் இதே ஜின்னா அவர்கள், தனி பாகிஸ்தானின் தேவையின்மையைப் புரிந்துகொண்டு கோரிக்கையை விட்டுவிடுவார்’ என்று சொன்னார்.

உடனே நான், ‘பொய்யான ஒன்றை உண்மையென ஒப்புக்கொள்வது சரியில்லை. மேலும் நேரம் வரும்போது கொடுத்த தீர்மானத்தை நிறைவேற்றச் சொல்லி அழுத்தம் வராது என்பதற்கு என்ன ஆதாரம்? நியாயமான கோரிக்கை என்றால், கேட்ட மறுகணமே ஒப்புதல் தந்திருப்பேன். ஜின்னா சாகேப்பைச் சமாதானம் செய்யும் பொருட்டு போலியாக ஒப்புக்கொள்ள முடியாது. அவரை சமாதானம் செய்து, மேற்கொண்டு என்ன செய்கிறார் எனத் தெரிந்துகொள்ள ஆவலிருந்த பல நண்பர்கள், என் ஒப்புதலுக்காக வேண்டினார்கள். ஆனால் நான் பொய்யாக ஒப்புதல் அளிக்க மறுத்துவிட்டேன். ஆயிரம் இருந்தாலும், இதை என்னால் செய்ய முடியாது’ என்று சொல்லிவிட்டேன்.

இதில் காங்கிரஸுக்கு அனுமதி இல்லை என்றாலும், அதன் முடிவைச் செயல்படுத்த தார்மீக உரிமை இருக்கிறது. நேர்மையான ஜனநாயகம் ஒன்றே அகிம்சையின் வெளிப்பாடாய் இருக்கும் என்று காங்கிரஸ் திடமாய் நம்புகிறது. உலக விவகாரங்களில் வன்முறையைப் பிடுங்கி எறிந்து, ஒருங்கிணைந்த உலகக் கூட்டமைப்பை உருவாக்க அகிம்சை ஒன்றே வழி. இது உண்மை என்றால் இந்து முஸ்லிம் விவகாரத்திற்கும் வன்முறையால் தீர்வு கிடையாது.

இந்துக்கள் முசல்மான்களைக் கொடுமைப்படுத்தினால், எந்த முகத்தை வைத்துக்கொண்டு சமத்துவ உலகக் கூட்டமைப்பை உருவாக்குவார்கள்? இந்த ஒரு காரணத்திற்காகத்தான்

அமெரிக்கர்களும் ஆங்கிலேயர்களும் வெல்வதைப்போல அராஜகத்தால் அந்நியப் படையெடுப்பை வெளியே விரட்டுவதில் எனக்கு விருப்பம் இல்லை. பாரபட்சமற்ற ஒரு சர்வதேச நீதிமன்றத்திடம் அனைத்து வேறுபாடுகளையும் சமர்ப்பித்து, அதன் முடிவுக்குக் கட்டுப்பட காங்கிரஸ் ஒப்புக்கொண்டது. இத்தனை நியாயமான நடைமுறையையும் ஒப்புக்கொள்ள மறுத்தால், உறைக்குள் இருக்கும் வாளை வீசி வன்முறையைத்தான் கையாள வேண்டும். முடியாத ஒன்றை நான் எப்படி ஒப்புக் கொள்வேன்? உயிரோட்டத்தைக் காண விழைவது, உயிரைக் கேட்பதற்கு சமமாகாதா? இது போருக்கான குரல்.

இத்தகைய சகோதர யுத்தங்களைக் காங்கிரஸ் ஒருபோதும் விரும்பாது. டாக்டர் மூஞ்சே, திருவாளர் சாவர்க்கர் போன்ற இந்துக்கள் வேண்டுமானால் வாள் வீசி சண்டை செய்வதில் நம்பிக்கை கொண்டவர்களாய் இருக்கலாம். அதன் மூலம் முசல்மான்களை இந்துக்களின் ஆதிக்கத்தின் கீழ் வைக்க அவர்கள் முற்படலாம். நான் அவர்கள் கட்சி அல்ல. அவர்களைப் பிரதிநிதிப்படுத்தவும் அல்ல.

நான் காங்கிரஸின் பிரதிநிதி. தங்க முட்டையிடும் காங்கிரஸ் எனும் வாத்தை நீங்கள் அழிக்கப் பார்க்கிறீர்கள். நீங்கள் காங்கிரஸை நம்பவில்லை என்றால், இந்துக்களுக்கும் முஸ்லிம்களுக்கும் இடையே நிரந்தரமான சண்டைகள் இருக்கும் என்றும், இந்தத் தேசம் போரினால் ரத்தக் களேபரமாய் காட்சியளிக்கும் என்றும் உறுதியாய் நம்பலாம். அப்படிப்பட்ட போர்தான் உங்களின் இறுதி முடிவாய் இருந்தால், அதைக் காண நான் உயிரோடு இருக்க மாட்டேன்.

இதை முன்னிறுத்தித்தான், 'பாகிஸ்தான் பற்றி உங்கள் அபிப்பிராயம் எப்படிப்பட்டதாய் இருந்தாலும், உங்கள் பார்வையில் சரியெனத் தெரிந்தாலும், நீதிக்கும் சமத்துவத்துக்கும் மீறிய எதுவாக இருந்தாலும் போர்க்களத்தில் வாள்முனையில்தான் வென்றெடுக்க வேண்டும்' என ஜின்னா சாகேபிடம் சொன்னேன்.

என் மனதிலிருந்து அள்ளிக் கொட்ட வேண்டிய விஷயங்கள் இன்னும் ஏராளம் இருக்கின்றன. அதில் தலையாய ஒன்றைத்தான் நான் இப்போது பகிர்ந்தேன். வாழ்வா சாவா என்ற போராட்டம் அது. இந்து முஸ்லிம் ஒற்றுமையில் ஓட்டை விழாமல் ஒருமித்தக் கருத்துணர்வு ஏற்பட வேண்டுமானால், நாமிருவரும் தேசத்தை அச்சுறுத்தும் அயல்நாட்டு ஆதிக்கத்திற்கு எதிராய் ஒன்றுதிரள வேண்டும்.

இந்தியாவின் ஒரு பகுதியாய் இருக்கப்போகும் பாகிஸ்தானுக்கு, இந்தச் சுதந்திரப் போராட்டத்தில் கலந்துகொள்ளவதில் எந்த விதமான ஆட்சேபனை இருக்க முடியும்? ஆகவே இந்துக்களும் முசல்மான்களும் சுதந்திரம் வேண்டி ஒன்றிணைய வேண்டும். போர் நெடுநாட்களுக்கு நீளும் என்று ஜின்னா சாகிப் நினைக்கிறார். நான் அதை விரும்பவில்லை. இன்னும் ஆறு மாதங்களுக்கு மேல் நீண்டால், சீனாவை நம்மால் எப்படி காப்பாற்ற முடியும்?

ஆகவே நான் இப்போதே சுதந்திரம் பெற வேண்டுகிறேன். இந்த நாள், இந்த இரவுப் பொழுதில், விடிவதற்கு முன்பே நாம் சுதந்திரம் அடைய வேண்டும். மக்கள் ஒன்றிணையும் வரை சுதந்திரத்திற்காகக் காத்திருக்க முடியாது. அதற்கு மேற்பட்ட தியாகங்கள் செய்ய நாம் தயாராய் இருக்க வேண்டும். முழு மூச்சுடன் சுதந்திரம் பெற காங்கிரஸ் முயல வேண்டும், இல்லையென்றால் அந்த முயற்சியில் அழிந்துபோக வேண்டும். காங்கிரஸ் பெற விரும்பும் சுதந்திரம் காங்கிரஸாருக்கு மட்டுமல்ல, ஒட்டுமொத்த நாற்பது கோடி இந்தியர்களுக்கும். காங்கிரஸார் இறுதிவரை தேசப்பணியல் தங்களைப் பணிவாய் ஐக்கியப் படுத்திக்கொள்ள வேண்டும்.

முஸ்லிம் பேரரசிடம் இருந்து பிரிட்டிஷார் கைப்பற்றிய ஆட்சியை, மீண்டும் அவர்களிடமே பிரிட்டிஷார் ஒப்படைக்க விரும்பினால் தான் அதை முன்வந்து ஏற்பதாக க்யொத் - இ - ஆசாம் சொல்கிறார். எப்படியிருந்தாலும் அது முஸ்லிம் பேரரசாகத்தான் விளங்கும். முஸ்லிம் ராஜ்ஜியம் அமையவோ முஸ்லிம் ஆதிக்கம் அடையவோ நானும் மௌலானா சாகேப்பும் போராடவில்லை. நேர்மையான ஜனநாயக முறையில் முஸ்லிம், இந்து, கிறிஸ்துவர், பார்சி, யூதர் என சகலரும் சந்தோஷமாய் வாழ நாங்கள் விரும்புகிறோம். முஸ்லிம் ராஜ்ஜியம் தவிர்க்க முடியாதது என்றால், நாங்கள் எப்படி அதற்கு ஒப்புதல் தர முடியும்? ஒரு சமூகத்தை இன்னொரு சமூகம் ஆதிக்கம் செலுத்த நாங்கள் எப்படி அனுமதிக்க முடியும்?

இந்த நாட்டில் உள்ள லட்சக்கணக்கான முசல்மான்களுக்கு இந்து மதம்தான் தாய் மதம். அவர்கள் இந்துவாக இருந்து மதம் மாறியவர்கள். பின் எப்படி வேறொரு நாடு அவர்களுக்குத் தாய் நாடாக விளங்க முடியும்? சில ஆண்டுகளுக்கு முன் என் மூத்த புதல்வன் இஸ்லாமிய மார்க்கத்தைத் தழுவினான். இப்போது அவன் தாய்நாடு போர்பந்தரா பஞ்சாபா? நான் முசல்மான்களைக் கேட்கிறேன்: 'இந்தியா உங்கள் தாய்நாடு இல்லை என்றால், வேறு எது உங்கள் தாய்நாடு? இஸ்லாத்திற்கு மாறிய என் புதல்வனை வேறு எந்த நாட்டிற்கு நீங்கள் அனுப்பப் பார்க்கிறீர்கள்?'

இஸ்லாத்திற்கு மாறிய பின்னர், அவனது தாயார் ஒரு கடிதம் எழுதினார். இஸ்லாம் விட்டொழிக்கச் சொன்ன மதுப்பழக்கத்தை விட்டுவிட்டானா என்ற கேள்வி அதன் சாரம். அவனது மத மாற்றத்தில் மகிழ்ச்சி கொண்டிருந்த அவள், 'அவன் குடிப்பதைப் போலவே, இஸ்லாத்திற்கு மாறியதையும் நான் பொருட்படுத்த வில்லை. மதம் மாறிய பிறகும் பக்திமானாகிய நீங்கள் அவன் குடிப்பதைச் சகித்துக் கொள்வீர்களா? குடித்துவிட்டு ரகளை செய்யும் அளவு மோசமாகி விட்டான். நீங்கள் அவனை மனிதனாக மாற்றினால், அதுதான் மதமாற்றத்தின் வெற்றி. ஒரு முசல்மானைப் போல மதுவையும் பெண்ணையும் கைவிடவேண்டும். அந்த மனமாற்றம் ஏற்படவில்லை என்றால் மதமாற்றத்தால் என்ன பயன்? மீண்டும் அவனோடு ஒத்துழையாமை தொடங்கவேண்டும்' என்று எழுதினாள்.

இங்கு வசிக்கும் எல்லா முசல்மான்களுக்கும் இந்தியா தாய்நாடு என்பதில் எவ்விதச் சந்தேகமும் கிடையாது. ஒவ்வொரு முசல்மானும் இந்திய சுதந்திரத்திற்காகப் போராட வேண்டும்.

காங்கிரஸ் குறிப்பிட்ட ஒரு சமூகத்தையோ சாதியையோ பிரதி நிதித்துவப்படுத்தவில்லை. இந்தியா முழுமையும் காங்கிரஸின் உருவமையாக இருக்கிறது. முசல்மான்கள் தானாக முன்வந்து காங்கிரஸைக் கைப்பற்றலாம். எண்ணிலடங்காத முசல்மான்கள் காங்கிரஸில் இணைந்து அதன் முக்கிய முடிவுகளை மடை மாற்றலாம். காங்கிரஸ் இந்துக்களின் சார்பாகப் போராடவில்லை. இந்தியா முழுமைக்கும், அதன் சிறுபான்மையினருக்கும் சேர்த்து போராடுகிறது. ஒரு முசல்மானை காங்கிரஸ்காரர் கொன்றுவிட்டார் என்ற செய்தி எனக்குத் தீராத ரணத்தை ஏற்படுத்தும். காங்கிரஸ் காரர்கள் இனிவரும் புரட்சியில் இந்துக்களையும் முஸ்லிம்களையும் உயிரைக் கொடுத்து காப்பாற்றுவார்கள். அவர்கள் செய்யும் தியாகத்தில் இதுவும் ஒன்று.

இந்துவோ முசல்மானோ, இஸ்லாத்திற்கு சேவை செய்ய எல்லோரும் கடமைப்பட்டிருக்கிறார்கள். பரஸ்பர நம்பிக்கைதான் நம்மை தேசிய அளவிலான மாபெரும் போராட்டத்திற்கு வழிநடத்திச் செல்லும். முஸ்லிம் லீக்கும் ஆங்கிலேயர்களும் நம்மை எதிர்க்கும்போது, அளவில்லாத பெரும் தியாகங்களைச் செய்ய நாம் ஆயத்தமாக வேண்டும் என்று முன்னரே சொல்லியிருந்தேன்.

சர் ஃபிரெட்ரிக் பக்கல் வெளியிட்ட ரகசிய சுற்றறிக்கையை நீங்கள் பார்த்திருப்பீர்கள். கிட்டத்தட்ட அது ஒரு தற்கொலை பிரமாணம்.

காங்கிரஸுக்கு ஆதரவாய் போராட வந்த சின்னச் சின்ன இயக்கங்களைச் சட்டவிரோதமாக செயல்பட அந்த அறிக்கை தூண்டுகிறது. நேர்மையற்ற பிரிட்டிஷ் சாம்ராஜ்ஜியத்தை ஒரு கை பார்க்க வேண்டும். ஆனால் நமது பாதை சீரானது. கண்ணை மூடிக்கொண்டும் பயணிக்கலாம். சத்தியாக்கிரகத்தின் அழகே அதுதான்.

சத்தியாகிரகத்தில் பொய் புரட்டுகளுக்கு இடமில்லை. பொய்யும் வழுவும்தான் இன்று உலகை ஆட்டிப்படைக்கின்றன. இத்தகைய சூழலில் ஆதரவற்ற சாட்சியாய் என்னால் தனித்து நிற்க முடியாது. என்னைப்போல் இந்தியாவில் குறுக்கு வெட்டாய் பயணம் செய்தவர்கள் யாரேனும் உண்டா? குரலற்ற லட்சக்கணக்கான மக்களின் நண்பனாய், பிரதிநிதியாய் என்னை அடையாளப் படுத்துகிறேன்.

வழுவும் வன்முறையும் தாண்டவம் ஆடும் இந்தப் பேரரசை நல்ல முறையில் மீட்டுக்கொணர்ந்து, மக்கள் கண்ணில் ஒளிரும் நம்பிக்கைக்குப் பாத்திரமாக வேண்டும். இந்தப் பேரரசு எத்தனை பூதாகரமான திட்டங்களைத் தீட்டினாலும் நாம் அவற்றில் இருந்து விடுபடவேண்டும். இத்தனை முக்கியமான கணத்தில் அமைதியாக இருந்து, புதருக்குள் ஒளிந்துகொள்வது முறையானதா? ஜப்பானியர்களைக் கொஞ்ச நேரம் காத்திருக்கச் சொல்லட்டுமா?

உலகமே பெருங்கிளர்ச்சியில் ஈடுபட்டிருக்கும்போது, கடவுள் கொடுத்த அரிய பொக்கிஷத்தை நான் பயன்படுத்தாமல் போனால், என்னை அவர் மீண்டும் அழைத்துக்கொள்வார். சூழ்நிலை வேறுமாதிரி இருந்தால் நான் உங்களை காத்திருக்கச் சொல்லலாம். ஆனால் இப்போது பொறுக்க முடியாத நிலைக்கு வந்துவிட்டோம். காங்கிரஸுக்கு இதைவிட்டால் வேறு வழி இல்லை.

எப்படியிருந்தாலும் உண்மையான போராட்டம் இந்தக் கணத்தில் தொடங்கப்போவது இல்லை. அனைவரும் உங்கள் சம்மதத்தை என்னிடம் ஒப்படைத்திருக்கிறீர்கள். நான் இனி வைஸ்ராயிடம் சென்று, காங்கிரஸின் தீர்மானத்தை அவரிடம் சொல்லி ஒப்புதல் வாங்க வேண்டும். இந்த நடைமுறைகள் சுமார் இரண்டு மூன்று வாரங்கள் நீடிக்கலாம். ஆனால் அதற்கு இடைப்பட்ட காலத்தில் என்ன செய்வது? எல்லோரும் பங்கேற்கும்படியான திட்டம் ஒன்றை எப்படி ஒருங்கிணைப்பது?

கைராட்டைதான் என் கண்ணில்படும் முதல் ஆயுதமாய் இருக்கும் என்பதை நீங்கள் எல்லோரும் தெரிந்திருப்பீர்கள். இதைத்தான் நான்

மௌலானாவிடம் சொன்னேன். அயல்நாட்டுச் சந்தையில் இதற்கிருக்கும் முக்கியத்துவத்தை பின்னர் அவர் புரிந்துகொண்டார்.

இடைப்பட்ட நாட்களில் 'பதினான்கு அடுக்கு ஆக்கப்பூர்வத் திட்டங்களை' நீங்கள் மேற்கொள்ளலாம். அதற்கு மேலும் என்ன செய்வது? நான் சொல்கிறேன். இந்தக் கணத்திலிருந்து நீங்கள் எல்லோரும் சுதந்திர மனிதனாக உணரவேண்டும். ஏகாதிபத்திய பூட்ஸுக்குக் கட்டுப்படாதவராய் சுதந்திர மனிதராய் வாழ வேண்டும்.

நான் ஒன்றும் போலியாக வாழ கற்றுத் தரவில்லை. சுதந்திரத்தின் அடிப்படையே இதுதான். தன்னைச் சுதந்திர மனிதனாய் உணரும் போதுதான், அவன் கட்டிவைக்கப்பட்ட அடிமைச் சங்கிலி தகர்த்தெறியப்படுகிறது. பின்னர் தன் எஜமானிடம் சென்று : 'இந்தக் கணம் முதல் நான் உங்களுக்கு அடிமையாய் இருந்தேன். இனி இல்லை. விருப்பப்பட்டால் என்னைக் கொன்று விடுங்கள். இல்லையென்றால் நீங்களாகவே என்னை அடிமை நிலையில் இருந்து விடுவித்து விடுங்கள். அதற்குமேல் நான் ஒன்றும் கேட்க வில்லை. என்னுடைய உழைப்பினால் நானே உணவும் உடையும் ஏற்பாடு செய்துகொள்ள முடிந்தாலும், நீங்கள் எனக்கு உணவும் உடையும் வழங்கினீர்கள். கடவுளுக்கு மாற்றாய் உங்களையே சார்ந்து வாழ்ந்து வந்தேன். ஆனால் இப்போது கடவுள் என்னை சுதந்திரம் நோக்கி நகர ஆயத்தப்படுத்திவிட்டார். இன்றுமுதல் நான் ஒரு சுதந்திர மனிதன். இனி உங்கள் தயவு எனக்குத் தேவையில்லை' என்று சொல்வான்.

வைஸ்ராயிடம் அமைச்சரவை வேண்டும் என்று பேரம் பேசப் போவதில்லை. நான் இப்போது பூரண சுதந்திரம் கேட்கப் போகிறேன். அவர் ஒருவேளை உப்பு வரியை ஒழிக்கிறேன், மது விலக்கை அமல்படுத்துகிறேன் என்பார். ஆனால் நான், 'பூரண சுதந்திரத்தைக் காட்டிலும் வேறு எதுவும் வேண்டாம்' என மறுக்கப் போகிறேன்.

நான் உங்களுக்கு ஒரு சிறிய மந்திரத்தைச் சொல்லித் தருகிறேன். அதை இருதயத்தில் ஊன்றி வைத்து, ஒவ்வொரு மூச்சிலும் வெளிப்படுத்துங்கள். 'செய் அல்லது செத்து மடி' என்பதுதான் அந்த மந்திரம். இந்தியாவை சுதந்திரமடைய வைக்கும் போராட்டத்தில் வென்று காட்ட வேண்டும் இல்லையென்றால் செத்து மடிய வேண்டும். அதைவிட்டுவிட்டு இந்தியா அடிமைப் படுவதைப் பார்க்க உயிரோடு இருக்கக் கூடாது. காங்கிரஸ்

இயக்கத்தைச் சார்ந்த பெண்களும் ஆண்களும் இந்தியா அடிமைப் படுவதை காணச் சகிக்காமல் இந்தப் போராட்டத்தில் முழு மூச்சாய் கலந்து கொள்ள வேண்டும். அதுவே உங்கள் கொள்கையாய் இருக்கவேண்டும். சிறைத்தண்டனைப் பற்றி கவலைப்படாதீர்கள்.

அரசு என்னை விடுவித்துவிட்டால், அதிக கைதிகளைப் பராமரிக்கும்படி நான் அவர்களுக்குச் சிரமம் தர மாட்டேன். இனி ஒவ்வொரு ஆணும், ஒவ்வொரு பெண்ணும் சுதந்திரம் அடையவே பிறப்பெடுத்தாற்போல் அதற்கே அர்பணித்துக் கொண்டு உழைக்க வேண்டும். உண்பதும் வாழ்வதும் அதற்கே என்று இறுதிமூச்சு வரை போராடி, தேவைப்பட்டால் இறக்கவும் தயாராக வேண்டும்.

கடவுள் சாட்சியாய் உங்கள் மனசாட்சிக்கு உட்பட்டு சத்தியம் செய்யுங்கள். உயிர் துறக்க நினைக்கிறவன், வாழ்வில் அர்த்தம் பெறுகிறான். பற்றுகோடாய் வாழ விரும்புபவன், வாழ்வைத் தொலைக்கிறான். சுதந்திரம் கோழைகளுக்கோ பலகீனமானவர் களுக்கோ அல்ல, எதிர்த்துப் போராடுபவர்களுக்கு.

அடுத்ததாக, பத்திரிகையாளர்களுக்குச் சில வார்த்தைகள். தேசிய அளவிலான இந்தப் போராட்டத்திற்கு, இதுகாறும் நீங்கள் அளித்த உதவிக்கு நன்றி. உங்களுக்கு இருக்கும் கட்டுப்பாடுகள் பற்றி நான் அறிவேன். ஆனால் அதை இப்போது நீங்கள் உதறித் தள்ள வேண்டும். தனி மனிதனைச் சுதந்திரம் நோக்கி அழைத்துச் செல்வதில் பத்திரிகையின் பங்கு இன்றியமையாதது என்பதை உலகிற்கு எடுத்துச் சொல்ல முன்மாதிரியாய் நீங்கள் திகழ வேண்டும்.

அரசால் ஒடுக்கமுடியாத பேனாவை நீங்கள் வைத்திருக்கிறீர்கள். அரசால் சூறையாடக் கூடிய அச்சுக்கூடம் முதலிய பெரும்பணப் பொருட்களும் உங்களிடம் இருக்கிறது. நான் இதை அறியாமல் இல்லை. இதுகுறித்த பயம் உங்களைத் தொற்றிக் கொண்டிருக் கிறது. தானாகச் சென்று அரசிடம் ஒப்படைக்கச் சொல்லி நான் வழிகாட்டவில்லை. எனது அச்சக்கூடம் சூறையாடப்பட்டாலும் பேனா முனைக்கு ஓய்வு கிடையாது.

கடந்தகாலத்தில் எனது அச்சுக்கூடமும் இந்த நிலைக்குப் போய் திரும்பி வந்திருக்கிறது. ஆனால் நான் அந்த அளவுக்கு தியாகம் செய்ய உந்தவில்லை. இந்தியா சுதந்திரம் அடையும் வரை பேனாவுக்கு ஓய்வுதர மாட்டேன் என உறுதியளித்தால் போதும். சர் ஃபிரெட்ரிக் பக்கல் தரும் செய்திக்குறிப்புகளில் உப்பு அளவும் உண்மையில்லை. ஆகவே அதை வெளியிட மாட்டோம் என

மறுப்புத் தெரிவிக்க வேண்டும். காங்கிரஸோடுதான் இருக்கிறோம் என மனதார ஒப்புக்கொள்ள வேண்டும். இப்படிச் செய்வீர் களானால், உண்மையான சண்டை தொடங்கும் முன்னரே சமூகத்தில் பெரும் அளவு மாற்றம் கொண்டுவரலாம்.

இங்கு வந்திருக்கும் மன்னர்களிடம் ஒரு சிறிய விஷயம் கேட்க விரும்புகிறேன். நான் மன்னர்களின் நன்மையைப் பாதுகாப்பவன். எனது தாத்தா தனது சொந்த நாட்டு மன்னரைத் தவிர, வேறு எவருக்கும் தனது வலக்கையால் வணக்கம் செலுத்த மாட்டேன் எனச் சொன்னவர். ஆனால் இதை அவர் தன் எஜமானிடம் சொல்ல வில்லை. சொல்லியிருக்க வேண்டும் என நான் விரும்புகிறேன். அத்தகைய எஜமானன் கூட, எனது தாத்தாவின் மனசாட்சிக்கு எதிராய் நடக்கும்படி ஆணையிட முடியாது.

நான் சிற்றரசுகளின் உப்பைத் தின்று வளர்ந்தவன். அதற்குத் துரோகம் செய்ய மாட்டேன். நான் உயிர் விடுவதற்குள், ஏதாவது வேலை செய்ய சிற்றரசுகள் தயாராக வேண்டும் என விசுவாசமிக்க வேலைக்காரனாய் சொல்லிக் கொள்கிறேன். அப்படியென்றால்தான் சுதந்திர இந்தியாவில் உங்களுக்கு மரியாதைக்குரிய இடம் கிடைக்கும்.

ஜவாஹர்லால் நேருவின் சுதந்திர இந்தியா திட்டத்தில், விஷேசமான மனிதர்களுக்குச் சிறப்புத் திட்டங்கள் எதுவும் கிடையாது. அனைத்து உடைமைகளும் அரசுக்கு உரியது என நேரு அறிவித்துவிடுவார். திட்டமிட்ட பொருளாதாரத்தை அவர் விரும்புகிறார். இந்தியாவை மறுகட்டமைப்பு செய்ய ஆசைப்படுகிறார். அவர் பறக்க விரும்புகிறார், எனக்கு அதில் ஆசை இல்லை.

நான் கனவு காணும் இந்தியாவில் மன்னர்களுக்கும் ஜமீன்தார் களுக்கும் சிறப்பு இடங்கள் உண்டு. பதவி துறந்தாலும் தொடர்ந்து சலுகைகள் பெறலாம். சொத்துப் பண்டங்களைத் துறந்துவிட்டு, அதற்குப் பாதுகாவலராய் பொறுப்பேற்றுக் கொள்ளலாம். மக்கள் கூட்டத்தில் நான் கடவுளைக் காண்கிறேன்.

மன்னர்கள் தங்கள் மக்களிடம் சென்று, 'இனி நீங்கள்தான் மாகாணத் தலைவர்கள். நாங்கள் உங்கள் அடிமைகள்' எனச் சொல்ல வேண்டும். மக்களுக்கு அடிமையாய் சேவகம் செய்து, அவர்களால் முடிந்த உதவியை ஆற்றி வரலாம் என நான் மன்னர்களுக்குச் சொல்லிக்கொள்கிறேன். பிரிட்டிஷ் பேரரசின் ஆதிக்கம் மன்னர் களிடம் இருந்து பெறப்பட்டது. ஆனால் மன்னர்கள், தன் சொந்த மக்களிடம் இருந்து அதிகாரத்தைப் பெற ஆசைப்பட வேண்டும்.

சிறுபிள்ளைத்தனமான இன்ப காரியங்களில் ஈடுபட விரும்பினால், மக்களின் வேலையாளாய் இருந்து அதனைச் செய்ய முற்படலாம்.

மன்னர்கள் ஏழையாய் வாழ்வதை நான் விரும்பவில்லை. நான் ஒன்று கேட்கிறேன். 'நீங்கள் சதா காலமும் அடிமையாய் இருக்க ஆசைப் படுகிறீர்களா? இல்லை வெள்ளைக்காரர்களை ஊருக்கு அனுப்பி விட்டு, சொந்த மக்களிடம் இறையாண்மை மிக்க ஆட்சி அதிகாரத்தை ஒப்படைக்க விரும்புகிறீர்களா?'

'மக்கள் இப்போது விழித்துக் கொண்டார்கள். பேரரசே நடுங்கிப் போகும் இந்த மாபெரும் பனிமலையை எதிர்த்து நம்மால் என்ன செய்ய முடியும்? ஒன்று மூழ்க வேண்டும், இல்லையென்றால் அவர்களோடு சேர்ந்து நீந்த வேண்டும்.' என்னை நம்புங்கள். நான் சொல்வது எந்தவிதத்திலும் சட்டத்திற்குப் புறம்பானது அல்ல. மன்னர்களை வற்புறுத்தும்படி இதுவரை எந்த ஒப்பந்தமும் கையெழுத்தாகவில்லை. மக்களும் தங்களை மன்னராட்சிக்கு உட்பட்ட மாகாணத்தின் அங்கமாய், இந்திய தேசத்தின் அங்கமாய் உணர்கிறார்கள். மன்னராட்சியை ஏற்பதோடு, தேசத்திற்கு இழுக்கு வந்தால் உயிரைக் கொடுக்கவும் தயங்க மாட்டார்கள். சொன்ன சொல்லிலிருந்து அவர்கள் துளியும் மாறமாட்டார்கள்.

நம்மால் எதையும் மறைத்து செய்ய முடியாது. இது ஒரு வெளிப்படையான போராட்டம். இதில் ரகசியம் என்பதே பெரும்பாவம். சுதந்திர மனிதன் ரகசிய இயக்கத்தில் செயல்பட மாட்டான். நீங்கள் சுதந்திரம் அடைந்தால், உங்களுக்கென்று வழிகாட்ட ஒரு சி.ஐ.டி. இருப்பார். ஆனால் இதற்கு நேர்மையாகப் போராடி, எடுத்த முயற்சியில் பின்வாங்காமல் நெஞ்சுக்கு நேராக குண்டடிப்பட்டு சாகத் தயாராக வேண்டும்.

அரசு ஊழியர்களுக்கு சில விஷயங்கள் சொல்கிறேன். அவர்கள் விரும்பினால் பதவி துறக்காமலேயே எதிர்ப்புணர்வை வெளிப் படுத்தலாம். மறைந்த நீதிபதி ரனடே அவர்கள், தனது பதவியை ராஜினாமா செய்யாமலேயே காங்கிரஸ் சார்பை வெளிப்படுத்தினார். தான் ஒரு நீதிபதியாய் இருந்தாலும் காங்கிரஸ் கூட்டங்களில் கலந்து கொள்வேன் என்றும், அது எந்தவகையிலும் நீதிமன்றத்தில் நீதி தவறிய தீர்ப்பு வழங்க அனுமதிக்காது என்றும் ரனடே ஆங்கிலேயரிடம் சொன்னார். காங்கிரஸ் கூட்டங்களில் சமூகச் சீர்திருத்த மாநாட்டை அவர் ஒருங்கிணைத்தார். சர் ஃபிரெட்ரிக் பக்கல் வெளியிட்ட ரகசிய சுற்றறிக்கைக்கு எதிராக, ரனடே கையாண்ட அதே உத்தியைக் கைப்பற்றுங்கள் என எல்லா அரசு

ஊழியர்களுக்கும் சொல்லிக் கொள்கிறேன். என்னால் இப்போது இவ்வளவுதான் சொல்ல முடிகிறது.

இனி நான் வைஸ்ராய்க்கு எழுதுகிறேன். அவர் ஒப்புக்கொண்டபின் நான் அதை பொதுவெளியில் உங்கள் பார்வைக்குப் பிரசுரிக்கிறேன். நீங்கள் எல்லோரும் அதைப் படித்துப் பாருங்கள். 'எங்களுக்கு ரகசிய சுற்றறிக்கைகள் வருகின்றன. நான் என்ன செய்வது?' என்று ஒரு நீதிபதி என்னிடம் கேட்டார். 'நான் உங்கள் நிலைமையில் இருந்தால், கண்டுகொள்ளாமல் ஒதுங்கிவிடுவேன்' என்று சொன்னேன்.

'நான் உங்கள் ரகசிய அறிக்கையைப் பார்த்தேன். என்ன இருந்தாலும் என் நிலைப்பாடு காங்கிரஸோடு இருக்கிறது. என் வயிற்றுப் பாட்டுக்காக அரசாங்கத்திற்கு உழைத்தாலும், இந்த ரகசிய அறிக்கைகளை நான் பின்பற்றப் போவதில்லை' என வெளிப்படையாகச் சொல்லுங்கள் என்று சொன்னேன்.

இந்தக் கூட்டத்தில் பட்டாளத்து வீரர்களும் நிறைந்திருக்கிறீர்கள். நான் உங்களை இப்போதே ராஜினாமா செய்துவிட்டு வாருங்கள் என சொல்ல மாட்டேன். 'ஜவாஹர்லால், மௌலானா உட்பட நாங்கள் எல்லோரும் உங்கள் பக்கம் இருக்கிறோம். அரசின் கொடுமைகளால் நாங்கள் சோர்வுற்று இருக்கிறோம்' எனப் புரிந்து கொள்ளுங்கள்.

அரசாங்கத்தை நோக்கி 'மனதளவில் நாங்கள் காங்கிரஸோடு இருக்கிறோம். நீங்கள் சம்பளம் தரும்வரை எங்கள் பதவியை நாங்கள் ராஜினாமா செய்யப்போவதில்லை. உங்கள் கட்டளைகளை மதிப்போம். ஆனால் சொந்த நாட்டு மக்களை சுடுவதென்றால், எங்களால் முடியாது' என்று சொல்லுங்கள்.

இதைச் செய்ய நம்பிக்கை அற்றவர்களுக்கு இதற்குமேல் சொல்ல ஒன்றுமில்லை. அவர்கள் தம் இஷ்டப்படி நடக்கட்டும். ஆனால் இதை நீங்கள் செய்ய முனைந்தால், ஒட்டுமொத்த சமூகத்திலும் இதன் விளைவை உணரலாம். அரசு ஒருவேளை குண்டுமழை பொழியலாம். ஆனால் பூமியில் உள்ள எந்த சக்தியாலும் இனி உங்களை அடிமைத்தனத்தில் வைத்திருக்க முடியாது.

கொஞ்ச நேரம் போராட்டத்தில் தலையைக் காட்டிவிட்டு, மீண்டும் படிப்பதற்கு சென்றுவிடுவார்கள் என்றால் மாணவர்களை நான் அழைக்கமாட்டேன். இந்தப் போராட்டத்தை மனதிலிறுத்திய காலந்தொட்டே, மாணவர்கள் தங்கள் பேராசிரியரிடம், 'நாங்கள் காங்கிரஸ் இயக்கத்தைச் சார்ந்தவர்கள். நீங்கள் காங்கிரஸ்காரரா இல்லை அரசுப் பிரதிநிதியா? நீங்கள் காங்கிரஸ்காரராய் இருந்தால்,

பதவியில் இருந்து விலக வேண்டாம். பதவியில் இருந்தே எங்களுக்கு படிப்புச் சொல்லிக்கொடுத்து, சுதந்திரத்திற்கு போராடவும் வழிநடுத்துங்கள்' என சொல்லவேண்டும் என்று எதிர்பார்க்கிறேன்.

உலகெங்கிலும் நடந்த போராட்டங்களில் எல்லாம் மாணவர்களின் பங்கே பெரும்பாண்மையாய் இருந்திருக்கிறது. போராட்டத்திற்கு தயாராகும் அந்தச் சிறிய காலவெளியில், சமூகத்தை மாற்றும் சிறு சிறு பணிகளில் ஈடுபடுங்கள். அடுத்த கட்டத்திற்கு ஏற்றபடி களத்தை பண்படுத்துங்கள்.

நான் இன்னும் ஏராளமான விஷயங்களைச் சொல்ல விரும்புகிறேன். மனம் இறுகிப் போய் கிடக்கிறது. ஆனால் ஏற்கெனவே நிறைய நேரத்தை எடுத்துக்கொண்டேன். இன்னும் ஆங்கிலத்தில் சொல்ல வேண்டிய விஷயங்கள் கொஞ்சம் இருக்கின்றன. நேரம் தாழ்ந்த வேளையிலும் நான் பேசுவதைப் பொறுமையாய் கவனித்த எல்லோருக்கும் நன்றி கூறுகிறேன்.

இதுதான் உண்மையான வீரர்கள் செய்யும் செயல். கடந்த 22 வருடங்களாக நான் எனது பேனாவையும் பேச்சையும் அடக்கி வைத்துக் கொண்டு ஆற்றலை சேமித்து வருகிறேன். தேவை இல்லாமல் ஆற்றல் செலவு செய்பவன் உண்மையான பிரம்மசாரி அல்ல.

ஆனால் ஓர் உன்னதமான பிரம்மச்சாரியாக நான் எனது ஆற்றலை இத்தனை ஆண்டுகளாய் சேமித்து வைத்திருக்கிறேன். என் மனதில் சேகரமானதை பிரித்துக் கொட்டும் நாள் இன்று வாய்த்திருக்கிறது. உங்கள் பொறுமையைச் சோதிக்கும் என்றாலும், நான் இதை செய்தே தீரவேண்டும். இப்படி செய்வதால் எனக்கு வருத்தம் கிடையாது. உங்களிடம் என் செய்தியை சேர்ப்பித்ததன் மூலம், இந்தியா முழுமைக்கும் நான் இதை கொண்டுசேர்த்திருக்கிறேன்.

•

12

நாம் முன்னேறவில்லை என்றால் நொறுக்கி விடுவார்கள்

ஜோசப் ஸ்டாலின் (1878 - 1953)

ரஷ்யப் புரட்சியின் நாயகனான லெனின் 1924இல் மறைந்தார். புரட்சிக்குப் பின்பு சொற்ப காலமே உயிரோடிருந்தாலும் மக்களின் மனத்தில் ஆழமாகக் குடிகொண்டிருந்தார். அவருக்குப்பின் யார் என்ற கேள்வி எழுந்தது. டிராட்ஸ்கியா, ஸ்டாலினா? கட்சிக்குள் குழப்பம் ஏற்படுத்தி 1923லேயே ட்ராட்ஸ்கியை ஓரங்கட்டி, ஸ்டாலின் தன்னை நிலைநிறுத்திக் கொண்டார்.

லெனினுக்குப் பின் ரஷ்யாவின் முழுமுதல் அதிகாரம் ஸ்டாலினின் கைகளுக்குள் கட்டுண்டு கிடந்தது. பின்னர் மிகுந்த விமரிசனங்களை எதிர்கொண்டது அவர் அமைத்த சர்வாதிகார ஆட்சி. 1928இல் சோஷலிச சமுதாயம் அமைக்க, சிறப்பான ஐந்தாண்டு திட்டங்களை அவர் அறிமுகப்படுத்தினார்.

முதல் ஐந்தாண்டு திட்டத்தில் 1500க்கும் மேற்பட்ட தொழிற் சாலைகள் கட்டி முடிக்கப்பட்டன. ஐரோப்பாவிலேயே மிகப்பெரிய மின் உற்பத்தி நிலையமும் புத்தம் புதிய தொழில்நுட்பக் கட்டுமானங்களும் அவற்றுள் அடக்கம். சில ஆயிரக்கணக்கில் சாலைகள் அமைத்து, கால்வாய்கள் வெட்டி, புதிய நகரங்களை நிர்மாணித்து, பூதாகர பரிசோதனைகளை வெற்றிகரமாக மேற் கொண்டார். இவையனைத்தும் மனித உயிர்களைப் பணயம் வைத்து உருவாக்கப்பட்டது என்று மேற்குலகம் சொல்லும்.

மலையளவு சாதனைகளை செய்து முடித்தாலும் ஸ்டாலினுக்கு மனம் ஒப்பவில்லை. வேகம் போதாது என்றார். ரஷ்ய தேசிய வாதத்தை கட்டியெழுப்பி தொழிற்சாலை மேலாளர்களுக்கு அவர் பேசிய இந்தச் சிறு உரையில் ரஷ்யப் பெருங்கனவு எட்டிப் பார்க்கிறது.

1931ஆம் ஆண்டு, பிப்ரவரி 4ஆம் தேதி மாஸ்கோ நகரில் ஸ்டாலின் கர்ஜித்தார். 'நாம் முன்னேறாவிட்டால் மேற்குலகம் நம்மை நசுக்கிவிடும்' என்ற சிறு ஊசியை வைத்துக்கொண்டு எழுச்சியூட்டும் தேசியவாத உரையொன்றை அவர் நெய்தார்.

•

இந்த இயக்கம் சரியான திசையில் போய்க்கொண்டிருக்கிறதா என்பதை அறிய, நாம் ஏன் கொஞ்சம் நிதானமாக பயணிக்கக்கூடாது என்று சிலசமயம் கேட்கிறார்கள்.

முடியாது தோழர்களே! அது சாத்தியம் அல்ல. துளியளவும் நிதானத்தைப் பின்பற்றமுடியாது.

மாறாக அதே அளவு வேகத்தை அதிகரிக்க வேண்டும். நம் பலத்தைப் பெருக்குவதிலும் சாத்தியக்கூறுகளை அதிகப்படுத்துவதிலும் மேன்மேலும் வேகமெடுக்க வேண்டும். சோவியத் யூனியனின் ஒவ்வொரு விவசாயக் குடியும், அடிநிலையில் உள்ள ஒவ்வொரு தொழிலாளியும் இந்தக் கடமையை மனமுவந்து ஏற்கவேண்டும். ஒட்டுமொத்த உலகின் அனைத்து வகையான தொழிலாளர்களுக்கும் இந்தக் கடமைகள் ஒப்படைக்கப்பட்டுள்ளன.

இந்த வளர்ச்சி போக்கில் நிதானத்தைக் கொஞ்சம் இழந்தாலும் பாதிக்கப்படுவது நாம்தான். நம்மைக் கீழே தள்ளி சரமாரியாய் தாக்குவதற்கு எந்நேரமும் தயாராக இருக்கிறார்கள். ஆனால் நாம் அடிவாங்க விரும்பவில்லை. இன்னும் சொல்லப்போனால், தண்டிக்கப்படுவதை வெறுக்கிறோம்.

தன் மந்தமான சோம்பேறித்தனத்தால் ரஷ்யாவின் பழங்காலம் தொடர் தோல்விகளால் சூழப்பட்டிருக்கிறது. மங்கோலியக் கான்களும் துருக்கியர்களும் ஸ்வீடன் நாட்டு நிலவுடைமைப் பெருமுதலைகளும் ரஷ்யாவைத் துண்டாடினார்கள். போலிஷ் நாட்டவரும் லித்துவேனியா வீரர்களும் பிரித்தானிய, பிரெஞ்சு பெருமுதலாளிகளும் ஜப்பானிய கோமான்களும் நம்மை நாசம் செய்தார்கள்.

எல்லோரும் ரஷ்யாவை பந்தாட என்ன காரணம்? அதன் பின்தங்கிய நிலை. ராணுவ ரீதியாகவும் கலாச்சார ரீதியாகவும் அரசியல், விவசாய மற்றும் தொழில்நுட்ப ரீதியாகவும் ரஷ்யா மிகவும் பின்தங்கியிருக்கிறது. மேலும் நம்மைத் தாக்குவது அவர்களை லாபம் அடையச் செய்வதோடு, எந்தவொரு நஷ்டமும் ஏற்படுத்தாது என்பதை நன்றாக அறிந்திருந்தார்கள்.

புரட்சிக்கு முன்பு கவிஞர் ஒருவர் சொன்ன வார்த்தைகளை நீங்கள் நினைத்துப் பார்க்க வேண்டும். 'ரஷ்ய தாயே, நீ ஏழையாக இருந்தாலும் எல்லாம் படைத்தவளாய் இருக்கிறாய்; சகல சக்திகளும் பொருந்தியிருந்தாலும் செயலற்றுக் கிடக்கிறாய்.'

ரஷ்யர்களைவிட ரஷ்யாவை அடித்து நொறுக்கிய கனவான்களுக்கு இந்த வரிகளில் நல்ல பரிச்சயம் இருக்கும். நம்மிடமிருந்து செல்வங்களைப் பறித்துச் செல்லும்போது, 'நீர்தான் எல்லாம் படைத்தவள் ஆயிற்றே கொஞ்சம் நாங்களும் எடுத்துக் கொள்கிறோம்' என்று சொல்வார்கள். 'நீங்கள் சகல சக்திகள் பொருந்தியிருந்தாலும் செயலற்றுக் கிடக்கிறீர்கள்' என்று நம்மை ஒடுக்கக் காரணம் சொல்லி யாதொரு தீங்குமின்றி ரஷ்யச் செல்வங்களைக் கொள்ளையடித்துச் சென்றார்கள்.

நலிந்துபோனவர்களையும் பிற்பட்டோரையும் அடித்துப் பிழைப்பதுதான் சுரண்டல்காரர்களின் எழுதப்படாத சட்டம். முதலாளித்துவம் ஏற்றுக் கொண்டிருக்கும் காட்டுத்தனமான விதி!

நீ பின்தங்கியும் நலிந்துபோயும் இருப்பதால், உன்னிடம் ஏதோ குறையிருக்கிறது. ஆக உன்னை அடிமைப்படுத்துவதிலோ அடித்து துவம்சம் செய்வதிலோ கொஞ்சமும் தவறு கிடையாது. நாங்கள் வலிமைப் பொருந்தி இருப்பதால், எங்களுக்குப் பயந்து நடக்க வேண்டியது உன் கடமை என்று சொல்வார்கள்.

அதனால்தான் சொல்கிறேன், இனியும் நாம் பின்தங்கிய நிலையில் நிற்கக்கூடாது.

கடந்தகாலத்தில் நமக்கு தாய்நாடு என்று எதுவும் கிடையாது. உண்மையில் இருந்திருக்கவும் முடியாது. ஆனால் இப்போது முதலாளித்துவத்தை நாம் தூக்கியெறிந்து விட்டோம். அதிகாரம் நம் கையில் இருக்கிறது. மக்கள் அதன் ருசியை உணர்கிறார்கள். நமக்கென்று ஒரு தாய்நாடு இருக்கிறது. அதன் சுதந்திரத்தை நாம்தானே காப்பாற்ற வேண்டும்!

இந்த சோஷலிசப் பூமியை துண்டு போட்டு தாரை வார்ப்பதில் உங்களுக்கு விருப்பம் இருக்கிறதா?

இல்லை என்றால் உடனே ஒன்று சேருங்கள். இதன் பின்தங்கிய நிலைக்கு இன்றே முற்றுப்புள்ளி வையுங்கள். நேர்மையான போல்ஷ்விக் ஆட்சி அமைய, சீரான வேகத்தில் தொடர்ந்து முன்னேறி சோசலிசப் பொருளாதாரம் ஏற்படுத்துவோம்.

இதைத்தவிர வேறு வழி கிடையாது. அதனால்தான் அக்டோபர் புரட்சிக்கு முன், ‘முன்னேறிய முதலாளித்துவ நாடுகளை முறியடிக்க முயல்வோம் இல்லையென்றால் செத்து மடிவோம்’ என்று லெனின் சொன்னார்.

முன்னேறிய நாடுகளைக் காட்டிலும் ஐம்பது அல்லது நூறு ஆண்டுகள் நாம் பின்தங்கியிருக்கிறோம். இந்த வேற்றுமையை அடுத்த பத்து ஆண்டுகளுக்குள் குறைக்கவேண்டும். நாம் முன்னேற வில்லை என்றால் நொறுக்கி விடுவார்கள். சோவியத் ஒன்றியம் அதன் தொழிலாளர்களுக்கும் விவசாயிகளுக்கும் முன்வைக்கும் ஒரே கடமை இதுதான்.

நமக்கும் முன்னேறிய நாடுகளுக்கும் இடையே உள்ள தூரத்தைக் கணிசமாகக் குறைக்க இன்னும் பத்து ஆண்டுகள்தான் இருக்கின்றன. இதற்கான எல்லாவிதச் சாத்தியங்களும் ஒன்றுகூடியிருக்கின்றன. ஆனால் சாத்தியங்களை சாமர்த்தியமாகப் பயன்படுத்துவதில் மட்டும் குறைபடுகிறோம்.

இந்தக் குறை நம்மிடந்தான் இருக்கிறது. வாய்ப்புகளை சரிவர பயன்படுத்த நாம் கற்றுக்கொள்ள வேண்டும்.

உற்பத்தியில் தலையிட மாட்டேன் என்ற அழுகிய மரபுகளை இன்றே அழிக்க வேண்டும். ‘எல்லாவற்றிலும் தலையிடுவேன்’ என்ற நவீனத்தை நோக்கி புதிய மரபுகளை ஏற்படுத்த வேண்டும்.

நீங்கள் ஒரு தொழிற்சாலையின் மேலாளராய் இருந்தால், தொழிற் சாலையின் எல்லா விவகாரங்களிலும் தலையிடுங்கள். அனைத்து மட்டத்திலும் ஒரு பார்வை இருக்கட்டும். உங்கள் பார்வையில் இருந்து எதுவும் தவறக்கூடாது.

திரும்பத் திரும்பப் புதியனவற்றைக் கற்றுக்கொள்ளுங்கள். போல்ஷ்விக்குள் தொழில்நுட்பத்தில் மன்னராய் இருக்கவேண்டும். போல்ஷ்விக்குகள் இனி இந்த உலகில் நிபுணராய் இருக்க காலம் வாய்த்துவிட்டது.

நமது இந்தச் மறுசீரமைப்பு காலத்தில் தொழில்நுட்பமே எல்லாவற்றையும் முடிவு செய்கிறது. தொழில்நுட்பம் பற்றி தெரிந்துகொள்ள மாட்டேன் என்று சொல்லும் ஒரு தொழில் நிர்வாகி எனக்கு வேடிக்கையாய் தெரிகிறான்.

தொழில்நுட்பத்தில் நிபுணத்துவம் அடைவது அவ்வளவு எளிமையான காரியம் அல்ல என்று சொல்லி வைக்கப் பட்டிருக்கிறது. ஆனால் அது உண்மை அல்ல. போல்ஷ்விக்குகளால் கைப்பற்ற முடியாத கோட்டை என்று எதுவும் உண்டா?

மிகக் கடுமையான கடல்களை நாம் தாண்டி இருக்கிறோம். முதலாளித்துவத்தைத் தூக்கி எறிந்திருக்கிறோம். ஆட்சி அதிகாரத்தைக் கைப்பற்றி சோஷலிச தொழிற்சாலைகள் திறந்திருக் கிறோம். நடுத்தர விவசாயக் குடிகளை சோஷலிசப் பாதையில் வழிநடத்திச் செல்கிறோம்.

நிர்மாணிப்புப் பணிகளில் ஏராளமானவற்றைச் செய்துமுடித்து விட்டோம். இனி எஞ்சி இருப்பது ஒன்றிரண்டு வேலைகள்தான். தொழில்நுட்பம் படித்து அறிவியலை ஆட்டிப்படைக்க வேண்டும். இதைமட்டும் செய்துவிட்டால், நாம் இப்போது கனவிலும் நினைத்துப் பார்க்க முடியாத வேகத்தை அடைந்துவிடலாம். இதன் தேவை நிச்சயம் என்றால் நாம் செய்தே தீருவோம்!

●

13

புராதனச் சின்னங்களைப் பாதுகாக்க வேண்டும்

கர்சன் பிரபு (1859 - 1925)

கர்சன் பிரபு. வரலாற்று முக்கியத்துவம் வாய்ந்த வங்கப் பிரிவினையால் நன்கு அறியப்பட்ட நபர். 1899 முதல் 1905 வரை பிரிட்டிஷ் இந்திய ராஜ்ஜியத்தின் வைஸ்ராயாக இருந்தவர். ஆனால் அவருக்கு யாரும் அறியாத வேறொரு முகம் இருந்தது.

ஓர் அந்நியராய் இந்தியப் புராதனக் கட்டிடங்கள் மேல் அளவில்லாத அன்பு வைத்திருந்தார். தொல்லியல் ஆராய்ச்சியில் இந்தியர்களுக்கு இருந்த அசட்டுத்தனத்தைக் கண்டு மனம் வெதும்பி புழுங்கினார். அவர் பரிசளித்த வெண்கல விளக்கு ஒன்று இன்றைக்கும் தாஜ் மஹாலில் ஒளிர்கிறது.

அறியாமை நிறைந்த இந்திய மக்களின் அரிய கலைப் படைப்புகளைப் பத்திரப்படுத்தி அழகு சேர்க்க நிறைய முயற்சிகள் மேற்கொண்டார். 1900ம் ஆண்டில் வங்காள ஆசியச் சமூகத்தில் 'இந்தியப் புராதனச் சின்னங்களைப் பாதுகாக்க வேண்டும்' என்று அவர் பேசிய அரிய உரையில் அவருக்கு இருந்த போதாமைகளைப் பட்டியலிடுகிறார். 1904ம் ஆண்டில் 'புராதனச் சின்னங்கள் பாதுகாப்புச் சட்டத்தை' கர்சன் பிரபு அமல்படுத்தியதற்கு முன்னத்தி ஏராக இருந்தது இந்த உரைதான்.

•

புராதன இந்தியக் கட்டுமானங்கள் பற்றி அரசு கவனம் கொள்ள வேண்டிய வழிமுறைகளை நான் இங்கு சொல்வதில் எவ்வித ஆட்சேபனையும் இருக்காது என்று நினைக்கிறேன். மக்களுக்கு அறிவுஜீவித்தனமான ஆராய்ச்சிகளில் ஈடுபட போதுமான நேரம் இல்லை. தனிப்பட்ட ஆராய்ச்சிகளும் பிரத்தியேக மேற்படிப்புகளும் இந்தியக் கல்விச் சூழலில் ஒவ்வாதது என ஒதுக்கப்பட்டிருக்கின்றன. ஆனால் இன்றைக்கும்கூட வங்காளத்தின் ஆசியச் சமூகம் தொய்வின்றி தொல்லியல் ஆராய்ச்சியில் ஈடுபட்டு வருகின்றது. இந்நிறுவனம் வெளியிட்ட ஆய்வேடுகளே அதன் வெற்றியைப் பறைசாற்றி ஜொலிக்கின்றன.

புலமை பெற்ற அறிஞர் மக்களின் அறிவுரையும், சிறப்புப் பொருந்திய மாணவர்களின் ஆய்வுரையும் எதிரொலித்துக் கொண்டிருக்கும் இந்தக் கட்டடத்தில், நினைவுச் சின்னங்களால் அலங்கரிக்கப்பட்டிருக்கும் இந்த அரங்கில் உங்கள் தயவுடன் ஒன்றைப் பகிர்ந்து கொள்ள ஆசைப்படுகிறேன். இன்றைய தலைமுறையினர் தொல்லியல் ஆராய்ச்சியில் பட்டவர்த்தனமாக ஈடுபடவும், மூச்சு விடத் தள்ளாடும் அவர்தன் முந்தைய தலைமுறையினர் இதே துறையில் புலமை வாய்ந்திருக்கவும் எந்தவொரு காரணி மிக முக்கியமாய் இருந்ததோ, அதைத்தான் இன்று உங்களோடு பகிர வேண்டும். சிந்தை உள்ள ஒவ்வொரு மனிதனின் எண்ணவோட்டத்தையும் அந்தச் செய்தி ஈர்க்கும் என நம்புகிறேன்.

சமீபத்தில் இந்தியா முழுதுமுள்ள பிரபலமான வரலாற்றுத் தளங்களைப் பார்வையிடச் சென்றேன். அங்கிருந்த புராதன முக்கியத்துவம் வாய்ந்த எழில்மிகு கட்டடங்களைப் பார்த்ததும், இந்தப் பழங்கால நினைவுச் சின்னங்களைப் பாதுகாப்பது அரசின் தலையாயக் கடமை என்பதை ஒன்றுக்கு இரண்டுமுறை அங்கிருந்தவர்களிடம் சொன்னேன்.

நம் முன்னோர்களுக்கும், சமகாலத்தவருக்கும், எதிர்வரும் சந்ததியினருக்கும் கடமையாற்ற வேண்டிய பெரும் பொறுப்பு நம்மேல் சுமத்தப்பட்டிருக்கிறது. சமகாலத்தில் அதைப் பாதுகாத்து எதிர்காலத்திற்கு கடத்துவதிலேயே முன்னோர் ஆற்றிய செயற்கரிய செயலுக்கு அங்கீகாரம் அளிக்கிறோம்.

முன்னோர்கள் ஒப்படைத்துச் சென்ற ஒப்புயர்வற்ற கலைப் படைப்பின் பாதுகாவலர் நாம். நமக்குப் பின்வரும் சந்ததிக்கு இதை அப்படியே ஒப்படைக்காவிட்டால், நீங்கள் அடைந்த இன்ப

நுகர்ச்சிகளை நாங்கள் அனுபவிக்க வாய்ப்பு இல்லையே என்று குறை சொல்ல மாட்டார்களா? மேலும் முன்னோர்கள் செய்த கைவினைப் பொருட்களுக்கு மரியாதை கொடுத்து பரிசீலிக்காத நாம், எந்தவகையில் எதிர்வரும் சந்ததிகள் நமது உழைப்பை மதிக்க வேண்டும் என்று எதிர்பார்க்கிறோம்?

அரசாங்கத்தின் சார்பாக நான் இந்தக் கடமையை வலியுறுத்தி ஏற்றுக்கொள்கிறேன். பல ஐரோப்பிய தேசங்களைவிட இதன் தேவை இந்தியாவில் இன்றியமையாததாய் இருக்கிறது. ஐரோப்பிய நாடுகளில் பெரும்பாலும் இவை தனியார் உடைமை. நிதி பலம் உள்ளவர்களால் கைப்பற்றப்பட்டு, அழகு கெடாமல் பராமரிக்கப் படுகின்றன.

தனியார் அமைப்புகள், தொண்டு நிறுவனங்கள், அறக்கட்டளைகள் என பெரிய அளவிலான பணியை அரசு சாரா அமைப்புகள் செய்துவிடுவதால் அரசின் கடமை ஓரளவுக்குச் சுருங்கிவிடுகிறது. வரலாற்றுக் கட்டடங்களும் பிரம்மாண்ட கோயில்களும் மதிப்பிடமுடியாத கலைப் படைப்புகளும் ஜனரஞ்சகமான மக்கள் உடைமையாய் கட்டமைக்கப்படுகின்றன. ஆகவே சிதைவுபடாமல் பாதுகாத்து ஆக்கிரமிப்பில் இருந்து மீட்பது அவ்வளவு பெரிய காரியம் அல்ல. ஆனால் இந்தியாவில் உள்ள சூழல் முற்றிலும் வேறு.

மறைந்துபோன வம்சங்களாலும், மறக்கப்பட்ட மன்னர் களாலும், துன்புறுத்தி அவமதிக்கப்பட்ட வெவ்வேறு சமய எச்சங் களாலும் இந்திய தேச வரலாறு மூடி மறைக்கப்பட்டிருக்கிறது. குறிப்பிடத்தகுந்த விதிவிலக்குகள் இருந்தாலும், அந்த நினைவுச் சின்னங்கள் பிரிட்டிஷ் இந்தியப் பிரதேசத்திலும் அரசாங்கத்துக்குச் சொந்தமான நிலத்திலும்தான் உள்ளன. பெரும்பாலும் இவை ஆள் அரவமற்ற ஏகாந்தத் தளத்தில், வெப்பம் மிஞ்சிய காட்டுப் பகுதியில், புதர் மண்டிய செடிகளுக்கு மத்தியில் காணப்படுகின்றன.

அறியாமை நிறைந்த உள்ளூர் மக்கள் இதன் புராதனச் சிறப்பை உணர்ந்து கொள்ளாமல், தாம் விரும்பியபடி செப்பன் செய்து புதிய கட்டடத்தை உருவாக்க விரும்புகிறார்கள். இவையெல்லாம் இந்திய அரசின் மேல் படிந்திருக்கும் விசித்திரமான சவாலை வெளிக் கொணர்கின்றன. பேகன் கலை வடிவச் சின்னங்களைப் பாது காப்பதில் கிறிஸ்தவ ஆட்சியாளர்களுக்கு ஏன் இத்தனை ஆர்வம் என்று யாராவது கேட்டாலோ, மாற்றுச் சமூகக் கலாசாரத்தை பாதுகாப்பதில் ஏன் இத்தனை வேகம் என்று முணுமுணுத்தாலோ, நான் அவருடன் வாதிட விரும்பவில்லை.

மனித மனங்களை உள்ளார்ந்து கிளர்ச்சி செய்ய வைக்கும் கலை, அழகு போன்ற பண்பாட்டு வடிவங்களுக்கு சமயச் சார்பு கிடையாது. மனித நம்பிக்கையில் வேர் கொண்டிருக்கும் இந்தக் கலைப் படைப்புகளை மதங்கள் சுவீகரிப்பதற்கு முன்னால், அவை உலகம் தழுவிய மக்கள் திரளுக்கு தன்னை அர்ப்பணித்துக் கொண்டதை உணரவேண்டும்.

இந்தக் கண்ணோட்டத்தில் இருந்து பார்க்கும் ஒருவருக்கு பிராமணர்களின் பாறைக் கோவில்கள் பௌத்த விகாரங்களைப் போலும்; முகமதியர்களின் முஸ்ஜித்துகள் கிறிஸ்தவ தேவாலயங்கள் போலும் தெரிகின்றன. ஒரு சர்வாதிகாரியின் கல்லறைக்கும் சமயத் துறவியின் கல்லறைக்கும் கலை நேர்த்தியிலான பாகுபாட்டை நம்மால் அடையாளம் காணமுடியாது.

எழிலார்ந்த, வரலாற்றுச் சிறப்புமிக்க, கடந்த காலத்தின் முகத் திரையைக் கிழித்தெறியும் முக்கிய அளவுகோல்களில் நாம் கவனம் செலுத்த வேண்டும். அவைதான் மர்ம முடிச்சுகளைப் புதிர் அவிழ்த்து, உண்மையை உலகிற்கு உரக்கச் சொல்கின்றன. மிகப் பெரிய கண்டுபிடிப்புகளைச் சாத்தியப்படுத்திய காலத்திலும், பழங்காலம் பற்றிய வெற்று அனுமானங்களைத்தான் வரலாறு என்று சொல்லிவருகிறோம். அறிஞர்களின் ஆய்வு முடிவுகளால் சிதறிக் கிடக்கும் பகுதிகளை ஒன்றுசேர்த்து கொஞ்சம் கொஞ்சமாய் வரலாறு தீட்டுகிறோம்.

நம்மைச் சுற்றித்தான் அதன் தடயங்கள் மறைந்திருக்கின்றன. புதையுண்ட நகரங்களிலும், படிப்பிக்கப்படாத கல்வெட்டுகளிலும், சாதாரண நாணயங்களிலும், இடிந்து விழும் நிலையிலுள்ள புராதனத் தூண்களிலும் வரலாறு ஒளிந்திருக்கிறது. அதன்மூலம் கடந்த கால வரலாற்றை புணரமைக்கப் போதுமான தரவுகள் நமக்குக் கிடைக்கின்றன. இவை இழந்துபோன காலத்தின் கலை, அரசியல், இலக்கியம் மற்றும் விழுமியக் கோட்பாடுகளை அனுதினமும் நமக்கு நினைவூட்டுகின்றன.

அசிரிய, எகிப்து மற்றும் தொடக்ககால ஐரோப்பிய நினைவுச் சின்னங்களை ஒப்பிடுகையில் பெரும்பாலான இந்திய நினைவுச் சின்னங்கள் காலத்தால் பிற்பட்டவை. ஒருவேளை நான் சொல்வது தவறாகவும் இருக்கலாம். இந்தியாவின் மிகப் பழமையான நினைவுச் சின்னம் சாஞ்சி ஸ்தூபி. அதன் கல் அடுக்கு வரிசைகள் இயேசு பிறப்பதற்கு முன்னூறு ஆண்டுகளுக்கு முன் எழுப்பப் பட்டவை. ஒருவேளை ஸ்தூப பகுதி மட்டும் அதற்கும் முந்தையதாய்

இருக்கலாம். ஆனால் இதற்கு ஆயிரமாண்டுகளுக்கு முன்பே எகிப்திய மாளிகைகளும், சால்டியா - நினெவே நிலப் பகுதிகளும், பிரமிடுகளும், பாறையிலான கல்லறைகளும் நிர்மாணிக்கப் பட்டுள்ளன. ஏதென்ஸ் நகரிலுள்ள பார்த்தினன் கோயிலைக் காட்டிலும் பழைமையான கட்டடம் இந்தியாவில் கிடையாது. ரோம் நகரின் கொலோசியத்தைக் காட்டிலும் இங்குள்ள பெரும்பாலான கட்டடங்கள் காலத்தால் பிந்தையவை.

இங்கு முகலாயக் கட்டடங்கள் தொடக்கம் காணும் முன்பே, இங்கிலாந்தில் நார்மன் மற்றும் கோத்திக் பாணியிலான கட்டிடங்கள் கட்டிமுடிக்கப் பட்டன. இங்கிலாந்தில் வெஸ்ட்மின்ஸ்டர் ஹால் கட்டிமுடிக்கப்பட்ட அதே நூற்றாண்டில்தான் முகமதிய கட்டடப் பாணியின் நுணுக்கமான கலைப் படைப்பான ‘குதுப் மினாரை’ தில்லியில் கட்டிமுடித்தார்கள். ஆனால் நாங்கள் அவற்றைப் புராதனக் கட்டடம் என்று சொல்வதிலிருந்து வெகுதூரம் வந்துவிட்டோம்.

தில்லி, ஆக்ரா மற்றும் லாகூரில் கட்டப்பட்ட அரேபிய பாணியிலான பிற்காலக் கட்டடங்கள் அக்பர் மற்றும் ஷாஜகானின் தேர்ந்தெடுத்த வல்லுநர்களால் வெளிர் நிறத்தில் களங்கமற்று ஜொலித்துக் கொண்டிருக்கும்போது, இங்கிலாந்தின் ஆக்ஸ்போர்டு மற்றும் கேம்பிரிட்ஜ் பல்கலைக்கழகங்கள் சாம்பல் நிறத்தில் மங்கல் அடித்துவிட்டன. ரென் கட்டிய மறுமலர்ச்சி கால புனித பால் தேவாலயம், தாஜ் மஹாலை காட்டிலும் ஒரு தலைமுறைதான் பிந்தியது.

பெரும்பாலான இந்தியப் புராதனப் பொருட்களுக்கு மற்றொரு குறிப்பிடத்தகுந்த அம்சம் உள்ளது. அவையாவும் முசல்மான் காலத்தைச் சார்ந்தவை. எந்த நிலையிலும் அதில் பூர்வாங்க அறிவோ, இந்தியக் கலை ஞானமோ எட்டிப் பார்ப்பது கிடையாது. எல்லாம் புறவயமானது. பெர்சியா, மத்திய ஆசியா, அரேபியா மற்றும் ஆப்கானிஸ்தான் பகுதிகளில் இருந்து படையெடுத்து வந்த அயல் நாட்டு வீரர்களிடம் கடன் வாங்கப்பட்டவை.

ஆயிரம் ஆண்டுகளுக்கு முன்பு, இந்தியக் கட்டடக்கலையின் சில வடிவங்களில் அயல்நாட்டு செல்வாக்கு மிகவும் நிலையற்றதாய் இருந்தாலும் குறிப்பிடும்படியான தாக்கத்தை ஊகித்து உணரலாம். அலெக்சாண்டர் படையெடுப்பின் எச்சங்களை அடிப்படையாகக் கொண்டு நிறுவப்பட்ட கிரேக்க-பாக்திரிய ராஜ்யங்களில் உருவான கிரேக்கப் பாணியை நான் இங்குக் குறிப்பிடுகிறேன். இது கிறிஸ்தவ

சகாப்தத்திற்கு முந்தைய நூற்றாண்டுகளில் வடமேற்கு இந்தியா மற்றும் பஞ்சாப் பகுதியின் சிற்பக் கலை மரபை ஆழமாகப் பாதித்தது.

இந்தியச் சிற்பங்களும் இந்தியக் கட்டடங்களும் வெளிநாட்டு செல்வாக்கைப் பிரதிபலிப்பதால் தரம் தாழ்ந்தது என்று எண்ண வேண்டாம். அவை சுவாரஸ்யமானவை. ஐரோப்பாவில் எழுந்த மறுமலர்ச்சி காலப் புத்தெழுச்சியாக இதை நாம் அடையாளம் காணவேண்டும். சிறு சிறு வேறுபாடுகள் இருந்தாலும், இவை எங்கள் நாட்டுக் கட்டடங்களை நினைவுபடுத்துகின்றன.

உண்மையில் நம்மைப் போன்ற ஒரு வெளிநாட்டு இனம்தான் பாரபட்சமின்றி நடுநிலையாக செயல்பட்டு புராதனத்தைப் பாதுகாக்க உகந்தவராய் இருக்க முடியும். வெவ்வேறு காலக் கட்டங்களில் உருவான இந்தக் கலைப் படைப்புகள் விரோத மனப்பான்மையாலும், போர்க்குணம் கொண்ட மன்னர் வம்சங்களாலும், குரோதங்களாலும், மத வேற்றுமையாலும் துண்டாடுவதை நாங்கள் விரும்பவில்லை.

எங்களைப் பொருத்தவரை புராதன முக்கியத்துவம் வாய்ந்த, வரலாற்றியல் சிறப்புப் பெற்ற, கலை நுணுக்கமுள்ள இந்து, முஸ்லிம், பௌத்த, பிராமணிய, சமணர்களின் நினைவுச் சின்னங்கள் எல்லாம் ஒரே நேர்க்கோட்டில் சரிநிகர்சமாய் கொண்டாடப் படுபவை. ஒன்றுக்கு அதிக முக்கியத்துவம் அளித்து, பிறிதொன்றை நலிந்து போகும்படி செய்ய மாட்டோம். ஒவ்வொரு படைப்பும் மனித சமூகத்தின் வெற்றிக் களிப்பை உறுதிசெய்த நம்பிக்கையின் எச்சம். ஒவ்வொரு படைப்பும் ஆங்கிலேய வரலாற்றின் ஓர் அத்தியாயத்தை நிரப்புகின்றது. ஆளும் அரசின் கட்டுப்பாட்டிற்கு உட்பட்ட இவையெல்லாம் பண்பாட்டு வரலாற்றின் ஓரம்சாரமான பகுதி என்று விளங்க வேண்டும்.

இந்தியாவில் உள்ள பெரும்பாலான கட்டுமானச் சின்னங்கள், ஸ்தூபிகள், கோயில்கள், அரண்மனைகள், கல்லறைகள், கோட்டைகள் எல்லாம் நன்கு ஆராயப்பட்டு, பூர்வாங்க ரீதியில் இந்தியத் தன்மையல்லாமல் வெளிநாட்டு தாக்கங்கள் தென் பட்டாலும், காலவரிசையில் மிகைப்படுத்தல் இல்லை. தவிரவும் எல்லாப் படைப்புகளும் உண்மையானவை.

இந்திய எச்சங்களை ஆய்வு செய்வதிலும், தொல்லியல் மேடுகளின் காலம் கணிப்பதிலும், பழம் நாகரிக இந்திய நகரங்களை அகழாய்வு செய்வதிலும், கல்வெட்டுகளைப் படியெடுத்து படிப்பதிலும் எதிர்வரும் இந்தியத் தொல்லியல் ஆராய்ச்சியாளர்களுக்குப் பெரும்

பணி காத்திருக்கிறது. ஒருவேளை அவர்கள் பொய்கூடச் சொல்லலாம்.

இந்திய வரலாற்றின் பிற்பகுதி சாமானியரும் வாசிக்கும்படி வெளிப்படையாக இருக்கிறது. ஆனால் அதன் தொடக்க அத்தியாயங்கள் மூடுதிரைகள் போர்த்தி இருள் சூழ்ந்த பகுதியாய், ரஸமான புனைவுகளால் நிரம்பியுள்ளது. நாம் அதன் உண்மைத் தன்மையைக் கேள்விக்கு உள்ளாக்குகிறோம். இதுவும் அரசாங்கத்தின் கடமைதான். கல்வெட்டு ஆராய்ச்சியைப் பாது காப்பின் பின்னணியில் அமல்படுத்தவேண்டும். இவையனைத்தும் புராதனப் பணி சார்ந்த அறிவியல் மயமான வேலையின் ஓர் அங்கம்.

அரசு ஒன்றை மட்டும் புரவல் செய்து, மற்றொன்றைக் கைகழுவி விடும் என்போரின் கட்சி அல்ல நான். ஒரு கலைப்பொருளை அகழ்ந்து, கண்டுபிடித்து, வகைப்படுத்தி, மீட்டுருவாக்கம் செய்து, விளக்கம் கொடுத்து, நகலெடுத்து காட்சிப்படுத்துவதில் எல்லா வற்றிற்கும் சரிசமமான உரிமை வழங்கவேண்டும் என்று விரும்புகிறேன்.

இப்போதைக்கு மீட்டுருவாக்கம் பற்றி என்னால் பேச முடியாது. கலைப்பொருட்களைச் சட்டப்பூர்வமாக மீட்டுருவாக்குவது பற்றிப் பேசினால் இன்று மாலை நான் ஒதுக்கிய நேரத்தைவிட வெகுநேரம் தேவைப்படும். ஆனால் அரசாங்கத்தின் கடமைகள் கண்டு நான் விரக்தி அடையவில்லை. இனி செய்ய வேண்டிய பணிகள் பற்றி போதுமான மதிப்பீடு வழங்கியிருக்கிறேன் என்று நான் பேசியதிலிருந்து புரிந்துகொண்டிருப்பீர்கள்.

பிரிட்டிஷ் அரசாங்கம் இதுவரை எந்த மாதிரியான உதவிகளைச் செய்து வந்திருக்கிறது? இனி எந்த வகையில் உதவி செய்யப்போகிறது என்று யாரேனும் கேட்டால், என் பதில் சாதகமற்றதாய் இருக்கும். நான் அந்தக் கேள்வியை நுணுகி ஆராய்கிறேன். அறுபடாத சங்கிலியில் ஒரு புதிய தொடர்பைத்தான் நாம் உருவாக்குகிறோம்.

இந்த நாட்டில் ஊடுருவிய ஒவ்வொரு மதமும் தன் எதிரியைத் துவம்சம் செய்வதன் மூலம், தன்னை முன்னிலைப்படுத்த அரும்பாடுபட்டிருக்கின்றது. பிராமணர்கள் மலைமேல் இருக்கும் கோவில்களுக்குச் சென்றபோது, அங்கிருந்த அமர்ந்தகோல புத்தர் சிலைகளை அடித்து நொறுக்கினார்கள். குதுப் மினாரின் பக்கவாட்டில் உள்ள பிரம்மாண்ட மசூதியைக் கட்டிமுடிக்க, குத்புத்தீன் ஐபெக் இந்துக் கோயில்களைச் சேதப்படுத்தி அதன்

மிச்சமீதிகளைப் பயன்படுத்திக் கொண்டார். செதுக்கி வைக்கப்பட்ட சமணச் சிற்பங்களைச் சாதகமாய் சிதைத்து தன் புதிய மசூதியை அலங்கரித்தார். உருவ வழிபாட்டை நிந்தித்து, அளவில்லாத சேட்டைகள் செய்த ஔரங்கசீப்பின் கொடுமைகளை இந்தியர்கள் யாரேனும் அறியாமல் இருப்பார்களா?

பெனாரஸ் ஆற்றங்கரையில் அவர் கட்டிய எழிலார்ந்த மசூதியை ரசிக்கும் எத்தனைப் பேருக்கு, அது விஸ்வேஸ்வரர் என்ற இந்து மதப் புனிதக் கோயிலை உடைத்து நொறுக்கிய எச்சங்களால் ஆனது என்று நினைவிருக்கிறது? நாதிர் ஷாவின் குறுகிய காலப் படையெடுப்பில் பெரும் அளவிலான சேதங்களை இந்தியா சந்தித்தது. அத்தனைக் குறைவான நாட்களில் நாதிர் ஷா இப்பேர் பட்ட பெரும் சாதனையைத் தன் வாழ்நாள் முழுக்க செய்தது கிடையாது.

மராத்திய வீரர்கள் வட இந்தியாவைக் கைப்பற்றியபோது அவற்றை இரக்கமின்றி வேண்டுமென்றே அழித்தார்கள். ரஞ்சித் சிங் அமிர்தசரஸில் உள்ள பொற்கோவிலைக் கட்டியபோது அங்கிருந்த முகமதியக் கட்டடங்களை ஆடம்பரமாகத் துப்பாக்கியில் சுட்டுத் தள்ளினார். சில நேரங்களில் தன் சொந்த வம்சத்தினரே, மூதாதையரின் கலைப் படைப்பைப் பாதுகாப்பதில்லை. மதங்களும் தன் ஆலயங்களைப் பாதுகாக்க பெரிதாய் மெனக்கெடவில்லை.

ஒரு வீரர் நிர்மாணிக்க விரும்பும் தலைநகரமோ, கோட்டையோ, சரணாலயமோ அவர் தன் வாழ்நாளுக்குள் முடிவு பெற்றால் ஒழிய நிலைத்து நிற்பதற்கு பெரிய சாத்தியக்கூறுகள் கிடையாது. அவரின் கனவுத் திட்டத்தை ஆட்சிக்கட்டில் ஏறும் அடுத்த தலைமுறை வாரிசுகள் தரைமட்டமாக்க நிறைய வாய்ப்புகள் இருக்கின்றன. தில்லியின் சுற்றுப்புறம் வெறிச்சோடிய நகரங்களாலும், சீர்குலைந்த கல்லறைகளாலும் நிரம்பி இருக்கிறது. அந்நகரின் மீது படையெடுக்கும் இந்துவும் முகலாயனும் பதானும் இறந்துபோன தன் மூதாதையரின் கல்லறைமேல் சமர் செய்து சிரஞ்சீவிதனத்தை நிரூபிக்க முயல்கிறார்கள்.

அமைதி சூழ்ந்த காலப் பொழுதில் அக்பர் தலைநகரை தில்லியிலிருந்து ஆக்ராவிற்கு மாற்றினார். பின்னர் ஃபத்தேப்பூர் சிக்ரியை நிர்மாணித்து அங்கிருந்து ஆட்சி செய்தார். ஜஹாங்கிரின் ஆட்சிக்காலத்தில் தில்லிக்கும் ஆக்ராவிற்கும் இடையே தலை நகரம் மாறிக்கொண்டே இருந்தது. இறுதியில் லாகூரைத் தேர்வு செய்தார். பின்னர் வந்த ஷாஜகான் ஆட்சியில் ஆக்ரா நகர்

மெருகூட்டப்பட்டது. இறுதியில் மீண்டும் தில்லி நகருக்கே தலைநகர் படலம் திசை திரும்பலாயிற்று. ஔரங்கசீப் தெற்கு நோக்கி படையெடுத்து அங்கொரு புதிய தலைநகரை உருவாக்கினார். அவரின் பூதவுடலும் ஐதராபாத்தில்தான் அடக்கம் செய்யப்பட்டிருக்கிறது.

இந்தத் தொடர் மாற்றங்கள் ஒரு சர்வாதிகாரியின் சபல புத்தியை அம்பலப்படுத்தினாலும், தொடர்ச்சியான கட்டடக் கலைக்கும் நிறைவான நகரக் கட்டுமானத்திற்கும் விரோதமாய் இருக்கின்றன. நல்லவேளையாய் பிரிட்டன் அரசு எவ்வித குறைபாட்டிலும் தன்னை ஆட்படுத்திக் கொள்ளவில்லை. மதவெறிப் பேச்சுக்கும், பேரரசின் மகிமைக்கும், தற்பெருமை பேச்சுக்கும் இடந்தராமல் இயங்கி வருகிறது.

ஆனால் இத்தகைய பிற்போக்குத்தனங்களுக்கு இடந்தராமல், பிரிட்டன் அரசு தன்னை வலுப்படுத்திக் கொள்ளவேண்டும். இது அவர்களின் கடமை. புதிய சகாப்தத்தைத் தொடங்குவதற்கு, சகிப்புத் தன்மையோட வாழ பிரிட்டிஷார்களுக்கு மேலதிக பொறுப்பு இருக்கிறது. கிழக்குவாசிகளுக்கு நாம்தான் இந்தப் பாடத்தை கற்பிக்க வேண்டும்.

மற்ற நாடுகளைப் போல், இந்திய அரசும் தொல்லியல் ஆராய்ச்சியில் தனிப்பட்ட முனைப்பில் கடமையாற்ற பணிக்கப்பட்டுள்ளது. தனிநபர் பங்களிப்பாலும் தனியார் ஊக்குவிப்பாலும் மெல்ல நடந்தேறிய பெரும் மாற்றம் இது. எப்போதும் தாமதமாய் கற்கும் திறனுடைய அரசு, கொஞ்சம் கொஞ்சமாய் சுவீகரித்து தொல்லியல் துறையைத் தன் பாதுகைக்குள் கொண்டு வந்திருக்கிறது.

வங்காள ஏஷியாடிக் சொஸைட்டியின் நிறுவனர்களாவும் முன்னோடியாகவும் திகழ்ந்த ஜோன்ஸ், கோல்ப்ரூக், வில்சன், பிரின்ஸிப் மற்றும் புகழ்பெற்ற இன்னும் சில மனிதர்கள் எல்லோரும் இலக்கிய ரீதியான முகாந்திரம் உள்ளவர்கள். எழுத்துகளைச் சீரமைப்பதிலும், கையெழுத்துப் படிகளை மொழிபெயர்ப்பதிலும், கல்வெட்டு எழுத்துக்களைப் படிப்பித்து பதிப்பதிலுமே வேலை செய்தனர்.

சமஸ்கிருதப் புலமை என்பது அந்தக் காலத்தில் மெச்சக்கூடிய தகுதியாக இருந்தது. அவர்கள் எந்த அளவிற்கு வேலை செய்தார்கள் என்பதை, ஓர் உண்மையைச் சொன்னால் புரிந்துகொள்வீர்கள். பிரின்ஸெப்பும் கிட்டோவும் வேலைப்பளு தாங்காமல் நாற்பது வயதில் இறந்துபோனவர்கள்.

அதற்கு அடுத்த காலக்கட்டத்தில் கட்டடங்களையும் நினைவுச் சின்னங்களையும் வைத்து ஆராய்ச்சி செய்தனர். பின்னர் களத்திற்கு மண்வெட்டியோடு பேனாவும் கொண்டு சென்றார்கள். அதைக் கொண்டு பத்தி எழுதினார்கள், உருவப்படங்கள் வரைந்தார்கள், ஓவியம் தீட்டினார்கள், அங்கிருந்த வேலைப்பாடுகளைப் புகைப் படம் எடுத்து ஐரோப்பியக் கண்களுக்கு விருந்தளித்தார்கள். புதையுண்டு கிடந்த இந்துஸ்தானத்தின் விலைமதிப்பற்ற கலைச் சின்னங்கள் இப்படித்தான் உலகிற்கு தெரிய வந்தன.

இந்தத் தலைமுறை அகழாய்வாளர்கள் மற்றும் எழுத்தாளர்கள் மத்தியில் இரண்டு பேருக்கு முக்கியத்துவம் கொடுக்க வேண்டும். அதில் முதலாமவர், ஜேம்ஸ் ஃபெர்குசன். இவர் தன் முதல் புத்தகத்தை 1845இல் வெளியிட்டார். இந்தியக் கட்டடக்கலையை அறிவார்ந்த ரீதியில் ஆய்வு செய்த முதல் நபர் இவர்தான். இரண்டாவது, அலெக்சாண்டர் கன்னிங்ஹாம். ஃபெர்குசனுக்குச் சில ஆண்டுகள் கழித்து பில்சா டோப்ஸை அறிவியல் முறையில் ஆய்வு செய்தார். இவ்விருவர் மட்டுமல்ல, இதே துறையில் உள்ள மற்ற சில அறிஞர்களும் வெகுமதிகளை எதிர்பார்க்காமல் விடாமுயற்சியுடன் உழைத்தவர்கள். ஆனால் இது தனிநபரால் செய்து முடிக்கும் அளவு மிகச் சிறிய பணி அல்ல. ஆய்வின் பெரும்பகுதி அவமானகரமாய், துண்டு துண்டாய், முழுமை அடையாமல் இருந்தது.

ஆனால் இதே வேளையில் புதிய பேரரசின் அஸ்திவாரத்தை நிலைநிறுத்தி, அதன் எல்லைகளை விஸ்தரிக்க இந்திய அரசு முழு கவனம் செலுத்தியது. புராதனங்களைப் பாதுகாக்க மிகக் குறைந்த அளவில் அக்கறை காட்டியது. விதிவிலக்காக வந்த ஒரு சில தலைமை ஆளுநர்கள், தங்கள் பெருந்தன்மையால் ஒன்றிரண்டு காசுகளை செலவுசெய்து புராதனக் கட்டடங்களை செப்பனிட்டார்கள்.

தாஜ்மகாலை புணரமைக்க மின்டோ பிரபு ஒரு கமிட்டி உருவாக்கினர். சிக்கந்தராவிலும் பத்தேப்பூர் சிக்ரியிலும் சீரமைப்பு பணிகள் செய்ய ஹாஸ்டிங்ஸ் பிரபு ஆணையிட்டார். ஆம்ஹர்ஸ்ட் பிரபு குதுப் மினாரில் சில மறுசீரமைப்பு பணிகள் செய்தார். இந்தியப் புராதனங்களைப் பார்வையிட்டு, வரையறை செய்து, ஆவணப்படுத்த வேண்டும் என்று ஹார்டிங்க் பிரபு இயக்குனர் மன்றத்தை வற்புறுத்தினார்.

புகைப்படங்களை ஒன்றுதிரட்டி ஆவணம் சேகரிப்பதைவிட, இந்த ஒழுங்கற்ற முயற்சியால் சில முன்னேற்றங்கள் இருந்தன. சிறிய

அளவிலான புளிப்புத்தன்மை முழு மாவையும் சாரமேற்றுவது போல், காட்டுமிராண்டித் தனமான ஓரிருவரின் செயல்கள் மொத்த அழகியலையும் குலைத்துப் போடுவது போலான சம்பவங்கள் அவ்வப்போது காலாகாலத்தில் நடந்தேறின.

பளிங்குக் கற்களின் மதிப்புக்காக, தாஜ் மஹால் முழுதும் சூறையாடப்படும் சந்தர்ப்பம் வில்லியம் பென்டிக் பிரபு காலத்தில் இருந்தது. ஆக்ராவில் இருக்கும் ஷாஜஹான் மாளிகையில் பளிங்கு கற்களை அவர் ஏலத்தில் விட்டார். அதை ஹாஸ்டிங்ஸ் பிரபு பெயர்த்து எடுத்து ஆறாம் ஜார்ஜ் மன்னருக்கு அன்புப் பரிசாக அனுப்ப முயன்றார். ஆனால் என்ன காரணத்தாலோ அது நிறைவேறவில்லை. சிக்கந்தராவில் உள்ள தோட்டங்களை, ஆக்ராவைச் சார்ந்த செயல் பொறியாளர் ஒருவருக்கு குத்தகைக்கு விட்ட சம்பவம் ஒன்று அதே காலக்கட்டத்தில் பென்டிக் பிரபுவின் ஆட்சியாண்டில் நடைபெற்றது.

1857ம் ஆண்டு கிளர்ச்சிக்குப் பிறகு, தில்லியில் உள்ள உலகப்புகழ் பெற்ற ஜும்மா மசூதியை தரைமட்டமாக்கும் திட்டத்தைச் சிலர் முன்மொழிந்தனர். நல்லவேளையாய் சர் ஜான் லாரன்ஸ் தலையிட்டு, முறியடித்தார். 1868ல் சாஞ்சி ஸ்தூபங்களை இடித்துத் தள்ளவேண்டும் என்று குரல் எழும்பியபோது மீண்டும் அவர் முன்நின்று பாதுகாத்தார். அலிகரில் உள்ள 600 ஆண்டுகள் பழைமையான முகமதிய தூண் பற்றி நான் படித்திருக்கிறேன். அதை அழித்து, முனிசிபாலிடி கட்டடங்களும் வணிகக் கடைகளும் கட்டியுள்ளனர்.

அன்றைய வைஸ்ராய் கம்பீரமாய் கடந்து செல்ல, அஜ்மீரில் இருந்த இந்து - முசல்மான் மசூதியிலிருந்து சில சிற்ப வேலைப்பாடுகளை அப்புறப்படுத்தி நினைவு வளைவு ஒன்றை ஆர்வக்கோளாறான அதிகாரி ஒருவர் அமைத்திருக்கிறார். ஜேம்ஸ் ஃபெர்குசனின் புத்தகங்கள் ராணுவ முகாம் கட்டுபவருக்கும் ராணுவப் பொறியாளருக்கும் எதிரான உணர்ச்சிமிக்க எதிர்ப்பின் குரலாய் ஒலிக்கின்றன. இந்த நபர்கள் மிகவும் கட்டுப்படுத்தப்பட்ட எல்லைக்குள் இருந்திருக்கிறார்கள் என்பதை நான் ஒப்புக்கொள்ள வேண்டும். இருந்தாலும் இவர்கள் செய்த பாவம் தீவிரமானது.

குவாலியர் மலை உச்சியில் ஏறி பிரிட்டிஷ் ராணுவ முகாமையும், அவர்கள் ஆக்கிரமித்த அரண்மனைக் கட்டடங்களையும் பாருங்கள். ஷாஜஹானின் எழில் கொஞ்சும் ஓய்வறையும் நீதிமன்ற வளாகமும் தோட்டங்களும் இப்போது ராணுவ முகாம்களாய் அவர்களுக்கான

உணவகங்களாய் மாற்றப்பட்டுள்ள பயங்கரத்தைத் தெரிந்துகொள்ள தில்லி வழிகாட்டி புத்தகங்களைப் புரட்டுங்கள். துருப்புகளின் ஆரோக்கியத்தை மேம்படுத்த தில்லி கோட்டையின் போர் முனைகளைத் துண்டிக்கும்படி ராணுவ மருத்துவர்கள் இந்திய அரசை எச்சரித்து முப்பது ஆண்டுகள் கூட முடியவில்லை. ஆனால் மலேரியா காய்ச்சல் பரவுவதைத் தடுப்பதற்காக மட்டுமே, மருத்துவ விதிகளின் படி துருப்புகளை குவிப்பதை இந்திய அரசு தவிர்த்திருக்கிறது.

தாஜ் தோட்டத்தில் கேளிக்கை விருந்து நடைபெறும் காலத்தில், அங்கு பங்குகொள்பவர்கள் சுத்தியல் உளியோடு வருவது அத்தனை அசாதாரண காரியம் அல்ல. பேரரசர் மற்றும் அவர் புலம்பல் ராணியின் கல்லறைமேல் இருந்து அகேட் கற்களும் கார்னிலியன் மணிகளும் சுரண்டி எடுத்துக்கொண்டு போவார்கள். ஷாஜஹான் கல்லறைமேல் இருந்த பளிங்குக் கல்லில் பல துகள்கள் காணாமல் போனதை, ஆக்ரா சென்றபோது நானே நேரில் பார்த்தேன். அவற்றைச் செப்பனிட கையோடு உத்தரவிட்டேன்.

காழ்ப்புணர்ச்சி நிறைந்த காலகட்டம்?முற்றிலுமாய் ஒழிந்து விட்டது என்று சொல்வதற்கு இல்லை. சமீபத்தில் எனக்கு நடந்த சம்பவமே சாட்சி. ஃபெர்குசன் தன் புத்தகத்தை எழுதும்போது, தில்லி மாளிகையில் உள்ள திவான்-இ-ஆம் (பொது மக்கள் கூடும் அரங்கம்) பிரிட்டிஷ் ராணுவத்தின் ஆயுதக் கிடங்காக இருந்தது. அதன் வெளிப்புறத் தூண்கள் செங்கல் வளைவுகளால் கட்டப்பட்டு, இங்கிலாந்து ஜன்னல்கள் பொருத்தி ஒளியேற்றப்பட்டு இருந்தன. பின்னர் ஒருகாலத்தில் இவையெல்லாம் அகற்றப்பட்டன. 1876ல் வேல்ஸ் நாட்டு இளவரசர் இந்தியாவுக்கு வருகை தந்தபோது, இந்த அரங்கில்தான் தர்பார் நடக்க ஏற்பாடு செய்யப்பட்டது. உண்மையில் இது ஒரு நல்ல தேர்வு. ஔரங்கசீப்பின் தர்பார் மண்டபம் முழுக்க வெள்ளையடிக்கப்பட்டு, அஸ்திவாரத்திலிருந்து தூண்கள் வரை மெருகேற்றப்பட்டன. இதுவும் ஒருநாள் அகற்றப்படும் என்று நான் எதிர்பார்க்கிறேன்.

மரியாதை தாங்கிய இளவரசர் தில்லியில் இருந்தபோது, ஷாஜஹான் மாளிகையின் வெவ்வேறு இடங்கள் விருந்திற்காகவும் நடனத்திற் காகவும் அலங்கரிக்கப்பட்டன. 250 ஆண்டுகளுக்கு முன் பளிங்கு மற்றும் பிளாஸ்டரில் வரைந்த முகலாய ஓவியங்கள் மங்கிய நிலையில் இருந்தன. அவற்றைப் புணரமைக்க உள்ளூரில் இருந்து ஓவியமாக்கள் அழைக்கப்பட்டனர். ஆனால் அவர்கள் வரைந்த ஓவியம் பார்க்க சகிக்காமல், மிகக் கொடூரமாய் இருக்கிறது.

ஏப்ரல் மாத கடைசியில் லாகூரில் இருந்தபோது, ஜஹாங்கிர் கட்டிய கோட்டையில் இருந்த சிறிய அளவிலான மோடி மஸ்ஜித் அல்லது முத்து மசூதியை கண்டடைந்தேன். 300 ஆண்டுகளுக்கு முன் எழுப்பப்பட்ட கட்டடம் இன்றும் புழங்குநிலையில் இருக்கிறது. ஆனால் ரஞ்சித் சிங் என்பவரால், அரசு கஜானாவாக மாற்றம் கண்டுவிட்டது. வளைவுகள் செங்கற்களால் அமைக்கப்பட்டு, தரையில் பளிங்குக் கற்கள் பெயர்த்து பாதாளம் அமைத்து இரும்பு காசுகள் சேகரம் செய்ய ஏதுவாக இருந்தது.

லாகூருக்குச் செல்லும் நூறில் ஒருவர்கூடக் கண்டிராத இந்த அரிய கட்டடத்தை மீண்டும் தன் இயல்புக்கு மாற்றும்படி மன்றாடினேன். ரஞ்சித் சிங் தன் முஸ்லிம் மூதாதையரின் ரசனைக்கு துளியும் செவி சாய்க்கவில்லை. அரை நூற்றாண்டாக ஆட்சி செய்து வரும் பிரிட்டிஷ் ராணுவமும் அதன் பொதுப் பணித்துறை பொறியாளரின் தேவைகளும், மனம் வருந்தாமல் மறுப்பு தெரிவித்துவிட்டது.

மனநிறைவு தராத இந்த எதிரிகளிடம் இருந்து முகலாயக் கட்டடங்களைப் பாதுகாக்க, சமீப ஆண்டுகளில் சில விஷயங்கள் மேற்கொள்ளப்பட்டிருக்கின்றன. அகமதாபாத்தில் நான் சித்தி சையத் மசூதியைப் பார்த்தேன். அங்கிருந்த கற்களில் துளையிடப் பட்ட திறந்தநிலை சட்டகத்தால் ஆன அரைவட்ட வடிவிலான ஜன்னல்கள் இந்தியாவின் அரும்பெரும் பெருமைகளில் ஒன்று. தற்போது அது வருவாய் அதிகாரியின் பொதுத்துறை அலுவலகமாய் செயல்பட்டு வருகிறது. பிளாஸ்டர் கலை நுணுக்கங்கள் சிதைந்துபோய், அறை முழுக்க வெள்ளையடித்து சின்னாபின்னம் ஆக்கி இருக்கிறார்கள். இந்தக் கட்டடமும் புனரமைக்கப்படும் என்று எதிர்பார்க்கிறேன்.

மரத்தினால் இழைக்கப்பட்டு, பர்மியக் கலைக்கு சால உதாரணமாய் திகழும் மண்டாலே மன்னர் மாளிகையை எடுத்துக் கொள்ளுங்கள். 1835ல் நடந்த போரில் பர்மாவின் வடக்குப் பகுதியைக் கைப்பற்றிய பிறகு, நமது ராணுவம் அந்த மாளிகையைச் சமுதாய விடுதியாகவும், அரசு அலுவலகமாகவும், தேவாலயமாகவும் மாற்றிவிட்டது.

இந்த மிதமிஞ்சிய மனிதர்களை அகற்றுவதில் நான் முழுமூச்சாக ஈடுபட்டுள்ளேன். மீண்டும் வராத ஒரு வம்சத்தின் நினைவுச் சின்னத்தைப் பாதுகாக்க வேண்டும் என்பது என் எண்ணம் கிடையாது. மாறாக தீ, நிலநடுக்கம், அழிவு போன்றவற்றுக்கு ஆளாகும் தன்மையுடைய ஒரு கலையை, என்றென்றும் நம்மை மகிழ்ச்சி கொள்ள வைக்கும் கலையைப் பாதுகாக்க வேண்டும் என்று

விரும்புகிறேன். இந்தியாவிலுள்ள வேறு சில இடங்களிலும் வேறு சில சின்னங்களிலும் எனக்கு ஒரு கண் இருக்கிறது. காலம் அனுமதித்தால், இறப்பதற்குள் நேரில் சென்று அதன் கொடிய விதியிலிருந்து காப்பாற்றி புனரமைக்க வேண்டுமென்று ஆசைப்படுகிறேன்.

இவைதான் தொல்லியல் ஆராய்ச்சியின் இருண்டுபோன வருந்தத்தக்க அம்சங்கள். கடந்த நாற்பது ஆண்டுகளாக, தன் கடமைகளை உணர்ந்துகொள்ள அரசு நீடித்த முயற்சிகளை மேற்கொண்டு வருகிறது. இந்த முயற்சியானது ஆராய்ச்சி மற்றும் பாதுகாப்பு ரீதியான சிக்கல்களாலும்; உரிமைக் கோரல்களாலும்; மத்திய மற்றும் உள்ளூர் அரசாங்கங்களின் சட்டபூர்வமான நடவடிக்கைகளின் மீதான விவாதங்களாலும் சில சமயங்களில் தாமதப்படுகிறது. உறங்குவதற்கும் செயல்படுவதற்கும் அதற்குண்டான நேரம் உள்ளது.

அரசு தன் கடமையை முடித்துவிட்டதாகவும், அல்லது அதற்கு எவ்விதக் கடமையும் இல்லை என்றும் வாதிட்ட காலம் உண்டு. எல்லா நினைவுச்சின்னங்களும் வகைப்படுத்தப்பட்டு அட்டவணைப் படுத்தியபோது, நாம் கூப்பிய கைகளுடன் உட்கார்ந்து அவை மெதுவாகவும் அழகாகவும் சிதைந்து போவதை வேடிக்கை பார்க்கலாம் என்று நினைத்தவர்கள் உள்ளனர்.

ரயில்வேயும் நீர்ப்பாசனமும் உலகின் மிகப் புகழ்பெற்ற நினைவுச்சின்னங்களை மேற்பார்வையிட ஆண்டுக்கு அரை லட்சம் ரூபாய் கூட விட்டு வைக்கவில்லை என்று வாதிட்டவர்கள் உள்ளனர். ஆனால் மீண்டும் இந்தக் குறுக்கீடுகளும் விதிவிலக்குகளும் ஒருபோதும் நிகழக்கூடாது என்று நான் ஆசைப்படுகிறேன். முன்னேற்றம் எப்போதும் நேர்மறையானது. அது தொடர்ந்து முன்னோக்கிச் செல்லும் தன்மை உடையது. இந்தியாவில் முதன்முதலாக 1860ல் அரசு நிதி நல்கையோடு, வட இந்தியத் தொல்பொருள் ஆய்வு மையம் என்ற பெயரில் தொல்லியல் ஆராய்ச்சியை மேற்கொள்ள அனுமதித்தவர் கானிங் பிரபு அவர்கள். 1862ல் அலெக்சாண்டர் கன்னிங்ஹாம்-கு அரசாங்கத்தின் தொல் பொருள் ஆய்வாளர் என்ற பதவி வழங்கினார்.

அந்தக் காலகட்டத்திலிருந்து இந்தியத் தொல்லியல் துறையின் வெளியீடுகள் வெவ்வேறு வடிவம் பெற்றன. மேலும் அவை பல்வேறு அளவிலான புலமையும் தகுதியும் பெற்று வெளியே தன்னைப் பிரதிநிதித்துவப்படுத்தின. ஒட்டுமொத்தமாக ஓர்

உன்னதமான தகவல் சுரங்கமாய் அறியப்பட்டது. ஆனால் இதிலுள்ள குற்றங்களைக் கண்டுபிடிக்க, மாணவர்கள் பெருமளவில் ஆய்வு செய்ய வேண்டியிருந்தது.

இந்த அசாத்திய பணியை ஜெனரல் கன்னிங்ஹாம் இருபது ஆண்டுகளுக்குத் தொடர்ந்தார். மறக்கமுடியாத பல ஆய்வு முடிவுகளை வெளியிட்டார். அதேவேளையில் இந்தியா முழுக்க வரலாற்றுச் சின்னங்களைப் பதிவு செய்யவும், பாதுகாக்கவும் ஆணைகள் பிறப்பிக்கப்பட்டன. ஆளுகைக்கு உட்பட்டிருந்த சில மாகாணங்களில், உள்ளூர் அகழாய்வுகள் மேற்கொள்ளப்பட்டன.

கன்னிங்ஹாமை அடியொற்றிய திரு. பர்கீஸிடம் பம்பாய் ஆய்வு பொறுப்பு வழங்கப்பட்டிருந்தது. இறுதியில் அவர் தொல்பொருள் ஆய்வு நிறுவனத்தின் மேலாண்மை இயக்குநராகவும் பதவி வகித்தார். சின்னஞ் சிறு மாகாணங்களும் இதே வழிமுறையைப் பின்பற்றத் தொடங்கின. ஒன்று அரசு தொல்பொருள் ஆராய்ச்சியாளருக்காக காத்திருந்தனர், இல்லையென்றால் அவர்களுக்கென்று தனியொரு தொல்பொருள் ஆய்வு மையத்தை சிறிய அளவில் நிறுவி கொண்டார்கள்.

மாகாணங்களில் கவர்னர் மற்றும் துணை நிலை ஆளுநரின் ரசனைக்கு ஏற்றபடி முடிவுகளும் முக்கியத்துவங்களும் மாறுபடும். மத்தியில் ஆட்சியாளர்களின் உத்வேகமும் அடுத்தடுத்த வைஸ்ராய்க்கு ஏற்றபடி மாறுதல் அடையும். கலைப்புலத்தில் பெருந்தன்மை வாய்ந்த புரவலராய் இருந்த நார்த்ப்ரூக் பிரபு, தொல்லியல் சின்னங்களைப் பாதுகாப்பது உள்ளூர் அரசின் கடமை என்று 1873இல் ஆணை பிறப்பித்தார். அதையொட்டி சர் ஜான் ஸ்ட்ராக்கே என்ற துணைநிலை ஆளுநர் முதன்முறையாக ஆக்ராவில் புனரமைப்பு பணியில் ஈடுபட்டார். ஷாஜஹான் மாளிகையில் பளிங்கு மேடை அமைத்ததற்காக இன்றும் இவர் நினைவுகூரப்படுகிறார்.

இதைப்பற்றி பேசும்போது லிட்டன் பிரபு மேற்கொண்ட கவித்துவமான கற்பனை வளம்?பொருந்திய திட்டத்தை நம்மால் மெச்சாமல் இருக்க முடியாது. வடகிழக்கு மாகாணங்களில் உள்ள புராதனச் சின்னங்களை பாதுகாக்க 1879இல் 33.4 லட்சம் ரூபாய் நிதி ஒதுக்கினார். அத்தோடு 'புராதனச் சின்னங்களின் பாதுகாவலர்' என்ற பெயரில் ஒரு சிறப்பு அலுவலரை நியமிக்கவும் சட்ட வரைவு தாக்கல் செய்தார்.

ஆனால் அவர் காலத்தில் அந்தத் திட்டத்திற்கு ஒப்புதல் கிடைக்கவில்லை. ரிப்பன் பிரபு வரும்வரை அந்தத் திட்டம்

கிடப்பில் போடப்பட்டது. 1880 முதல் 1883 வரை மேஜர்?கோல் பதவி வகித்த மூன்று ஆண்டு காலமும் முறையாக அறிக்கை தாக்கல் செய்து, அவற்றை வகைப்படுத்தி செம்மையாக பணியாற்றினார்.

இந்திய அரசும் பெரும் அளவில் நிதி வழங்கியது. அவற்றைக் கொண்டு குவாலியர் கோட்டைகளும் சாஞ்சி ஸ்தூபிகளும் பழுது பார்க்கப்பட்டன. ஆனால் இந்த நேரத்தில் ஓர் எதிர்வினையான முடிவு வெளிப்பட்டது. ஆய்வு செய்து பட்டியல் தயாரிப்பதோடு மத்திய அரசின் பணி முடிந்துவிடுகிறது. எதிர்காலத்தில் உள்ளூர் அரசாங்கங்கள் மிதமான சில பணிகளை மேற்கொள்ள வேண்டி வரும். அது சுலபமானது என்று என்னால் சொல்ல முடியாது. புராதனச் சின்னங்களை பாதுகாப்பது அத்தனை எளிமையா என்ன?

மிகச் சமீபத்தில் எல்ஜின் பிரபுவின் கருணையால், அரசாங்கத்தின் தொல்பொருள் ஆய்வுப் பணிகள் மேலும் உறுதியாக வரையறுக்கப் பட்டன. ஒட்டுமொத்த நாடும் சில வட்டங்களாகப் பிரிக்கப்பட்டன. ஒவ்வொரு வட்டத்திற்கும் ஒரு சர்வேயர் இருப்பார். ஏகாதிபத்தியத்தின் பொறுப்பில், ஒவ்வொரு வட்டமும் உள்ளூர் அரசாங்கப் பொறுப்பில் ஒப்படைக்கப்படுகிறது. மாகாணங்களின் வளங்களாலும் அந்தந்த மாகாண ஆளுநரின் தனிப்பட்ட அனுதாபங் களாலும் நிதி நல்கை பெறப்பட்டு பணிகள் நடைபெறும்.

சமீபத்தில் வடகிழக்குப் பகுதியில் நான் சுற்றுப்பயணம் மேற்கொண்ட போது, சர் ஜான் ஸ்ட்ராச்சியால் உருவாக்கப்பட்ட மரபுகளை, பெருந்தன்மையாக பாகுபாடு காட்டும் அனுதாபத்தின் அடிப்படையில், சர் ஏ. மெக்டோனல் நிலைநாட்டி வருவதைக் கண்டேன்.

என்னைப் பொறுத்தவரை, அரசாங்கம் இப்போது செய்து கொண்டிருப்பதை விட அல்லது இதுவரை ஒப்புக்கொண்டதைவிட ஒரு நல்ல ஒப்பந்தத்தை உருவாக்க முடியுமா என்று எனக்கு தெளிவாகத் தெரியவில்லை. இந்த நாட்டில் அரசின் கடமைகள் தீர்ந்து போகும் நாளையோ, அல்லது தொல்பொருள் ஆய்வுகளும் பாதுகாப்பு முறைமைகளும் அரசாங்க வழிகாட்டுதலை கைவிட்டு, தனித்து செயல்படும் நாளையோ என்னால் உறுதியாக எதிர்பார்க்க முடியாது என்று நம்புகிறேன்.

இன்னும் பலனளிக்கக்கூடிய பல துறைகளை நாம் அடையாளம் காணவில்லை. திருத்திக் கொள்ள வேண்டிய தவறுகள் நிறைய இருக்கின்றன. சமன் செய்ய வேண்டிய இடைவெளிகளை

ஏராளமாகப் பார்க்கிறேன். மறுசீரமைப்புக்கும் அறிவார்ந்த ஆராய்ச்சிக்கும் நிறைய வாய்ப்புகள் இருக்கின்றன.

என் கருத்துப்படி, இந்தநாட்டில் வரிசெலுத்தும் மக்கள் ஓரளவுக்கு அதிக செலவினங்களை எதிர்க்க வாய்ப்பில்லை. மேலும் அகழ்வாராய்ச்சிக்கு சில ஆயிரங்கள் இருந்தாலே போதுமானது. அவற்றைக் கொண்டே நெடு நாட்கள் ஆய்வு செய்யலாம். மொத்தச் செலவும் குறைவு. அவர்களும் நம்மைப் போலவே இந்தத் துறையில் ஆர்வமோடு இருப்பதால் எளிமையாக முடிந்துவிடும்.

எனது பொறுப்பில் ஒப்படைக்கப்பட்டுள்ள விலைமதிப்பற்ற பொக்கிஷங்களின் பாதுகாவலனாய் இருந்து இந்தியத் தொல் பொருட்கள் குறித்து ஏகாதிபத்திய அரசின் கடமையை எனது ஆட்சியாண்டு காலத்தில் நன்கு வலியுறுத்தி தெரியப்படுத்துவேன் என்று நம்புகிறேன்.

•

14

ஒளி மறைந்துவிட்டது

ஜவாஹர்லால் நேரு (1889 - 1964)

காந்தி இறந்துவிட்டார். இல்லை இல்லை, சுட்டுக்கொல்லப் பட்டார். இந்தச் செய்தி அறிந்ததும், பிர்லா மாளிகைக்கு மிக வேகமாய் நேரு விரைந்தார். காந்தியின் வாழ்க்கை வரலாற்று ஆசிரியர் டி.ஜி. டெண்டுல்கர் பதிவு செய்வதுபோல், 'தன் தலையைத் தாழ்த்திக் கொண்டு, சிறுபிள்ளைபோலத் தேம்பித் தேம்பி அழுதார் நேரு.'

வெறுமனே உச்சரிப்பில் மட்டுமல்ல, முழுமனதாகவே நேருவிற்கு அவர் 'பாப்பு'தான். காந்திக்கு இவர் 'தமையன்'தான். இறந்தது நேருவின் தந்தை மட்டுமல்ல, இந்தியாவின் தந்தை; அழுது வடிப்பது காந்தியின் மூத்த மகன் அல்ல, இந்தியாவின் மூத்த மகன், முதல் பிரதம மந்திரி ஜவாஹர்லால் நேரு. தன் கண்ணீரோடு ஊர்க் கண்ணீரும் துடைக்க வேண்டும்.

சில மணிநேரங்களுள், மவுண்ட்பேட்டன் அங்கு வந்தார். கண்ணீர் வடித்த நேருவை ஆசுவாசப்படுத்திவிட்டு கையில் மைக்ரோபோன் கொடுத்தார்.

காந்தி இறந்த செய்தியை முன்தயாரிப்பே இல்லாமல் மனதில் இருந்து பேசினார். 'சுட்டுக் கொன்றவன் யார், சொல்வாரா? அவனை இரும்புக் கரம் கொண்டு அடக்குவாரா? நம்மை ஆயுதம் ஏந்திப் போராடச் சொல்வாரா?' எனக் காத்துக் கிடந்தார்கள் மக்கள்.

ஒட்டுமொத்த தேசத்தின் மறக்க முடியாத ரணத்தை, மெள்ள மெள்ள இறக்கி வைத்தார். அழுது தோய்ந்த குரலோடு, தேர்ந்த வார்த்தைகளால் நேரு பேசிய 'ஒளி மறைந்துவிட்டது' என்ற இந்தச் சிறு உரை முன்தயாரிப்பு இல்லாத பேச்சாய் வரலாற்றில் பதிவானாலும், முக்கியத்துவம் பெறுகிறது.

•

தோழர்களே! அந்த ஒளி நம் வாழ்விலிருந்து வெகுதூரம் சென்றுவிட்டது. இருள் சூழ்ந்த இடத்தை நாம் அடைந்து விட்டோம். உங்களிடம் என்ன சொல்வது, எப்படிச் சொல்வதென ஒன்றும் புரியவில்லை.

நாம் எல்லோரும் 'பாப்பு' என்று அழைக்கும் நம் பேரன்பிற்குரிய தலைவர், இந்தியத் தேசத்தின் தந்தை இனி நம்மோடு இல்லை. இனி ஒருபோதும் இல்லை. ஒருவேளை இதை நான் தவறாகக் கூடச் சொல்லியிருக்கலாம். ஆனாலும்கூட இத்தனை ஆண்டுகளாய் மிக நெருக்கமாய் நாம் அவரைச் சந்தித்தது போல, இனி ஒருபோதும் பார்க்க முடியாது. ஆறுதலுக்கோ - அறிவுரைக்கோ இனி அவரை ஒருபோதும் ஓடிச்சென்று அணுகமுடியாது.

நிச்சமாய், இது என்னைப்போன்ற லட்சோபலட்ச இந்திய மக்களுக்கு நெஞ்சில் விழுந்த பேரிடி. இந்த இடி விழுந்த அதிர்ச்சியில் இருந்து என்னால் மட்டுமல்ல, எவராலும் அவ்வளவு சுலபத்தில் வெளிவர முடியாது.

ஒளி மறைந்துவிட்டது என்று நான் சொல்லியிருந்தேன். நான் சொல்வது இன்னும்கூடத் தவறாக இருக்கலாம். ஏனென்றால் நான் சொல்லி வந்த ஒளி சாதாரணமானது அல்ல. இத்தனை ஆண்டுகளாய் இந்தியாவின் மூலை முடுக்கெல்லாம் இருள் அகற்றி வந்த அவ்வொளி, இனி வரும் ஆயிரமாயிரம் ஆண்டுகளுக்கும் பிரகாசமான வெளிச்சத்தை இப்பூமியில் உமிழ்ந்து தள்ளும் பேறு பெற்றது. இதை இந்த உலகம் பார்க்கத்தான் போகிறது.

எண்ணிலடங்காத இதயங்களுக்கு அறிவுரை சொன்னபடியோ, காற்றில் படர்ந்தபடியோ இந்த ஒளி அங்குமிங்குமாய் நம்முன் வாழ்ந்து கொண்டுதான் இருக்கும். இந்த ஒளி, துரிதமான நிகழ்காலத்தை விட வேறொன்றை அதிகமாய் சார்ந்திருக்கிறது. அது நம் வாழ்வைக் குறிக்கிறது. அதன் சத்தியத்தைக் குறிக்கிறது. தவறான பாதையிலிருந்து சரியான பாதையை நமக்கு நினை

லூட்டுகிறது. முற்கால இந்தியாவை முற்போக்கான சுதந்திரப் பாதைக்கு அழைத்து வந்திருக்கிறது.

அவர் செய்வதற்கு இன்னும் அடுக்கடுக்கான பணிகள் காத்திருக்கும்போதே, இவை எல்லாம் அரங்கேறிவிட்டன. அவருக்கான வேலை முடிந்துவிட்டதென்றோ, இனி அவரின் தேவை இல்லையென்றோ நாம் ஒருபோதும் உத்தேசிக்க முடியாது. குறிப்பாகத் தேசம் துண்டாடப்பட்டு, இத்தனைத் துயரங்களை நேர்கொண்டிருக்கும்போது, அவரின் இல்லாமை நம்மால் தகிக்க முடியாத பேரிடியாய் வந்து விழுகிறது.

காந்தியின் வாழ்வு ஒரு பைத்தியக்காரனால் முற்றுப் பெற்றிருக்கிறது. ஆம், இந்த முட்டாச் செயல் செய்தவனை, வேறு எப்படிக் குறிப்பிட முடியும்? கடந்த சில ஆண்டுகளாகவே, இந்தத் தேசத்தை சீர்குலைக்கும் அளவிலான நஞ்சு, அதன் பிடரி மயிற்றில் ஏறிப் பீடித்திருக்கிறது. மக்கள் மனங்களை அது மாற்றி இருக்கிறது. நாம் அந்த நஞ்சை எதிர்கொண்டு, வேறோடு கருவறுக்க வேண்டும். நம்மைக் காயப்படுத்த வரும் கணைகளை முட்டாள்தனமாகவோ விஷமத்தனமாகவோ அணுகாமல், நம் பேரன்பிற்குரிய காந்தி பிதா சொன்னபடி சத்தியத்தின் வழி எதிர்கொள்ள வேண்டும்.

அவர் கோபமாக இருந்ததால்தான், நாம் எந்தவொரு அசம்பாவிதம் நடக்கவும் துணிந்து செயல்படவில்லை. முதலில் இதை நினைவில் கொள்ளுங்கள். மனவலிமைப் பொருந்திய, தீர்க்கமான மனிதனாய் நாம் நடந்துகொள்ள வேண்டும். நம்மைச் சூழ்ந்துள்ள பேராபத்துகளைக் கடந்து செல்லும்போது, பாப்புவின் ஆன்மா நம்மை மேல்நின்று கவனிக்கும். அவர் சொல்லித்தந்த வழியில் இருந்து விலகி, கடுகளவு வன்முறையை நாம் கைத்தூக்க நினைத்தாலும், காந்தியின் ஆன்மா சாந்தி அடையாது என நான் நம்புகிறேன்.

நாம் அதைச் செய்யக்கூடாது. ஆனால் அதற்கு நாம் வலிமைக் குன்றியவர்கள் என அர்த்தம் அல்ல. அதற்கு மாறாய், நம்முன் இருக்கும் பிரச்சனைகளை எதிர்கொள்ள, இந்த வலிமையும் ஒற்றுமையும் நமக்குப் பக்கபலமாய் துணை செய்யும் என உறுதி கொள்வோம். நாம் ஒன்றுபடவேண்டும் தோழர்களே!

நம்மை இம்சித்து வரும் குட்டிக் குட்டித் தொல்லைகளும் - சிரமங்களும் - முரண்பாடுகளும் ஒரு பேரழிவின் முகாந்திரத்தில் மறைந்து போகின்றன. நம்மைக் குத்திக்கொண்டிருக்கும் குட்டிக்

குட்டிச் சிந்தனைகளை மூட்டைக்கட்டி எறிந்து, வாழ்வின் மகத்தான விஷயங்களை உற்று நோக்க நமக்கு ஒரு பேரழிவு தேவைப் படுகிறது.

தனது மரணத்தின் மூலம், வாழ்வின் மகத்தான நொடிகளை காந்தி நினைவுபடுத்துகிறார். வாழ்வின் உண்மையை நினைவு படுத்துவதன் மூலம், அதை இந்தியாவோடும் இந்தியரோடும் தக்க வைக்கிறார்.

'லட்சக்கணக்கான இந்திய மக்கள், காந்தியின் பூதவுடலுக்கு அஞ்சலி செலுத்த வேண்டும். பேசாமல் காந்தியின் உடலைப் பதப் படுத்தினால் என்ன?' என்று சிலர் கேட்கிறார்கள்.

ஆனால் அப்படி ஒன்றைச் செய்துவிடவே கூடாதென காந்தி, நம்மிடம் பலமுறை சொல்லியிருக்கிறார். அவர் தன் உடலைப் பதப்படுத்தி பாதுகாப்பதை முற்றிலும் வெறுத்தார்.

ஒவ்வொருவருக்கும் தனித்த அபிப்ராயம் இருந்தாலும், இதில் அவர் இஷ்டப்படியே நாம் செயல்பட விரும்புகிறேன்.

ஆகவே வரும் சனிக்கிழமை அன்று தில்லியில் உள்ள யமுனை நதிக்கரையில், காந்தியின் உடல் தகனம் செய்யப்பட இருக்கிறது. சுமார் 11.30 வாக்கில் பிர்லா மாளிகையிலிருந்து கிளம்பி, யமுனை நதியை அடைவோம். அங்கு 4.00 மணிபோல, அன்னாரது உடல் தகனம் செய்யப்படும். பத்திரிகைச் செய்தியிலும், வானொலி அறிக்கையிலும் இன்னபிற தகவல்கள் பின்னர் தெரியப் படுத்தப்படும்.

இறுதி அஞ்சலி செலுத்த விரும்பும் தில்லி நகர்வாசிகள் இந்த இடைப்பட்ட சாலை நெடுக இருமருங்கிலும் காத்திருக்க வேண்டுகிறேன். எல்லோரும் நேரடியாக பிர்லா மாளிகைக்கே கூட்டம் கூடி வர வேண்டாம். இங்கிருந்து யமுனை நதி செல்லும் வழியின் இருமருங்கிலும் கண்ணியத்தோடு காத்து நில்லுங்கள். அங்கு எவ்வித ஆர்பாட்டமும் செய்யாமல் அமைதிகாக்கும்படி வேண்டிக் கொள்கிறேன். இந்த உயரிய ஆன்மாவை இறுதி அஞ்சலி செலுத்தி ஈடேற்ற, அதுவே சரியான வழியாக இருக்கும். கூடவே சனிக்கிழமை அன்று உண்ணாநோன்பு இருந்து, வழிபாடு செய்ய நேரம் ஒதுக்குங்கள்.

தில்லிக்கு புறம்பாக, இந்தியாவின் வெவ்வேறு மூலையில் வசிக்கும் ஏனையோரும் இதே போன்று இறுதி ஊர்வலக் கூட்டத்தில் கலந்து

கொள்ளலாம். நீங்களும் நோன்பு மேற்கொண்டு வழிபாடு செய்யுங்கள். தகனம் செய்யப்படும் 4.00 மணி வாக்கில், அருகில் உள்ள நீர்நிலைக்குச் சென்று பிரார்த்தியுங்கள். சத்தியத்திற்காகவே வாழ்ந்து, அதற்காகவே மடிந்துபோன இந்த மகத்தான மனிதருக்கு நம்மால் இயன்ற ஒரு பிரார்த்தனைக் கூட்டத்தை அன்பின்வழி ஒருங்கிணைப்போம்.

காந்திக்கும் அவர் நினைவுக்கும் நாம் அளிக்கும் மிகச் சிறந்த மரியாதை அதுதான். நமக்கும் நம் இந்தியாவிற்கும் நாம் அளிக்கும் மிகச் சிறந்த வழிபாடு அதுதான்.

ஜெய் ஹிந்த்.

•

15

நான் சேத்து மடியத் தயார்

நெல்சன் மண்டேலா (1918 - 2013)

1964இல் நெல்சன் மண்டேலாவிற்கு ஆயுள் தண்டனை வழங்கப்பட்டபோது, இனவெறிக்கு எதிராகக் கலகம் செய்த மிகப் பிரபலமான மனிதராக உலகெங்கிலும் அறியப்பட்டார்.

மண்டேலா, 1952இல் ஆப்பிரிக்கத் தேசிய காங்கிரஸில் இணைந்தார். பின்னர் அதன் 'ஊம்கோன்டொ வீ சிஸ்வே' என்ற ராணுவ அமைப்பில் உறுப்பினராகச் சேர்ந்தார். இந்த அமைப்பின் முதல் தீவிரவாதத் தாக்குதல் 1961இல் அரங்கேறியது. ஜொகனஸ்பர்க், டர்பன், எலிசபெத் துறைமுகம் பகுதிகள் குண்டு மழையில் நனைந்தன. இந்தச் சம்பவத்திற்குப் பிறகு, ஆப்பிரிக்கத் தேசிய காங்கிரஸ் தடைசெய்யப்பட்டது. ஓராண்டிற்குப் பிறகு மண்டேலா கைது செய்யப்பட்டு, 5 ஆண்டு சிறைத்தண்டனையோடு ராபென் தீவிற்கு அனுப்பி வைக்கப்பட்டார். ரிவோனியா வழக்கு விவகாரமாய் 1963இல் அவரது ஐந்தாண்டு சிறைத்தண்டனையில் தடை ஏற்பட்டது. ஆப்பிரிக்கத் தேசிய காங்கிரஸ் தலைமையிடத்தை மையமாய் வைத்து நடந்த இவ்விசாரணையில், மண்டேலா மீது கம்யூனிச ஒழிப்புச் சட்டத்தின்படி வழக்குப் பதிவு செய்யப்பட்டது.

1963 அக்டோபர் 9ஆம் தேதி தொடங்கிய இவ்வழக்கு விசாரணையில் மண்டேலா முதல் குற்றவாளியாக அடையாளம் கொள்ளப்பட்டார். இந்தமுறை மரண தண்டனை வழங்கப்பட்டது. இதை எதிர்த்து மண்டேலா தாக்கல் செய்த பதில் வழக்கு ஏப்ரலில் தொடங்கியது.

1964ஆம் ஆண்டு 20 ஏப்ரலில் நீதிமன்ற வளாகத்தில் மண்டேலா ஆற்றிய நெடிய உரைதான் பின்னர் பட்டி தொட்டியெங்கும் அவர் புகழைக் கொண்டு சேர்த்தது. தான் கம்யூனிஸ்ட் அல்ல என்பதை மண்டேலா அழுத்தம் திருத்தமாய் பதிவு செய்கிறார். ஆப்பிரிக்கத் தேசிய காங்கிரஸின் கொள்கையையும் தேவையையும் பேசும் மக்கள் மேடையாக நீதிமன்றம் மாறியது.

மொத்தம் நான்கு மணிநேரம் நீண்ட இந்த வரலாற்றுச் சிறப்புமிக்க உரையின் தேர்ந்தெடுத்த பகுதி இது.

•

நான்தான் முதல் குற்றவாளி. என்னிடம் ஓர் இளங்கலைப் பட்டம் இருக்கிறது. அதை வைத்துக்கொண்டு ஜொகனஸ்பர்க்கில் ஆலிவர் டாம்போவுடன் சேர்ந்து பல வருடங்கள் வழக்கறிஞராகப் பணியாற்றி இருக்கிறேன். முறையாக அனுமதி பெறாமல் நாட்டை விட்டு வெளியேறியதற்காகவும், 1961இன் மே மாத இறுதியில் மக்களைப் போராடத் தூண்டியதற்காகவும் ஐந்து வருட சிறைத் தண்டனை அனுபவித்து வருகிறேன்.

முதலில் அரசு சார்பாக முன்வைக்கப்பட்ட வாதங்களுக்கு நான் பதில் அளிக்கிறேன். தென்னாப்பிரிக்காவில் நிகழ்ந்து வரும் போராட்டத்தை அந்நியர்களும் கம்யூனிஸ்டுகளும் தூண்டி விடுகிறார்கள் என்று அவர்கள் சொல்வதில் துளியளவும் உண்மை இல்லை. ஒரு சாதாரண மனிதனாகவும், மக்களின் தலைவனாகவும் நான் செய்தவற்றிற்கு நானே பொறுப்பேற்கிறேன். எனது தென்னாப்பிரிக்க அனுபவங்களின் ஊடாக பரந்துபட்ட என் ஆப்பிரிக்கப் பின்னணியும் இந்தப் போராட்டத்திற்குத் துணை நின்றது. இதை மறுத்து அந்நியர்களால் போராட்டம் மடைமாற்றப் பட்டது என்று சொல்வதில் நியாயம் இல்லை.

ஊம்கோன்டொ வீ சிஸ்வே (ஆப்பிரிக்கத் தேசிய காங்கிரஸின் துணை ராணுவப்படை) உருவாவதற்கு நானும் ஒரு முக்கியக் காரணியாய் இருந்திருக்கிறேன். 1962 ஆகஸ்ட் மாதத்தில் நான் கைதாகும் முன்புவரை பல முக்கிய முடிவுகளில் அதில் அங்கம் வகித்திருக்கிறேன். நானும் என் நண்பர்களும் இந்த இயக்கத்தைக் கட்டியெழுப்பியதற்கு இரண்டு காரணங்கள் இருந்தன.

அரசின் கொள்கைகளால் ஆப்பிரிக்க மக்கள்மீது கட்டுப்பாடின்றி வன்முறை ஏவப்பட்டது, முதல் காரணம். சரியான தலைமை இல்லையென்றால், எங்கள் உணர்வுகளைப் புரிந்துகொள்ளவும்

காயத்திற்கு மருந்துபோடவும் யார் வருவார்? சமூகத்தில் வன்முறை வெடித்து வெவ்வேறு இனத்துக்கு இடையே கசப்புணர்வு தோன்றி, போரைவிட மோசமான விளைவுகள் ஏற்படலாம். வெள்ளையின ஆதிக்கத்தை எதிர்த்துப் போராடி, ஆப்பிரிக்கர்களின் வெற்றியைப் பதிவு செய்ய வன்முறையை விட்டால் வேறு வழியில்லை. இதுவே இரண்டாவது காரணம். எதிர்ப்பைப் பதிவு செய்ய, சட்டப்பூர்வமான எல்லா வழிகளையும் முயன்று பார்த்தோம். அரசு அடைத்துவிட்டது. அப்போது எங்கள் முன் இரண்டு வழிகள் இருந்தன. ஒன்று, வெள்ளையினத்திற்குக் கட்டுப்பட்டு வாழ்நாள் முழுதும் ஒடுங்கிப் போய் கிடப்பது. இரண்டு, அரசாங்கத்தோடு முரண்பட்டு அநியாயத்திற்கு எதிராய் கேள்வி கேட்பது. நாங்கள் இரண்டாவது வழியைத் தேர்ந்தெடுத்தோம்.

இருந்தாலும் எடுத்த எடுப்பில் வன்முறையைப் பிரயோகிக்க வில்லை. அமைதியான முறையில் சட்டத்தை மீறினோம். இதைப் பொருட்படுத்தாத அரசாங்கம் எதிர்ப்பு அரசியலை நொறுக்கு வதற்குப் படைபலங்களை ஏவிவிட்டது. அந்தக் கணத்தில்தான் வன்முறையை வன்முறையால் கையாளவேண்டும் என்று முடிவு செய்தோம். நாங்கள் கைக்கொண்ட வன்முறையில் துளியளவும் தீவிரவாதம் கிடையாது. ஊம்கோன்டொவை உருவாக்கிய எல்லோரும் ஆப்பிரிக்கத் தேசிய காங்கிரஸின் உறுப்பினராய் இருந்தவர்கள். காங்கிரஸின் அகிம்சைக் கொள்கையில் நம்பிக்கை வைத்து, அரசியல் தகராறுகளைச் சுமுகமான பேச்சு வார்த்தையில் தீர்க்க முயல்பவர்கள். வெள்ளையரோ கறுப்பரோ எந்தவொரு தனிநபருக்கும் ஆப்பிரிக்கா உரிமை கிடையாது. இங்கு வசிக்கும் எல்லோரும் அதில் பொதுவுடைமை காணலாம்.

இனங்களுக்கு எதிரான போரை நாங்கள் விரும்பவில்லை. இறுதிவரை அதைத் தவிர்க்கவே முயற்சி செய்தோம். ஆனால் நம்புவதற்கு நெருடலான விஷயம் என்னவென்றால், கடந்த ஐம்பது ஆண்டுகளில் அடக்குமுறையான சட்டத்திட்டத்தையும், அற்ப சொற்பான உரிமைகளையும் தாண்டி அகிம்சையால் அடைந்தது வேறெதுவும் கிடையாது. வன்முறையில் நான்கு நிலைகள் இருக்கின்றன. நாசம் செய்தல், மறைந்திருந்து தாக்குதல், தீவிர வாதம், கிளர்ச்சி. நாங்கள் முதல் முறையைத்தான் தேர்ந் தெடுத்தோம். சூழல் அடுத்த கட்டத்திற்கு நகர்வதற்குள் முடித்துக் கொள்ளவேண்டும் என்று எண்ணியிருந்தோம்.

எங்களது முதல் திட்டத்தை ஆப்பிரிக்காவின் அரசியல், பொருளாதார நிலையைத் தீவிரமாக ஆய்வு செய்து உறுதி

செய்தோம். பெருமளவில் அந்நிய முதலீடுகளும், வெளிநாட்டு வணிகங்களும்தான் தென்னாப்பிரிக்காவை வாழ வைக்கின்றன. மின் ஆலைகளைத் துவம்சம் செய்து, ரயில்வே மற்றும் டெலிபோன் தொடர்புகளைத் திட்டமிட்டு நாசம் செய்தால் முதலீடு செய்யப் பயப்படுவார்கள் என்று கணித்தோம்.

பண்டங்களைத் தொழில் நகரங்களிலிருந்து தொலைதூர துறைமுகத்திற்கு எடுத்துச் செல்வது சவாலான விஷயமாகிவிடும். இதையே தொடர்ந்து செய்தால் நாட்டின் பொருளாதார நிலை அதலபாதாளத்திற்குச் செல்லும். வாக்களிக்கும் மக்கள் தங்கள் நிலை குறித்துச் சிந்திக்க நிர்பந்திக்கப்படுவார்கள்.

நாட்டின் பொருளாதார நாடியைச் சிக்கலுக்கு உள்ளாக்குவது என்பது, அரசுக் கட்டடங்களைச் சேதாரப்படுத்தி நிறவெறியைக் கேள்வி கேட்பதுபோல் இருக்கும். இந்தத் தாக்குதல்கள் மக்களை உத்வேகப்படுத்தி போராடத் தூண்டலாம். மேலும் நமக்கெதிராக வன்முறையில் ஈடுபட்டவர்களைக் கதிகலங்க வைக்கலாம். நம்மை நம்பி போராட்டத்தில் குதிப்பவர்கள், இந்தப் பாதை சரியானது, நாம் பலசாலியாய் இருக்கிறோம் என்று இனி திடமாய் நம்புவார்கள். கூடவே பெரிய அளவில் நாம் போராடும்போது, அதை ஒடுக்க மிதமிஞ்சிய அளவிலான வஞ்சனையை அரசு கையாண்டால், அந்நிய நாடுகளில் அனுதாபம் பெருகி நமக்கு ஆதரவு அதிகரிக்கும். அவ்வளவு நெருக்கடியான நிலவரத்தைத் தென்னாப்பிரிக்க அரசால் கையாள முடியாது என்று திட்டமிட்டோம்.

இந்தத் திட்டத்தையே செயல்படுத்தலாம் என்று முடிவு செய்தோம். ஊம்கோன்டொ நாசக்கார வேலை செய்யத் தயாரானது. அதே சமயம் மக்களைக் காயப்படுத்தவோ, கொலை செய்யவோ கூடாது என அழுத்தம் திருத்தமாய் உறுதியெடுத்துக் கொண்டோம்.

கிளர்ச்சி ஏற்பட்டால் அதை ஒடுக்குவோம் என்ற பெயரில் அப்பாவி ஆப்பிரிக்கர்களைப் பாரபட்சமின்றி வதைப்பதற்கு அரசின் இரும்புக்கரங்கள் எப்போதும் தயாராய் இருப்பதை, நாங்கள் உணர்ந்து கொண்டோம். ஆனால் ஏற்கெனவே இந்த மண்ணில் எக்கச்சக்கமான அப்பாவிகள் ரத்தம் சிந்தியிருக்கிறார்கள். குருதி தோய்ந்த மண்ணிலிருந்து அடுக்குமுறைக்கு எதிரான வன்முறைப் போராட்டத்தைத் தொடங்க வேண்டும். இதுவே எங்கள் கடமை. இதுவே சரியான பாதை.

ஒருவேளை தவிர்க்கமுடியாத பட்சத்தில் போர் ஏற்பட்டால், அதை மக்களுக்குச் சாதகமான முறையில் வழிநடத்தலாம் என்று சொல்லிக்

கொண்டோம். அப்படிப் பார்க்கையில் எங்களுக்கு ஏதுவானதாய், இருபக்கமும் பெரிய அளவில் உயிர் இழப்புகள் நேராதபடி கொரில்லா போர்முறை இருந்தது. எதிர்காலத்தில் போருக்கான முகாந்திரம் தெரிந்தால், கொரில்லா போர்முறைக்குத் தேவையான வற்றைத் தயார்படுத்திக் கொள்ள முடிவு செய்தோம். வெள்ளையர்கள் அனைவரும் கட்டாய ராணுவப் பயிற்சியில் அமர்த்தப்படுகிறார்கள். ஆப்பிரிக்கர்களுக்கு அந்த வாய்ப்பில்லை. கொரில்லா தாக்குதல்கள் நடந்தால், வீரதீரப் பயிற்சி பெற்ற திடமான வீரர்களின் வழிகாட்டுதல் இன்றியமையாததாய் இருக்கும்...

இப்போது என்னைப் பற்றிப் பேசுகிறேன். நான் கம்யூனிஸ்ட் இல்லை என்பதை முன்னரே சொல்லிவிட்டேன். சில நேரங்களில் நான் யார், எனது அரசியல் சித்தாந்தம் என்ன என்பதைச் சொல்லி விடத் தோன்றும். எல்லாவற்றையும் விட ஆப்பிரிக்கா மீது தேசபக்தி மிகுந்த மனிதனாகவே நான் என்னை அடையாளப்படுத்த விரும்புகிறேன். மார்க்சியப் படிப்பினைகளும் பழங்கால ஆப்பிரிக்க சமூகங்களின் நிர்வாக அமைப்புகளும் வர்க்கப் பேதமற்ற சமுதாயம் அமைவதில் எனக்கு ஆர்வத்தைத் தூண்டின. உற்பத்தியை நம்பியிருந்த ஆதி சமூகத்தில், நிலம் பழங்குடியினருக்குச் சொந்தமாக இருந்தது. அங்கு ஏழை, பணக்காரன் என்ற ஏற்றத்தாழ்வு இல்லை. சுரண்டல் இல்லை.

மார்க்சியத் தத்துவத்தால் நான் உந்தப்பட்டது உண்மைதான். இருந்தாலும் காந்தி, நேரு, இங்க்ரூமா, நாசர் போன்றோரின் தத்துவங்களும் என்னை வெகுவாகப் பாதித்தன. இன்றைக்கு உலகில் இருக்கும் முன்னேறிய நாடுகளோடு நம் நாட்டு மக்களும் ஒத்திசைந்து செயல்பட, சோசலிசத்தை நாம் ஓரளவேனும் ஏற்றுக்கொள்ள வேண்டும். பஞ்சம் நிரம்பிய நம் வரலாற்றுப் பக்கங்களை அதுதான் மாற்றி எழுதும். அதற்காக நாம் கம்யூனிஸ்ட் என்றோ மார்க்சிஸ்ட் என்றோ அர்த்தமாகாது.

உண்மையில் இந்தத் தருணத்தில் கம்யூனிஸ்ட் கட்சி கடமையாற்ற வேண்டிய பிரத்தியேக பணி என்று எதாவது இருக்கிறதா? இந்தக் கேள்வியை நான் விவாதத்திற்கு உட்படுத்துகிறேன். இந்தக் கணத்தில் நாம் இரண்டு வேலைகள் செய்யவேண்டும். ஒன்று, இனப் பாகுபாட்டை ஒழிப்பது. மற்றொன்று, சுதந்திர சாசனத்தின்படி அடிப்படை உரிமைகளைக் கோருவது. கம்யூனிஸ்ட் கட்சி இந்தப் பொறுப்புகளை முன்னெடுத்துச் செல்லும்வரை நான் அதை வரவேற்கிறேன். இந்தமுறையைப் பின்பற்றினால்தான் எல்லாச் சமூக இன மக்களும் ஒன்றுதிரண்டு போராட வருவார்கள்...

அரசு வழக்கறிஞர் சொல்வதுபோல் நாமொன்றும் கற்பனை இன்னல்களை எதிர்த்து கலகம் செய்யவில்லை. நமது போராட்டம் உண்மையானது. தென்னாப்பிரிக்காவில் வசிக்கும் ஆப்பிரிக்கர் களின் முத்திரை குத்தப்பட்ட இரண்டு அம்சங்களை எதிர்த்து நாம் போராடுகிறோம். இந்த அரசியல் சட்டங்களால் மக்கள் வாழ்க்கையில் பஞ்சம் படிந்து, சுயமரியாதை கேள்விக்கு உள்ளாகிறது. இதைச் சொல்லித் தருவதற்கு கம்யூனிஸ்ட்களோ கலகக்காரர்களோ நமக்குத் தேவையில்லை.

வெள்ளையர்கள் உல்லாசமாய் பொழுதுபோக்க உலகின் சகல வசதிகளும் கைமேல் கிடைக்கிறது. ஆனால் ஆப்பிரிக்கர்கள் பஞ்சத்திலும் பாவத்திலும் காலம் கழிக்கின்றனர். 40 சதவீத ஆப்பிரிக்கர்கள் கூட்ட நெரிசல் மிகுந்த வீதிகளிலும் வறட்சி தாக்கிய நீர் தேக்கங்களிலும் மண் அரிப்பு ஏற்படும் உறுதியற்ற நிலப் பரப்பிலும் வசிக்கின்றனர். 30 சதவீத மக்கள் தொழிலாளர்களாகவும் ஒப்பந்தக் கூலிகளாகவும் வெள்ளையர்கள் பண்ணையில் முறையின்றித் தங்கிவரும் இடைக்கால அடிமைகளைப் போல் நாட்களை நகர்த்துகின்றனர். மீதமிருக்கும் 30 சதவீத மக்கள் மட்டும், வெள்ளையர்களுக்கு இணையாய் பொருளாதாரத்திலும் சமூகப் பழக்கவழக்கங்களிலும் முன்னேறிய நகரங்களிலும் வசித்து வருகின்றனர். இன்னும் ஜொகனஸ்பர்க்கில் வசிக்கும் 46 சதவீத ஆப்பிரிக்கர்களுக்கு, தங்கள் வாழ்வை நகர்த்திச் செல்ல போதுமான சம்பாத்தியம் கிடையாது.

கறுப்பர்கள் ஏழையாகவும் வெள்ளையர்கள் செல்வந்தராகவும் இருப்பது எங்கள் பிரச்சனை அல்ல. ஆனால் இந்த வரைமுறையைப் பாதுகாக்கும்படி வெள்ளையர்கள் உருவாக்கும் சட்டம்தான் எங்கள் எதிரி. அதையே நாங்கள் கேள்விகேட்கிறோம். வறுமையைப் போக்க இரண்டு வழிகள் உள்ளன. ஒன்று, முறையான கல்வி வழங்குவது. மற்றொன்று, செய்யும் தொழிலில் சூட்சமங்களைக் கற்றுக்கொடுத்து சம்பாத்தியத்தைப் பெருக்குவது. ஆப்பிரிக்கர்கள் அறிந்தவரை, இந்த இரண்டு வழிகளும் அரசியல் சட்டத்தால் அவர்களுக்கு வழங்கப்படாமல் அநீதி இழைக்கப்பட்டிருக்கிறது.

இப்போதுள்ள அரசாங்கம், ஆப்பிரிக்கர்கள் கல்வி கற்க தடையாக இருக்கிறது. ஏழையாக இருந்தாலும் செல்வந்தராய் இருந்தாலும், வெள்ளையர்களின் குழந்தையென்றால் அவர்களிடம் பணம் எதிர்பார்க்காமல் கட்டாயக் கல்வி வழங்குகிறார்கள். ஆனால் அதே வசதிகள் இங்குள்ள ஆப்பிரிக்கக் குழந்தைகளுக்கு வாய்ப்பதில்லை. 1960-61 காலக்கட்டத்தில், ஆப்பிரிக்கக் குழந்தைகளுக்காக தலா 12.46

ராண்ட்களை (ராண்ட் - ஆப்பிரிக்கப் பணம்) அரசு செலவு செய்தது. ஆனால் அதே ஆண்டில் வெள்ளையர் குழந்தைகளுக்காக 144.57 ராண்ட்கள் செலவு செய்யப்பட்டன.

1953இல் பாண்டு கல்வி மசோதா மீதான விவாதத்தில் பிரதமர் கலந்து கொண்டார். அங்கு, 'உள்ளூர் மக்களின் கல்வித் திட்டங்களை மாற்ற எனக்கு அதிகாரம் வழங்கப்பட்டால், குழந்தைப் பருவத்திலிருந்தே ஐரோப்பியர்களும் உள்ளூர்வாசிகளும் எந்த விதத்திலும் சமமானவர்கள் அல்ல என்று போதிக்கும்படி பாடத்திட்டத்தில் சீர்திருத்தம் கொண்டு வருவேன் . . . சமத்துவம் பேசுபவர்களுக்கு ஆசிரியர் ஆகும் தகுதியே கிடையாது. உள்ளூர் மக்களுக்கு என்ன தரத்தில் உயர்கல்வி போதிக்க வேண்டுமென்றும், அது அவர்கள் எதிர்காலத்திற்குப் பயன்படுமா என்றும் எனது கட்டுப்பாட்டின் கீழ் உள்ள துறை முடிவுசெய்யும்' என்று சொன்னார்.

ஆப்பிரிக்க மக்களின் மற்றொரு இம்சையாக இருப்பது பொருளாதாரத் தடை. தொழிற்சாலையில் உள்ள எல்லா முக்கியப் பொறுப்புகளும் நிற அடிப்படையில் வெள்ளையர்களுக்கு வாரி வழங்கப்படுகிறது. தொழிற்சாலை சமரச் சட்டம் அனுமதிக்கும் 'தொழிற்சங்கங்கள்' நடத்தக் கூட ஆப்பிரிக்கத் தொழிலாளர்களுக்கு அனுமதி கிடையாது. இந்த விமர்சனங்களுக்குப் பதில் சொல்லுங்கள் என்று அரசை மன்றாடினால், 'வெளியிருந்து வந்தவர்களைவிட உள்ளூர்வாசிகள் செல்வத்தில் கொழிக்கிறீர்கள்' என்று பதில் வரும். நாங்கள் குடியேறியவர்களோடு ஒப்பிட்டுக் கேட்கவில்லை, நமது நாட்டில் வசிக்கும் வெள்ளையர்களோடு ஒப்பிட்டுப் பாருங்கள். பல தூரம் பின்தங்கி இருக்கிறோம். அதற்கேற்றாற்போல் இந்தச் சட்டமும் இதைச் சமன் செய்யவிடாமல் தடுக்கிறது.

ஒவ்வொரு ஆண்டும் கடவு சட்டங்களால் (ஆப்பிரிக்காவில் புழக்கத்தில் இருந்த உள்ளூர் கடவுச்சீட்டு முறைமைகளில் ஒன்று. இதன்மூலம் ஒன்றுபட்ட மக்கள் தொகையை தங்கள் இஷ்டப்படி ஓரிடத்தில் இருந்து மற்றொரு இடத்திற்கு அரசால் மாற்றமுடியும். நகர நிர்மாண காரணங்களை முன்னிறுத்தி இத்திட்டம் அறிமுகப் படுத்தப்பட்டது) ஆயிரக்கணக்கான ஆப்பிரிக்கர்கள் தனித்து விடப் படுகிறார்கள். இதைவிடக் கொடுமை என்னவென்றால், கணவனும் மனைவியும் வெவ்வேறு இடத்திற்குப் பிரித்து அனுப்பப்பட்டு குடும்பங்கள் உடைந்துபோவதும் உண்டு.

இதற்குப் பிறகு பஞ்சமும் குடும்பப் பிளவும் இரண்டாம் நிலை சிக்கல்களை ஏற்படுத்தும். குழந்தைகள் நகர வீதிகளில் சுற்றித்

திரிவார்கள். அவர்கள் கல்வி பயில பள்ளிக்கூடம் கிடையாது, அப்படியே இருந்தாலும் படிப்பதற்குப் பணம் கிடையாது, இவையிரண்டும் இருந்தால் இவர்கள் பள்ளி செல்கிறார்களா என்பதைக் கண்காணிக்க பெற்றோர் கிடையாது. அவர்கள் இருவர் இருந்தாலும், குடும்பத்தை உயிர்ப்போடு வைக்க பணம் சம்பாதிக்கும் பொருட்டு வேலைக்குச் செல்ல வேண்டுமே!

சமூகத்தின் அறக் கோட்பாடுகளுக்கு இது விரோதமாகிவிடும். சட்டவிரோதச் செயல்கள் அதிகரிக்கவும், வன்முறை மேலோங்கவும் இடங்கொடுக்கும். நகர வாழ்க்கை நரகமாகலாம். ஒருவரை ஒருவர் கத்தியால் குத்தவும், தாக்கிக்கொள்ளவும் நாளா நாளைக்குச் சச்சரவுகள் அதிகரிக்கும். வெள்ளையர்கள் வசிக்கும் பகுதிக்கு வன்முறை இடம்பெயரும். வீதியில் தனியாகச் செல்லும் கறுப்பரைக் கண்டு மற்றொருவர் அஞ்சுவார். வீட்டை உடைத்து திருட்டுத் தொழில் செய்பவர்கள் அதிகரிப்பார்கள். இம்மாதிரியான சிறுசிறு தண்டனைக்கும் இப்போது கொலை தண்டனை வழங்கப்படும்?.

எங்கள் மனதில் சீழ்வடியும் காயங்களை, மரண தண்டனை என்ன செய்யும்? இதற்கெல்லாம் ஒரே தீர்வு என்னவென்றால், இப்போதிருக்கும் எல்லா அசௌகரியங்களையும் நீக்கி ஆப்பிரிக்கர்களை மனிதராய் வாழ, சட்டம் இடம் கொடுக்க வேண்டும்.

எங்களுக்குச் சேரியில் அடைபட விருப்பமில்லை, பொதுமக்களில் ஒருவராய் வாழ ஆசைப்படுகிறோம். ஆப்பிரிக்க ஆண்கள், தாங்கள் வேலை செய்யும் இடத்திலேயே மனைவி மக்களோடு வாழ அனுமதிக்கப்பட வேண்டும். விலங்குகளைப் போல் அவர்களை விடுதியில் அடைத்துவைப்பது நியாயமா?

எங்கள் பெண்கள் தன் கணவன்மாரோடு சேர்ந்து வாழ ஆசைப் படுகிறார்கள். அவர்கள் நிரந்தரமாக விதவை கோலம் பூண்டிருக்கச் செய்வது நியாயமாகாது. நாங்கள் ஒன்றும் குழந்தை அல்ல. இரவு 11 மணிக்கு மேல் வெளியே நடமாட எங்களை அனுமதிக்க வேண்டும். தொழிலாளர் முகமை குறிப்பிட்டுச் சொல்லும் இடத்தைத் தாண்டி, எங்கள் சொந்த நாட்டில் எங்கு வேண்டுமானாலும் செல்ல உரிமை வேண்டும். பிடித்த வேலையைச் செய்ய சுதந்திரம் வேண்டும். ஒட்டுமொத்த தென்னாப்பிரிக்காவில் எங்களுக்குச் சேரவேண்டிய ஒரு நியாயமான பங்கைக் கொடுத்துவிடுங்கள். சமூகத்தில் எங்களுக்குரிய பங்கும் பாதுகாப்பும் உறுதிசெய்யப்பட வேண்டும்.

கனம் நீதிபதி அவர்களே, எல்லாவற்றுக்கும் மேலாக எங்களுக்குச் சரிசமமான அரசியல் உரிமை வேண்டும். அது இல்லையென்றால், எங்கள் குறைபாடுகள் என்றைக்கும் தீராது. பெருவாரியான வாக்காளர்கள் ஆப்பிரிக்கர்களாய் இருப்பதால், இது வெள்ளையர் களுக்குப் புரட்சிகரமாய் தோன்றலாம். இதனால் வெள்ளையர்கள் ஜனநாயகத்தைக் கண்டு அஞ்சலாம். ஆனால் இன ஒற்றுமைப் பூத்து, எல்லோரும் சுதந்திரம் அடைய வரலாறு தந்திருக்கும் இந்த அரிய வாய்ப்பை வெள்ளையர்களின் அச்சம் கண்டு ஒதுக்கிவிடக் கூடாது.

வாக்குரிமை அளிப்பதால், இனத் துவேஷம் ஏற்பட வாய்ப்பில்லை. நிற அடிப்படையிலான அரசியல் பிளவுகள் முற்றிலும் செயற்கையானது. அவை ஒழிந்தால், ஒரு நிறம் மற்றொரு நிறத்தை அடிமை செய்யும் போக்கும் ஒழிந்துவிடும். கடந்த 50 ஆண்டுகளாக இனவாதத்திற்கு எதிராய் ஆப்பிரிக்கத் தேசிய காங்கிரஸ் குரல் கொடுத்து வருகிறது. இது நிச்சயம் வெற்றிபெறும். வெற்றிபெற்ற பிறகும் கொள்கையில் மாற்றம் இருக்காது.

இதற்காகத்தான் ஆப்பிரிக்கத் தேசிய காங்கிரஸ் போராடுகிறது. எங்களது போராட்டம் தேசியமயமானது. எங்கள் துயரத்திலும் வேதனையிலும் ஆப்பிரிக்க மக்களின் எதிர்காலக் கனவு குடிகொண்டிருக்கிறது. எல்லோரும் சமமாய் வாழ்வதற்கான உரிமைப் போராட்டம் இது.

எனது வாழ்வை ஆப்பிரிக்க மக்களின் போராட்டத்திற்காக அர்ப்பணித்திருக்கிறேன். கறுப்பின ஆதிக்கத்தையும் வெள்ளையின ஆதிக்கத்தையும் சேர்த்தே எதிர்க்கிறேன். ஜனநாயகப் பூர்வமாய் எல்லோரும் ஒன்றிணைந்து சமத்துவமாய் வாழும் நாளை உச்சிமுகர்ந்து வரவேற்கிறேன். எல்லோர்க்கும் சரிசமமான வாய்ப்புகள் ஏற்படவேண்டும். இந்த ஒரு கொள்கை நிறைவேறுவதைக் காணத்தான் நான் உயிர்வாழ ஆசைப் படுகிறேன். எனதன்புக் கடவுளே, இந்த ஒரு சித்தாந்தம் மட்டும் நிறைவேறும் என்றால், நான் இப்போதே செத்து மடியத் தயார்.

•

16

என் தந்தையே, நீவிர் சாந்தியடைய வேண்டாம்!

சரோஜினி நாயுடு (1879 - 1949)

காந்தியின் படுகொலையால் மனமுடைந்து போன தேசாபிமானிகள், தங்களின் ஆற்றாமையை இரங்கல் உரையின் மூலம் இறக்கிவைத்தனர்.

கவிஞராகவும் விடுதலைப் போராளியாகவும் நன்கு அறியப்பட்ட காங்கிரஸின் முதல் இந்தியப் பெண் தலைவர் சரோஜினி நாயுடு, அப்போது உத்திரப் பிரதேச மாநிலத்தின் ஆளுநராக இருந்தார்.

காந்தியை ஏசுவோடு ஒப்பிட்டு எழுதப்பட்ட பல கட்டுரைகள் மேற்குலகில் மலைபோல குவிந்திருக்கின்றன. ஆனால் இந்தியாவில் உதித்த முதல் ஒப்பீடு சரோஜினி பேசிய உரையில்தான் இருக்கிறது.

நேருவின் உணர்ச்சிவயப்பட்ட உரைக்குச் சற்றும் சளைத்ததல்ல இது. காந்தியை எதிர்காலத்தின் கரங்களில் ஒப்படைப்பதில் நேருவுக்கு ஈடாக முனைப்போடு இருந்தார் சரோஜினி நாயுடு.

காந்தி இறந்து இரு நாட்களுக்குப் பிறகு, 1 பிப்ரவரி 1948 அன்று ஆல் இந்தியா ரேடியோவில் சரோஜினி நாயுடு ஆற்றிய உரை இதோ.

•

முன்பொரு காலத்தில் மக்களின் மரண ஓலங்களுக்குப் பதிலளிக்க; மீண்டும் இந்தப் பூமிக்கு வழிகாட்ட வரமாட்டாரா என்ற கேள்விக்கு விடையளிக்க; அன்பும் அக்கறையும் நிறைந்த இயேசு கிறிஸ்து மூன்றாம் நாள் உயிர்த்தெழுந்தார்.

மகாத்மா பிரிந்த மூன்றாவது நாள் இது. இவரை பெருமதிப்போடு நேசித்தவர்களும் தனிப்பட்ட முறையில் உறவாடியவர்களும் இன்று கண்ணீர் விட்டு கரைந்து கொண்டிருக்கிறோம். மகாத்மா என்ற பெயரின் மகோன்னதம் புரிந்த சிலரும், சாம்பலில் இருந்து உயிர்த்தெழுவார் என்று அழுது வடிகிறோம்.

சோகத்திற்கு இடமில்லை. யாரும் வருத்தப்பட வேண்டாம்.

சதைப் பிண்டத்தைவிட, ஆன்ம சக்தியே பெரிது என்ற ஞானி அவர். அதையே வாழ்க்கையாகவும் வாழ்ந்து காட்டினார். உலகின் ஒட்டுமொத்த ராணுவப் படையும் ஒன்றிணைந்து, யுகாந்திரத் திரளின் அனைத்துமட்ட சக்தியும் அணிதிரண்டால்கூட அவருடைய ஆன்ம சக்தியைத் துளியாவது அழிக்க முடியுமா?

பலகீனமான, சிறிய மனிதர்தான். அவர் கையில் பணம் காசு இல்லை. உடுத்தும் துணியும் உடம்பு மறைக்கப் போதமானதாய் இருக்காது. தன் பெயரில் குந்துமணி இடம்கூட இல்லாத ஒருவரால், இத்தனை வலிமையான ஆயுதங்களை எப்படி எதிர்கொள்ள முடிந்தது? சிம்ம சொப்பனமாக உட்கார்ந்து கொண்டு, உலகப் பேரரசையே நடுநடுங்க வைக்க எப்படி முடிந்தது?

கோடிக்கணக்கான ஏழைகளோடு தன்னை ஐக்கியப்படுத்திக் கொள்ள இந்தச் சிறிய மனிதரால், குழந்தை மேனி பொருந்திய இந்தக் குட்டி உருவத்தால், பட்டினியின் விளிம்பில் எப்படி இத்தனை விருப்பமாய் வாழமுடிகிறது? பேரரசர்களே பயன்படுத்த முடியாத விஷேச சக்தியை, தன்னைத் தூற்றுபவருக்கும் போற்று பவருக்கும் ஒரே மேஜையில் வைத்து இவரால் எப்படிப் பரிமாற முடிகிறது?

ஏனென்றால் காந்தி கரகோஷத்தையும் கண்டனத்தையும் பொருட் படுத்தாத மனிதர். சத்தியத்தின் வழியே சரியான வழியென்று நம்பினார். வன்முறையும் இச்சையும் மிகக் கொடூரமாய் இவ்வுலகை தத்தளிக்கச் செய்யும் போதும், போர்க்களத்தில் வறண்டுபோன பூக்குவியலாய், காய்ந்துபோன சருகின் கூட்டமாய் இத்தேசத்தின் எதிர்காலம் துண்டாடப்படும்போதும் அகிம்சையின் லட்சியத்தில் அவர் அணுவளவும் மாறவில்லை.

உலகம் தன்னையே கொன்று புதைத்து, தன்மீதே தன் ரத்தத்தை வாரிப் பூசிக் கொண்டாலும் உலகில் தோன்றவிருக்கும் புதிய நாகரிகத்திற்கு அகிம்சைதான் அடித்தளம் அமைக்கும் என போதித்தார். வாழ வேண்டும் என்பவன் அகிம்சையைத் தொலைக்கிறான். வாழ்க்கையை இழந்தவன் அகிம்சையைத் தேடுகிறான் என நம்பினார்.

*1924*இல் இந்து முஸ்லிம் ஒற்றுமைக்காகத் தன் முதல் முதல் உண்ணாவிரதத்தை மேற்கொண்டார். அதில் நானும் பங்கெடுத் திருந்தேன். அவர் தியாகத்திற்குத் தலைவணங்கி, இந்தத் தேசம் முழுக்க அனுதாபப்பட்டது. அவரின் கடைசி விரதம்கூட இந்து - முஸ்லிம் ஒற்றுமைக்காகத்தான். ஆனால் ஒருவர்கூடப் பரிதாபம் கொள்ளவில்லை, ஒருவர்கூட உறுதுணையாய் நிற்கவில்லை. மகாத்மாவின் விரதம் கசந்து போனது.

சிலருக்கு இதில் வெறுப்பும் சந்தேகமும் வளர்ந்தது. மதங்களுக்கு இது மிகவும் பொய்த்துப்போன கொள்கை எனத் தோன்றியது. அவரைப் புரிந்து கொண்டவர்களில் ஒரு சிலருக்கே அதன் உண்மை ஆழம் புலப்பட்டது.

தன் சொந்த விருப்பு வெறுப்புக்கு ஏற்ப, காந்தியின் உண்ணாவிரதத்தைத் தேசம் பந்தாடியது. வேறெந்த சமூகமும் அல்ல, காந்தியின் சொந்த இந்து மதமே அவரின் உண்ணா நோன்பைத் தகிக்க முடியாததாய் கோபத்தையும் வெறுப்பையும் மிகக் கொடூரமாய் உமிழ்ந்து தள்ளியது.

அய்யோ, என் இந்து சமூகமே! உங்களில் மிகச் சிறந்த இந்துவை, இந்து மதக் கொள்கையை அப்பழுக்கற்ற வகையில் பின்பற்றி வாழ்ந்த நமது காலத்தின் ஒரே ஒரு இந்துவை உங்கள் கரங்களே கொன்றுவிட்டதே, பார்த்தீர்களே! மத உரிமை என்ற போர்வையில் தங்களின் உன்னதமான மனிதரைக் கொன்று, புதைப்பதுதான் இந்துமதக் கொள்கை போலும்.

விடுங்கள். *30* ஆண்டுகளுக்கும் மேலாய், அவருடன் நெருங்கிப் பழகியிருப்பதால் சிலருக்கு தினந்தினம் இழப்பு; வருடாவருடம் சோகம். இது அவர்களின் தனிப்பட்ட வருத்தம். நம் வாழ்வின் ஒருங்கிணைந்த ஒருவர் இனி இல்லை. சிலர் அவரின் விசுவாசத்தைப் பெறத் தவறிவிட்டோம். இழை, தசை, நரம்பு, இதயம், ரத்தமென அவர் வாழ்க்கையோடு பின்னிப் பிணைந் திருந்ததால், சிலர் அவரின் மரணத்தின்மூலம் செயலிழந்து கிடக்கிறோம்.

சோகம் தாளாமல் விரக்திக்கு அடிபணியாதீர்கள், அது நம் மனதை நம்பிக்கையற்ற நாடோடியைப் போல் பலவீனப்படுத்தும். அவர் இறந்துவிட்டார்; இனி எல்லாம் முடிந்துவிட்டது; காலம் கைமீறிச் சென்றுவிட்டது என்று நாம் நம்பத் தொடங்கினால், அவர்மீது கொண்ட அன்பிற்கும் நம்பிக்கைக்கும் என்ன அர்த்தம்?

அவர் உயிர் நம் பெருந்திரளுக்கு மத்தியில் பிரிந்துவிட்டது என நம்பத் துணிந்தால், அவருக்கு நாம் விசுவாசமாக இருப்பதால் என்ன பலன்?

நாம் அவரின் வாரிசுகள் இல்லையா? அவரது ஆன்மிக வழித்தோன்றல்கள் இல்லையா? அவர் விட்டுச் சென்ற மகத்தான பணிகளின் முழுமுதற் பொறுப்பு இல்லையா?

அதை மேம்படுத்தவும் அவர் விட்டுச்சென்ற தட்டையான பணிகளை பலப்படுத்தவும், அவரைவிட மேலான நம் கூட்டு முயற்சியால் வென்றுகாட்டவும், உறுதி படைத்தவர்கள் அல்லவா நாமெல்லோரும்? அதனால்தான் சொல்கிறேன், நாம் தனிமையில் புழுங்கி வருவது போதும். மாரடித்து மன்றாடியது போதும். தலைவிரிக் கோலமாய் ஒப்பாரி பாடியது போதும்.

'மகாத்மாவை எதிர்த்தவர்கள் நீங்கள்தானே? உங்கள் சவாலை நாங்கள் ஏற்றுக்கொள்கிறோம்' என்று நாம் எழுந்து நிற்கும் காலம் இதோ வந்துவிட்டது. நாம் அவரின் வீரர்கள். அகிம்சையின் சின்னத்தை ஏந்தி நிற்கிறோம். குழப்பமான உலகத்தின் முன் அவர் தத்துவங்களைத் தாங்கி நிற்கிறோம். கொல்லாமையே நமது கவசம். நமது போர்வாள் குருதி குடிக்காமல் படையெடுக்கும்.

இந்திய மக்களே, எழுச்சி பெறுங்கள்! உங்கள் கண்ணீரைத் துடைத்தெறிய எழுச்சி பெறுங்கள். ஏக்கங்கள் ஈடுபெற எழுச்சி பெறுங்கள்! நம்பிக்கையான மனதோடு மனமகிழ்ச்சியுடன் எழுந்து நில்லுங்கள். அவர் சொந்த ஆளுமையின் உள்ளொளியைக் கொஞ்சம் கடன்வாங்கிக் கொள்வோம். கடனென்ன கடன், அதை அவர் நம்மிடந்தான் ஒப்படைத்துள்ளார். வலிமை பொருந்திய அவர் தைரியம், காப்பியப் பண்புள்ள அவர் குணநலம், இவையெல்லாம் நமக்கே விட்டுச்சென்றுள்ளார்.

நம் ஆசானின் அடிச்சுவட்டில் பயணிக்க வேண்டாமா? நம் தந்தையின் கட்டளைக்குக் கீழ்ப்படிய வேண்டாமா? அவர் தொடங்கிய போரை, அவரது வீரர்கள் வெற்றிபெறச் செய்யாமல் ஒதுங்கிக்கொள்வது நியாயமாகுமா? மகாத்மா காந்தியின்

முழுமையான செய்தியை இவ்வுலகிற்குக் கொண்டுசேர்க்க வேண்டாமா?

அவரது குரல் மீண்டும் ஒலிக்காது. அதனாலென்ன? அவரது செய்தியைச் சமகாலத்திற்கு எடுத்துச் சொல்ல, குறைந்தது ஒரு மில்லியன் குரல்கள் இல்லையா நம்மிடம்? அடுத்துவரும் ஒவ்வொரு தலைமுறைக்கும் காந்தியை கொண்டு சேர்க்க நம்மிடம் ஒரு மில்லியன் குரல்கள் இல்லாமல் போய்விடுமா? சொல்லுங்கள். அவர் செய்த தியாகங்கள் வீண்போக வேண்டுமா? சிந்திய புனித ரத்தம் வெறுமனே நம் அழுகைக்கு எரிபொருள் சேர்க்க வேண்டுமா? கூடாது.

அந்த ரத்தத்தை நெற்றியில் திலகமிட்டுக் கொண்டு, உலக அமைதி பேணும் நம் படையின் துருப்புச் சின்னமாக வைக்கக் கடவது அல்லவா அது! என் நடுங்கும் குரலைக் கேட்கும் இந்த உலகத்திற்கு நான் உறுதியளிக்கிறேன். மகாத்மாவின் சேவைக்காக 30 ஆண்டு களுக்கு முன் என்னை எப்படி அர்ப்பணித்தேனோ, உங்களையும் அப்படி அர்ப்பணிக்கவேண்டி உறுதியளிக்கிறேன்.

மரணம் என்றால் என்ன? ‘உண்மையில் இறப்பும் இல்லை. பிறப்பும் இல்லை. உண்மையின் உயரிய நிலைகளை அடுத்தடுத்து அடையும் ஆன்மா மட்டுந்தான் உய்க்கிறது’ என்று மரணப் படுக்கையில் கிடந்த என் தந்தை சொன்னார்.

இந்த உலகில் உண்மைக்காக வாழ்ந்தவர் காந்தி. ஒரு கொலையாளியின் கையால், அவர் தேடிய உண்மையின் உயர்ந்த நிலை உலகம் அறிய வெளிப்பட்டிருக்கிறது. அவருடைய நிலைக்கு நாம் செல்ல வேண்டாமா? அவரின் உயரிய செய்திகளை உலகுக்குப் பிரச்சாரம் செய்ய, நமது ஒன்றுபட்ட படைபலம் வலுவாக இருக்க வேண்டாமா?

அவருடைய வலிமை தாங்கிய படையில் மிகவும் இளையவள் நான். ஆனால், ஜவாஹர்லால் நேரு, வல்லபாய் படேல் போன்ற அவரின் அன்பிற்குரிய சீடர்கள் எனக்கு எப்போதும் பக்கபலமாய் இருக்கிறார்கள். இயேசு கிறிஸ்துவின் மார்பில் இருக்கும் புனித ஜான் போல, காந்தியின் நம்பிக்கைக்குரிய ராஜேந்திர பாபு இருக்கிறார்.

இன்னும் இவர் இறந்துவிட்டார் என்ற செய்தி கேட்டதும், இறுதி அஞ்சலி செலுத்துவதற்காக இந்தியாவின் இடுக்குகளில் இருந்து பறந்து வந்த லட்சோபலட்ச சீடர்கள் இருக்கிறார்கள்.

அவரின் நிராசையை நாமெல்லோரும் சேர்ந்து நிறைவேற்ற முடியாதா?

அவரின் பல உண்ணாவிரதங்களைக் கண்டு நான் ஆச்சரியப்பட்டது உண்டு. அவருக்குச் சேவை செய்யவும் ஆறுதல்படுத்தவும் சிரிக்க வைக்கவும், எனக்கு பெரும் பாக்கியம் வாய்த்திருந்தது. கூட்டத்தார் சிரிப்பதை மனம் இசைந்து ரசிப்பார்.

ஒருமுறை திகைத்துப்போய் நான் ஒன்று யோசித்தேன். சேவா கிராமிலோ, நவகாளியிலோ, இல்லை ஏதோவொரு தொலைதூரப் பிரதேசத்திலோ காந்தி இறந்துபட்டால் நாம் அவரை எப்படிச் சந்திப்பது?

நல்லவேளையாக அவர் தில்லியில் இறந்தார். கம்பீரம் வாய்ந்த மன்னர்களின் நகரத்தில், இந்துப் பேரரசுகளின் புராதன பூமியில், முகலாயர்களின் பெருமை பொங்கிய வீதியில் அவர் இறந்து போனார். இங்கு இறந்தது ஒருவகையில் சரிதான்.

மன்னர்களின் நடுவில் அவர் உடல் தகனம் செய்யப்பட்டதும் சரிதான். ஏனென்றால் அவர் மன்னர்களுக்கெல்லாம் மன்னராக வாழ்ந்தவர்.

சமாதானத் தூதுவராக இருந்தவரை, ஒரு சிறந்த போர்வீரனின் அனைத்துவித மரியாதைகளுடனும் தகன மேடைக்கு அழைத்துச் செல்லப்பட்டது சரிதான்; படைகளைப் போர்க்களத்திற்கு வழிநடத்திய மாவீரர்களைவிட, இந்தச் சிறிய மனிதர் துணிச்சல் காரர்தான். அவர்கள் அனைவரையும்விட வெற்றிகரமானவரும் கூட.

இதுநாள்வரை சொல்லப்பட்ட ஏழு ராஜ்ஜியங்களின் வரலாற்று நகரமாக மட்டும் இனி தில்லி இருக்கப்போவதில்லை. அந்நியரிடம் அடிமைப்பட்ட இந்நாட்டின் சுதந்திர விலங்கை, சுதந்திரக் கொடி கொண்டு மீட்ட மாபெரும் புரட்சியாளரின் நினைவு மையமாகவும் சரணாலயமாகவும் அது விளங்கும்.

என் தலைவர். என் ஆசான். என் பேரன்பிற்குரிய தந்தையின் ஆன்மா சாந்தியடைய வேண்டாம்! தயவு செய்து சாந்தி அடைய வேண்டாம். சந்தனமேனியாய் எரிந்து போன அவரின் சாம்பல், சாந்தி அடைய வேண்டாம். அவர் எலும்பு மஜ்ஜையிலிருந்து உதிர்ந்து கொட்டும் தூள், இந்தத் தேச மக்கள் சுதந்திரப் போதையில் மிக யதார்த்தமாய் வாழும்வரை உத்வேகம் அளிக்கட்டும்.

எங்கள் தந்தையே, சாந்தி அடையாதீர்கள். எங்களையும் சாந்திபெற அனுமதிக்காதீர்கள். எங்கள் சத்தியத்தை நிறைவேற்ற வலிமை கொடுங்கள்.

உங்கள் வாரிசுகள், உங்கள் சந்ததிகள், உங்கள் காரியதரிசிகள், உங்கள் கனவுகளின் காவலர்கள் எங்கள் எல்லோருக்கும் வலிமை கொடுங்கள்.

உங்கள் வாழ்க்கை எவ்வளவு சக்திவாய்ந்ததாக இருந்ததோ, அதைவிட உங்கள் மரணத்தை வலிமைப் பொருந்தியதாய் மாற்றியிருக்கிறீர்கள். நீங்கள் விரும்பிய ஒன்றுக்காக, நீங்கள் ஈந்த தியாகம் மரணத்தைத் தாண்டியும் உங்களைக் கிடத்திவிட்டது.

•

17

ரஷ்ய வரலாற்றில் புதிய அத்தியாயம் தொடங்குகிறது

விளாதிமிர் லெனின் (1870 - 1924)

1917ஆம் ஆண்டு மார்ச் மாதத்தில் ரஷ்யாவில் புரட்சி வெடித்தது. இதற்குக் காரணகர்த்தாவாய் இருந்த போல்ஷிவிக் கட்சியின் முக்கியத் தலைவர்கள் எல்லாம் சிறையில் இருந்தனர். லெனின் சுவிட்சர்லாந்தில் பதுங்கி இருந்தார்.

ரஷ்ய ராணுவத்தின் துப்பாக்கிகள் உலகப் போரிலும் உள்ளூர் போரிலும் மாறி மாறி வெடித்தன. இந்த வாய்ப்பைச் சரியாகப் பயன்படுத்திக் கொண்ட மென்ஷ்விக் கட்சியினர், சோவியத்தைக் கைப்பற்றினார்கள். வாராது வந்த மாமணியை அப்படியே ஜார் கைகாட்டிய இளவரசரிடம் தூக்கிக் கொடுத்தனர்.

லெனினுக்கு என்ன செய்வதென்றே தெரியவில்லை. எப்படியாவது பெட்ரோகிரேட் செல்ல வேண்டும் என்று இருந்தது அவருக்கு. இம்முறை ஜெர்மனி உதவி செய்தது. அடைக்கப்பட்ட ரயில் பெட்டியில் யாருக்கும் தெரியாமல் தன் மனைவி நதேஷ்தாவுடன் லெனின் பெட்ரோகிரேட் வந்து சேர்ந்தார். பின்லாந்து ஸ்டேஷனில், கிரொன்ஸ்டாட் நகரக் கடற்படை வீரர்கள் கோடு போட்ட சட்டையும் சிகப்பு நிற குல்லாவும் அணிந்து லெனினுக்கு சிறப்பு மரியாதை அளித்தனர். அங்கிருந்து பேரரசுக்கான காத்திருப்பு அறைக்கு லெனின் அழைத்துச் செல்லப்பட்டார்.

அடர்த்தி மிகுந்த பெரும் ஜனத்திரளுக்கு மத்தியில் லெனின் பேசுகையில், போல்ஷ்விக்குகள் இனி ஒருபோதும் மென்ஷ்விக்குகளுக்கு ஆதரவாய் இருக்க மாட்டார்கள் என்று போட்டு உடைத்தார். உடனடியான உள்நாட்டுப் போருக்கு அழைப்பு விடுத்ததோடு, சர்வதேசப் புரட்சிக்கும் உரம் வீசினார்.

இந்தக் காலகட்டத்தில் லெனின் பேசிய மூன்று உரைகளின் தேர்ந்தெடுத்த பகுதிகள் குறிப்புகளுடன் இங்கே இடம் பெறுகின்றன. முதல் ரஷ்ய புரட்சி ஏற்பட்டு மென்ஷ்விக் ஆட்சியைப் பிடித்ததில் இருந்து மூன்றாவது புரட்சி ஏற்பட்டு சோவியத் அரசாங்கம் அமையும் வரை இடைக்கால வரலாற்றை லெனினின் உரைகளின் ஊடாக பார்ப்பது, தொழிலாளர் புரட்சியின் அடிமட்டத்திலிருந்து வரலாறு படிக்கும் லயத்தை ஏற்படுத்தும்.

•

அன்பு தோழர்களே, போர் வீரர்களே, கடற்படை வீரர்களே, எனதருமை தொழிலாள நண்பர்களே!

ரஷ்யப் புரட்சி வெற்றி பெற்றதை முன்னிட்டு உங்கள் எல்லோருக்கும் என் வாழ்த்துச் செய்தியைத் தனித்தனியாகப் பகிர்ந்து கொள்வதில் மகிழ்ச்சி அடைகிறேன். உலகப் பாட்டாளி வர்க்கப் பெருந்திரள் ராணுவத்தின் அசைக்கமுடியாத துருப்புகளாய் நீங்கள் இருந்திருக்கிறீர்கள்... ஐரோப்பா முழுதும் ஏற்பட்டுவரும் மொத்த உள்நாட்டுக் கலவரங்களுக்கும் கொள்ளைக்கார ஏகாதிபத்தியப் போரே தொடக்கக் காரணியாக இருக்கிறது...

சுரண்டிக் கொண்டிருக்கும் தன் முதலாளிக்கு எதிராய் ஆயுதங்களை ஏந்த மக்களுக்கு வெகுகாலம் தேவைப்படாது... பாட்டாளி வர்க்கத்தின் உலகளாவிய சோசலிசப் புரட்சி ஏற்கெனவே உதயமாகிவிட்டது. ஜெர்மானியர்கள் இப்போது கொதித்துக் கொண்டிருப்பார்கள். எப்போது வேண்டுமானாலும் ஐரோப்பாவில் முதலாளித்துவம் சுக்குநூறாக உடைந்துபோகலாம். நீங்கள் வெற்றியடையச் செய்த ரஷ்யப் புரட்சி புதிய சாளரத்தைத் திறந்திருக்கிறது; புதிய சகாப்தத்தைப் பெற்றெடுத்திருக்கிறது. உலகளாவிய சோசலிசப் புரட்சி நீடூழி வாழ்க!

(லெனின் அந்த அறையை விட்டு வெளியேறிய போது, ராணுவ அணிவகுப்பு தொடங்கியது. குத்துவாள் ஏந்திய துப்பாக்கியுடன் வீரர்கள் பின்வர, வாட்டசாட்டமான அதிகாரி ஒருவர் லெனினுக்கு வணக்கம் சொல்லி மரியாதை செலுத்தினார்.

பெட்ரோகிராட்டில் இருந்து லெனினை வாழ்த்துவதற்காக வந்த ஆயிரக்கணக்கான புரட்சிகரத் தொழிலாளர்களும் கடற்படை வீரர்களும் விண் அதிர ஆர்ப்பரித்தனர். வீரர்கள் தங்கள் ஆயுதங்களைப் போர் தளபதியிடம் கொடுக்க, அதை அவர்கள் லெனின் வசம் ஒப்படைத்தனர். லெனின் பேச மாட்டாரா என்று மக்கள் கிசுகிசுத்தனர். சில அடிகள் எடுத்து வைத்த பின்னர், தன் போலர் தொப்பியை கழட்டிவிட்டு லெனின் பேசத் தொடங்கினார்).

•

தாற்காலிக அரசு உங்கள் எதிர்பார்ப்புகளைப் பூர்த்தி செய்ததா என்று எனக்குத் தெரியாது. ஆனால் சர்க்கரைப் பாகுபோல் இலகுவாகப் பேசி, வாக்குறுதிகளால் கோட்டை கட்டி மேடை அமைத்தபோதே ஒட்டுமொத்த ரஷ்ய மக்களையும் இவர்கள் ஏமாற்றப் போகிறார்கள் என்பதை நான் அறிந்தேன். மக்கள் சமாதானத்தை விரும்புகிறார்கள். அவர்களுக்கு நிலமும் ரொட்டித் துண்டும் தேவை.

ஆனால் இவர்கள் பஞ்சமும் பசியும் உண்டாக்கி, போர்கள் ஏற்படுத்தி, நிலக்கிழார்களிடம் எஞ்சிய சொற்ப நிலத்தை மக்களுக்கு வழங்குகிறார்கள். வீரர்களே எனதருமை தோழர்களே, இறுதிவரை புரட்சிக்காகப் போராடுங்கள்.

(ஜூலை 18 வரை லெனின் பெட்ரோகிரேட்டில் இருந்தார். அதற்குப்பின் மென்ஷவிக்குகளைக் காலி செய்ய அவர்கள் ரகசியமாய் தீட்டிய திட்டம் தோல்வியில் முடிந்ததால், பின்லாந்துக்கு தப்பிச் சென்றார். அக்டோபர் 23இல் மீண்டும் பெட்ரோகிரேட் திரும்பிய லெனின், அங்கிருந்தபடியே போராட்டத்தை நெறிப்படுத்தினார்.

எல்லா அரசு அலுவலகங்களும் கட்டுப்பாட்டுக்குள் வந்தன. அக்டோபர் 25இல் இருந்து போஷ்விக்குகளின் ஆட்டம் தொடங்கியது. நகரின் முக்கிய இடங்களைத் தன்வயப்படுத்தினர். மென்ஷ்விக் உறுப்பினர்கள் தப்பி ஓடினார்கள், மிஞ்சியவர்கள் சிறை பிடிக்கப்பட்டார்கள்.

தொழிலாளர் மற்றும் வேளாளர் புரட்சி வெற்றியடைந்ததை அடுத்து, அன்றைக்கு மதியம், பெட்ரோகிரேட் ஒன்றியத்தில் மாபெரும் கூட்டமொன்றை லெனின் ஏற்பாடு செய்தார்).

•

தோழர்களே, போல்ஷ்விக்குகள் எப்போதும் சொல்லிக் கொண்டிருக்கும் தொழிலாளர் மற்றும் வேளாளர்களின் புரட்சி நன்றாகச் சூடுபிடித்திருக்கிறது.

இதன் முக்கியத்துவம் என்னவென்று உங்களுக்குத் தெரியுமா? முதலில் சோவியத் அரசின் எல்லாவித அதிகாரங்களும் நம் கட்டுப்பாட்டுக்குள் வந்துவிடும். பூர்ஷ்வாக்களுக்கு இதில் துளி பங்கு கிடையாது. ஒடுக்கப்பட்ட சமூகம் தங்களுக்கென்று ஓர் அதிகாரத்தை நிர்மாணிக்கும். பழைய அரசு இயந்திரங்களை அடிமட்டத்திலிருந்து பெயர்த்து, புதிய ஆட்சியதிகாரத்தை சோவியத் ஒன்றியங்களாக உருவாக்குவோம்.

இப்போதிருந்து ரஷ்ய வரலாற்றில் ஒரு புதிய அத்தியாயம் தொடங்குகிறது. சோசலிசத்தை நிலைநிறுத்திய பிறகுதான் இந்த மூன்றாவது ரஷ்யப் புரட்சிக்கு முடிவு வரவேண்டும்.

(உலகப்) போரை உடனடியாக நிறுத்த வேண்டும். இது இந்தக் கணத்தின் அவசியத் தேவையாக இருக்கிறது. முதலாளிகளோடு தொடர்புடைய இந்தப் போரை உடனடியாக முடிவுக்குக் கொண்டு வராவிட்டால் பெரும் சேதங்கள் ஏற்படலாம். இதற்காக நாம் முதலாளித்துவத்தையே எதிர்த்துப் போரிட வேண்டும்.

இத்தாலி, ஜெர்மனி, பிரிட்டன் போன்ற உலக நாடுகளில் உழைக்கும் வர்க்கத்தினரிடையே ஏற்கெனவே தோன்றியிருக்கும் மாபெரும் புரட்சி அலை, நமது போராட்டத்திற்கு பெரும் பலம் சேர்க்கும்.

உடனடியாக அமைதி திரும்ப, சர்வதேச அளவில் ஜனநாயகம் பூக்க நாம் முன்னெடுத்திருக்கும் இந்தப் போராட்டத்திற்கு உலகெங்கிலும் உள்ள பாட்டாளி மக்களின் ஏகோபித்த வரவேற்பு கிடைக்கும். எல்லா ரகசிய ஒப்பந்தங்களையும் இப்போதே அம்பலப்படுத்தி, பாட்டாளி மக்களின் நம்பிக்கையை வலுப்படுத்தவோம்.

'நாங்கள் நெடுங்காலம் முதலாளிகளோடு பயணித்துவிட்டோம். இனி வரும் சொற்ப காலத்தையாவது பாட்டாளிகளோடு பகிர்ந்து கொள்கிறோம்' என்று ரஷ்யாவிலிருக்கும் பெரும்பாலான குறுநில விவசாயிகள் சொல்கிறார்கள்.

நிலவுடைமை சொத்துக்கு சட்ட ரீதியான அங்கீகாரம் இல்லை என்று ஒரே ஓர் ஆணை பிறப்பித்துவிட்டால் போதும், பாட்டாளிகளுக்குத் தெம்பு கிடைத்துவிடும். உழவர்களோடு சமாதானம் பேசாத வரை, குறுநில விவசாயச் சண்டைகள் ஓயாது. தேர்ந்த உழைப்பாளிகளைக் கொண்டு உற்பத்தியின் மீது நியாயமான கட்டுப்பாடு விதிக்கலாம்.

நாம் இப்போது ஒருங்கிணைந்த முயற்சி மேற்கொள்ள கற்றுக் கொண்டு விட்டோம். இப்போது ஏற்பட்ட புரட்சி ஒன்றே அதற்கு

முழுமுதல் சான்று. நம்மிடம் இப்போது பெருவாரியான மக்கள் பலம் இருக்கிறது. இதனைக் கொண்டு சகலமும் கைப்பற்றலாம். உலகப் புரட்சிக்குப் பாட்டாளிகளை அழைத்துச் செல்ல, இந்த மக்கள் பலம் ஒன்றே போதுமானது.

ரஷ்யாவில் இப்போது பாட்டாளி வர்க்க சோசலிச அரசை நாமெல்லாரும் அமைக்க வேண்டும். உலகளாவிய சோசலிசப் புரட்சி நீடூழி வாழ்க!

(அன்று மாலையே, அனைத்து ரஷ்ய சோவியத் கூட்டமைப்பு ஒன்றுகூடியது. ரஷ்யாவின் ஒட்டுமொத்த அதிகாரத்தையும் தொழிலாளர், போர்வீரர் மற்றும் விவசாயப் பெருமக்களிடம் ஒப்படைப்பதாய் அந்த அமைப்பு அறிவித்தது. லெனின் மேடையில் நின்றிருந்தார். பெருத்த கரவொலிகளால் மக்கள் அவரை வாழ்த்தினார்கள். கைகள் ஓய்ந்த பிறகு சன்னமான குரலில், 'நாம் இனி சோசலிச அரசை கட்டமைக்கும் பணிகளில் இறங்குவோம்' என்று லெனின் சொன்னார். மீண்டும் பலத்த ஆரவாரம்.

அமைதி மற்றும் போர் சமாதான ஆணைகளை அனைத்து ரஷ்ய சோவியத் கூட்டமைப்பு ஏற்றுக்கொண்டது. மக்கள் ஆணையர் குழுவில் இன்னின்னார் இருக்கலாம் என்று அன்றைக்கே ஒப்புதல் வழங்கப்பட்டது. இப்படித்தான் உலகின் முதல் தொழிலாளர் மற்றும் குறுநில விவசாயிகளின் அரசாங்கம் உருவானது).

•

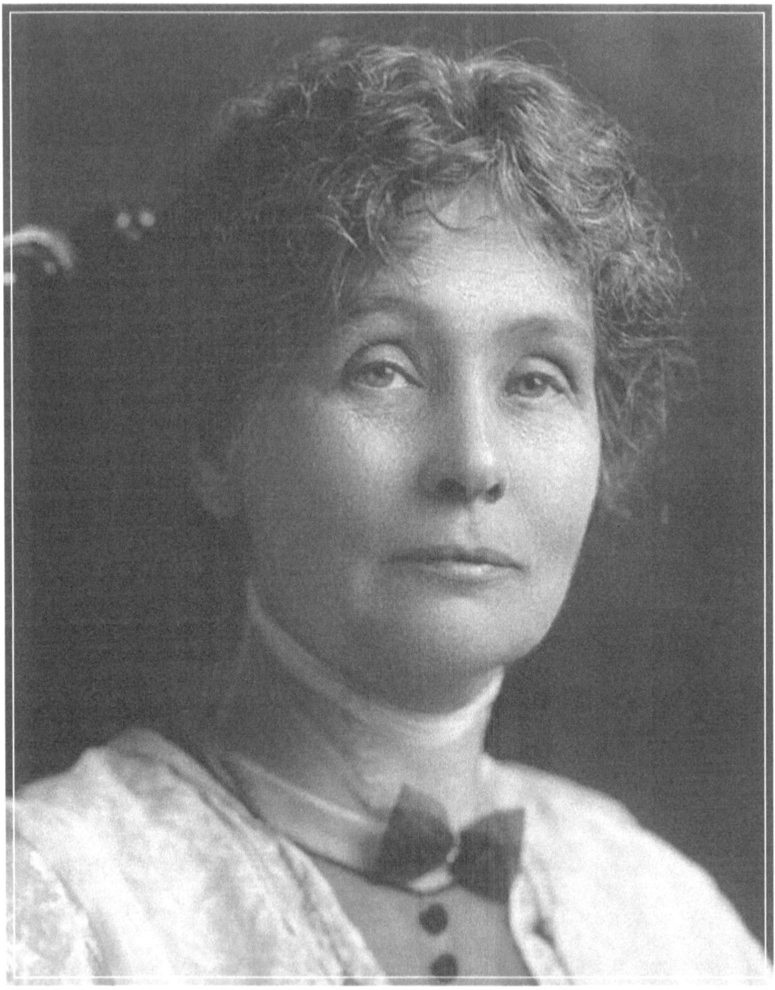

18

விடுதலையா? வீரமரணமா?

எம்மலின் பான்கர்ஸ்ட் (1858 - 1928)

எம்மலின் பான்கர்ஸ்ட் 1912இல் சதி செய்த குற்றத்திற்காக கைது செய்யப்பட்டார். விடுதலைக்குப் பிறகு தன் மகள் கிறிஸ்டபெல்லோடு சேர்ந்து மகளிர் சமூக மற்றும் அரசியல் ஒன்றியத்தின் முழு அதிகாரத்தையும் கைப்பற்றினார்.

1913இல் வன்முறையைத் தூண்டியதற்காக மீண்டும் கைது செய்யப்பட்டு 'எலியும் பூனையும்' சட்டத்தின் கீழ் சிறையில் அடைக்கப்பட்டார். அங்கும் உண்ணாநோன்பு இருந்து உடலை வருத்தி, கவலைக்கிடமான நிலைக்குச் சென்றார். வேறுவழி இல்லாமல் அரசு அவரை விடுதலை செய்தது. அதற்குப் பின்னும் 12 முறை கைது செய்யப்பட்டார். இத்தனைப் போராட்டமும் உடல்வலியும் எதற்கு? மகளிர் வாக்குரிமை வேண்டித்தான்!

இங்கிலாந்தில் பிறந்து வளர்ந்த எம்மலின், மகளிர் வாக்குரிமைக்காகக் குரல் கொடுத்த முதல் பெண்ணாக அறியப்படுகிறார். 20ஆம் நூற்றாண்டின் குறிப்பிடத்தகுந்த 100 மனிதர்களுள் இவரும் ஒருவரென 'டைம்' வார இதழ் மகுடம் சூட்டியுள்ளது.

தன் தள்ளாத உடல்நிலையிலும் ஸ்ட்ரெச்சரில் சென்று பொதுக் கூட்டங்களில் பேசியிருக்கிறார். இவரின் இடைவிடாத போராட்டத்தால் 1918 தேர்தலில் பெண்கள் வாக்குச் செலுத்த அனுமதிக்கப்பட்டனர்.

1928இல் முழு வாக்குரிமைப் பெற்றனர். அந்த ஆண்டே எம்மலினும் இறந்துபோனார்.

எம்மலின் 1909 மற்றும் 1911இல் நிதி திரட்டும் பொருட்டு ஏற்கெனவே அமெரிக்கா சென்றிருக்கிறார். ஆனால் இந்தமுறை அவரின் அமெரிக்கப் பயணம் வித்தியாசமாக அமைந்தது. 1913ஆம் ஆண்டு நவம்பர் 13ஆம் தேதி ஹார்ட்போர்டில் பேசுகையில், 'தண்டனை விதிக்கப்பட்ட சிறைச்சாலையில் மிகக் கொடுமையான உடல் வேலைகளை தாங்கிக் கொள்ளும் அளவு தான் ஏன் அத்தனை அபாயகரமான பெண்மணி' என்று விளக்கியுள்ளார்.

•

நான் இங்கு விவாதம் செய்ய வரவில்லை. அமெரிக்காவில் வாக்குரிமைக்கான போராட்டம் எப்படி இருந்தாலும் அது இங்கிலாந்தில் வாக்குவாத நிலையைத் தாண்டி நடைமுறை அரசியலுக்கு வந்துவிட்டது. மக்கள் இயக்கமாகவும் புரட்சிப் பொருளாகவும் வாக்குரிமைப் போராட்டம் வலுப்பெற்று விட்டது. ஆகவே நான் இன்றிரவு பெண்கள் வாக்குரிமை பற்றி பேசப்போவதில்லை. அமெரிக்க வாக்காளர்களே அதை மிக நன்றாகச் செய்வார்கள்.

களத்திலிருந்து தற்காலிகமாய் வெளியேறிய ஒரு வீராங்கனையாக, உள்நாட்டுப் போரின் தீவிரத்தை எடுத்துக்கூற வந்திருக்கிறேன்; பெண்களால் நடத்தப்படும் உள்நாட்டுப் போர் எத்தனை வித்தியாசமானது என்பதை உங்களுக்குச் சொல்லிப்போக வந்திருக்கிறேன். இதைக்கூட ஒருவர் முன்வந்து சொல்லவேண்டும் என்பது வேடிக்கையாக இல்லையா?

களத்திலிருந்து தாற்காலிகமாய் வெளியேறிய வீராங்கனையாக மட்டும் நான் வரவில்லை. எங்கள் நாட்டு சட்ட மன்றங்கள் சொல்வதுபோல, சமூகத்திற்குத் துளியும் பயனில்லாத நபர் என்று முத்திரைக் குத்தப்பட்ட பெண்ணாக வந்திருக்கிறேன். அந்த வகையில் எனது வரவு கொஞ்சம் வித்தியாசமானது.

தண்டனை விதிக்கப்பட்ட சிறைச்சாலையில் மிகக் கொடுமையான உடல்வேலைகளை தாங்கிக் கொண்டு, அபாயகரமான பெண் என்று அறியப்பட்ட ஒருவர்தான் உங்களிடம் இன்றைக்கு உரையாற்றப் போகிறார். ஆகவே இந்த உரையை காது கொடுத்துக் கேட்பதில் உங்களுக்கு ஓர் ஆர்வம் உண்டாகும்.

உங்களில் பலருக்கும் இப்போது ஒரு கேள்வி எழும். நான் ஒரு கைதியா, வீராங்கனையா? என்னைக் கேட்டால், இரண்டுமே. இந்தச் சிறிய உறுத்தலை நீங்கள் பொறுத்துக் கொள்வீர்கள் என்ற நம்பிக்கையில் நான் பேசத் துணிகிறேன்.

பெண்கள் கையாண்டு வரும் போர்நெறிகளை அவ்வளவு சுலபத்தில் புரிந்துகொள்ள முடியாது. ஏனென்றால் நாங்கள் செய்து வரும் காரியத்தை எட்டு ஆண்டுகளுக்கு முன்பே 'போர்நெறி' என்ற வார்த்தையால் விவரிக்கத் தொடங்கிவிட்டோம். நாங்கள் மேற்கொண்ட முதல் போர் எட்டு ஆண்டுகளுக்கு முன்பே அரங்கேறிவிட்டது. உண்மையில் அது போர் தாக்குதல் கூட இல்லை. அதை எதிர்த்தவர்கள் மீது போர் தாக்குதல்களைத் தூண்டிவிட்டோம், அவ்வளவுதான்.

அரசியல் பொதுக் கூட்டங்களில் பெண்களின் கேள்விகளுக்குப் பதில் கிடைக்காமல் போனாலும், அதை முன்னிறுத்தி அவர்கள் போரிடவில்லை. பொதுவாக அரசியல் கூட்டங்களில் கேள்வி கேட்க எல்லோருக்கும் உரிமை இருக்கிறது. இதில் மாற்றுக் கருத்து இருக்க முடியாது. எங்கள் நாட்டில் பல ஆண்டுகளாக ஆண்கள் கேள்வி கேட்டு வருகிறார்கள். அமெரிக்காவிலும் கூட ஆண்கள் இந்தச் சலுகையை அனுபவிக்கிறார்கள் என்று அறிகிறேன்.

நாளைக்கு சட்டமன்றத்தில் நுழையப்போகும் ஆட்சியாளரிடம் நீங்கள் ஒன்றிரண்டு கேள்விகளைக் கூட உதிர்க்கவில்லை என்றால், குடியுரிமை வழங்கிய அடிப்படை குடிமக்கள் கடமையை நீங்கள் மீறியதாகத்தானே பொருள்? எது எப்படி இருந்தாலும், பாராளு மன்ற உறுப்பினர்களையும் அரசாளும் நபர்களையும் கேள்வி கேட்பதென்பது பிரிட்டனில் மரபுவழிப்பட்ட வழக்கமாக கடைப்பிடிக்கப்பட்டு வருகிறது.

பெண்களின் வாக்குரிமை பற்றிய விவாதம் எழுவதற்கு முன்புவரை, எந்தவொரு தனிநபரும் கேள்வி எழுப்பியதற்காக பொதுக் கூட்டத்தில் இருந்து விலக்கி வைக்கப்பட்டதில்லை. அவ்வாறு முதன்முதலில் தூக்கியெறிப்பட்டவர்கள், பெண்கள். அவர்களைக் கொடூரமான முறையில் பலிதீர்த்து, அடுத்த 24 மணிநேரத்திற்குள் சிறையில் அடைந்து துன்புறுத்தினார்கள்.

துன்புறுத்தப்படும் பெண்கள் மீது பச்சாதாபம் தோன்றி, அநியாயத்திற்கு துணைபோன அதிகார மட்டத்திற்கு எதிராய் போரிடத் தயாராகுங்கள் என்று சொல்ல வேண்டிய பத்திரிகைகள்,

பெண்கள் தண்டிக்கப்பட வேண்டியவர்கள் என்றும் போர்க்குணம் மிக்க குற்றவாளிகள் என்றும் அபாண்டமாகக் குறை சொன்னார்கள். பெரும்பாலான பத்திரிகைகள் அரசியல்வாதிகளிடம் விலை போயிருந்தன.

கேள்விகளுக்குப் பதில் சொல்லாமல் இருந்த அரசியல் வாதிகளும், கூட்டத்தில் இருந்த மக்களும்தான் நொந்துகொள்ள வேண்டியவர்கள். ஆனால் அவர்களை வசதிப்படி விட்டுவிட்டு, எல்லாம் முடிந்த பிறகு வீதியில் இறங்கி கண்டனக் கூட்டம் கூட்டிய அப்பாவிப் பெண்களை அவர்களின் முட்டிக் காயங்களை பொருட்படுத்தாமல், சிராய்ப்புகளுக்கு மருந்து பூசாமல் சிறையில் அடைத்து வதைப்பது எந்தவகையில் நியாயம்?

அத்தோடு எங்களை வன்முறை வீரர் என்று அடையாளப் படுத்தினார்கள். நாங்களும் அதை உவந்து ஏற்றுக் கொண்டோம். ஏனென்றால் மரபுவழிப்பட்ட தேவலாய வீரர்களுக்கு, ஆன்மீகப் பார்வையில் பார்க்கும்போது நாங்கள் அதிதீவிர வன்முறையாளராகத் தோன்றுவது இயல்புதானே? பெண்களின் வாக்குரிமை பற்றிய வாதத்தை அரசியல்வாதிகள் புறக்கணிக்கக் கூடாது என்பதற்காக கடந்த ஐம்பது வருடங்களாக இந்தக் கேள்வியை அழுத்தம் திருத்தமாக பதிவு செய்துவருகிறோம். அதற்கிடைப்பட்ட காலத்திலும், எப்படியாவது வாக்குரிமை பெற்றுவிட மாட்டோமா என்று அமைதியான முறையில் முயற்சிக்காத நாளில்லை.

உண்மையிலேயே நீங்கள் ஏதாவது செய்ய விரும்பினால், செயற்கையாக அனுதாபம் தோன்றும்படி நடப்பதைத் தவிர்த்து விடுங்கள். இயற்கையாகவே அனுதாபம் தோன்றாவிடில் எடுத்த காரியம் திருப்தியளிக்காது. ஒருபோதும் பயனளிக்காத செயற்கையான அனுதாபங்கள் வாக்குரிமை போராளிகளை எந்த அளவும் அசைத்துப் பார்க்க முடியாது.

நடைமுறையில் மாற்றம் வேண்டும் என்று எதிர்பார்ப்பவர்கள், அதை அனுதாபத்தால் சாதிப்பதா – பயத்தால் சாதிப்பதா – இல்லை சமூகத்தில் மீண்டும் வசதியாக இருக்கவேண்டி சாதிப்பதா என்றெல்லாம் யோசிக்காதீர்கள். குறிப்பாக நீங்கள் விரும்பிய மாற்றத்தை அடையும் நாள்வரை இதுகுறித்து சிந்திக்காதீர்கள்.

ஐம்பது வருடங்களுக்கும் மேலாக போதுமான அனுதாபத்தைச் சம்பாதித்து விட்டோம். அதனால் என்ன மாறிவிட்டது? ‘பெண்களுக்கு வாக்குரிமை வழங்காத நீங்கள், எங்கள் வாழ்விலும்

தலையிடாதீர்கள்! அதை நாங்கள் வெறுக்கிறோம்' என்று சொல்லும் உரமான ஆண்மக்களை நாங்கள் எதிர்பார்க்கிறோம். அதைவிட்டு வருடா வருடம் மேடையில் ஏறி பெண்கள் வாக்குரிமைப் பற்றி எங்களோடு அனுதாபம் பகிர்ந்து கொள்ளும் கனவான்களால் என்ன பிரயோஜனம்?

'இவர்களைச் சிறையில் தள்ளுங்கள்' என்று அவர்கள் சொன்னார்கள். 'இந்தப் போராட்டங்களை அவை மட்டுப்படுத்தும்' என்று எண்ணினார்கள். ஆனால் உண்மையில் இந்தப் போராட்டங்கள் அத்தோடு ஓயவில்லை.

காமன்ஸ் சபையின் கதவுகளைக் கோரிக்கை மனுக்கள் ஏந்தி அணுகினால், நாம் அவர்களை தொல்லை செய்வதாய் வழக்கு தொடுத்து நெடுங்காலம் சிறையில் வைத்தார்கள். சிறைக்கு அனுப்பி, நாள் முழுவதும் கடுங்காவலில் வைத்தால் எல்லாத் தொல்லைகளும் முடிந்துவிடும் என்று நம்பினார்கள். ஆனால் ஒருபோதும் அப்படி நிகழவில்லை.

விட்டுக் கொடுப்பதற்குப் பதில் நாளாநாளைக்கு எண்ணிக்கை அதிகமானது. நூறு, இருநூறு என்று ஒரேநேரத்தில் முந்நூறு பெண்கள் அணிதிரண்டார்கள். அரசியல்வாதிகள் சொன்னதைப் போல், 'தங்களை தொந்தரவு செய்ததைக் காட்டிலும்' வேறு எந்தச் சட்ட திட்டத்தையும் இவர்கள் மீறவில்லை.

'மனிதர்களின் சம்மதம் இன்றியே நீங்கள் அவர்களை ஆளமுடியும்' என்பதுதான் வாக்குரிமை வேண்டாம் என்போரும், பெண் வாக்குரிமையை விமர்சிப்போரும் சொல்லும் மேம்போக்கான வாதம். 'அரசாங்கம் அதிகாரத்தின் மீது நிர்மாணிக்கப்பட்டுள்ளது. வலிமையற்ற பெண்கள் அதற்குக் கட்டுப்பட்டு நடக்கவேண்டும்' என்றார்கள்.

ஆனால் நாங்கள் சொல்கிறோம், 'அரசாங்கம் அதிகாரத்தினால் அல்ல மக்கள் வழங்கும் நம்பிக்கையினால் நிர்மாணிக்கப்பட்டுள்ளது.' பெண்கள் அநியாயமாய் ஆளப்படுவதை ஏற்றுக்கொள்ளும் வரை அவர்கள் வைப்பதுதான் சட்டம்.

இப்போது பெண்கள் கேள்வி கேட்கத் தொடங்கி விட்டார்கள். 'நியாயமான அரசு அமையும்வரை நாங்கள் எங்கள் சம்மதத்தை திரும்பப் பெற்றுக் கொள்கிறோம்' என்கிறார்கள். உள்நாட்டில் கலகம் உண்டாக்கி பலம் குன்றிய பெண்களை ஆட்சி செய்யலாம் என்று நினைப்பது ஒருபோதும் நிறைவேறாது.

உங்களால் அந்தப் பெண்ணை கொலை செய்ய முடியும். ஆனால் ஆட்சிச் செய்ய முடியாது. அதிலிருந்து அவள் தப்பித்து விடுவாள். அதற்குத்தான் மிகப்பெரிய ஆர்பாட்டக் கூட்டத்தை உலகின்முன் ஏற்படுத்தி வருகிறோம்.

பெண்களால் வெற்றிப் பெற முடியாது என்று நினைத்தவர்களிடம் நான் ஒன்று சொல்ல விரும்புகிறேன். இங்கிலாந்து அரசாங்கத்தையே அதுவா இதுவா என்று முடிவெடுக்க வேண்டிய இக்கட்டான சூழலுக்கு கொண்டுவந்து விட்டோம். இங்கிலாந்து அரசுக்கு இரண்டு வாய்ப்புகள்தான் இருக்கின்றன. ஒன்று பெண்களைக் கொலை செய்ய வேண்டும் இல்லையெனில் வாக்குரிமை வழங்க வேண்டும். இங்குக் கூடியிருக்கும் அமெரிக்க ஆண்களை நான் கேட்கிறேன். இதே மாதிரியான சூழலில் நீங்கள் எந்த முடிவை தேர்ந்தெடுப்பீர்கள்?

உங்கள் வாழ்வின் இன்றியமையாத இடத்தை ஆக்கிரமித்து, பெரிதும் மதிக்கும் பெண்களைக் கொலை செய்வீர்களா இல்லை வாக்குரிமை வழங்கி நிம்மதியாக வாழ அனுமதிப்பீர்களா? தனிப்பட்ட முறையில் அறிமுகம் இல்லாவிட்டாலும் உங்கள் சமூகத்தோடு ஒன்றி வாழும் பெண்களை, சுதந்திரம் வேண்டி அலையும் அப்பாவிப் பெண்களை, பொதுத்துறையில் அதிகாரம் செலுத்த விரும்பினால் அலைக்கழித்து கொலை செய்வீர்களா இல்லை வாக்குரிமை வழங்குவீர்களா?

இந்தக் குழப்பத்திற்கு ஒரேயொரு வழிதான் இருக்கிறது. நாகரிகம் அடைந்த பின்னும் இரண்டு மூன்று தலைமுறைகள் பின்னோக்கிதான் நான் சிந்திப்பேன் என்றால், தயங்காமல் கொலை செய்யலாம். இல்லையென்றால் பெண்களுக்கு வாக்குரிமை வழங்குவதைத் தவிர வேறு வழி கிடையாது. இந்த வழியைத்தான் உள்நாட்டுப் போரில் நாங்கள் அடைந்திருக்கிறோம்.

மனித வாழ்வை பணயம் வைத்து, ரத்தம் சிந்தி புரட்சி செய்தபோது நீங்கள் அமெரிக்காவில் சுதந்திரம் பெற்றீர்கள். நீக்ரோக்களுக்கு விடுதலை வேண்டும் என்று போராடிய போதும் மனித வாழ்வைத் துச்சமென்று கருதி தெருவில் இறங்கி உள்நாட்டுப் போரில் கலந்து கொண்டீர்கள்.

நாகரிகம் அடைந்த சதா மூன்றாம் தேச ஆண்களைப்போல, பெண்களின் உரிமையை அவர்களே முன்வந்து போராடி அடையவேண்டும் என்று நீங்களும் கைவிரித்து விட்டீர்கள். அந்த

வழியில்தான் இங்கிலாந்து பெண்களாகிய நாங்களும் போராடுகிறோம். நம்மைப் பொறுத்தவரை மனித உயிர் புனிதமானது. மரித்துப்போகும் ஒவ்வொரு உயிரும் நமக்குச் சொந்தமானது. ஆகவே தற்கொலை செய்யும் முடிவை நாமே கையில் ஏந்தவேண்டாம். விடுதலையோ வீரமரணமோ நம் எதிரிகளே முடிவுசெய்யட்டும்.

●

19

ரத்தம், கண்ணீர், வியர்வை, உழைப்பு

வின்ஸ்டன் சர்ச்சில் (1874 - 1965)

1940ஆம் ஆண்டு மே மாதம் 13ஆம் தேதி. இரண்டாம் உலகப் போரின் கோரமான தாக்குதல்களுக்கு மத்தியில் காமன்ஸ் அவை கூடியது. மிகவும் எதிர்பார்க்கப்பட்ட மனிதராக வின்ஸ்டன் சர்ச்சில் திகழ்ந்தார். அவர் பிரதமராக பதவியேற்று மூன்று நாட்கள்தான் ஆகியிருந்தன. ஹிட்லர் நேச நாடுகளை வீழ்த்தி பிரான்ஸைக் கைப்பற்றவும் சர்ச்சில் பிரதமராகப் பதவியேற்கவும் சரியாக இருந்தது.

ஜெர்மனியோடு கையெழுத்திட்டிருந்த நட்புறவு தோல்வியில் முடிந்ததால் அவருக்கு முன் ஆட்சிப் பொறுப்பில் இருந்த நெவில் சேம்பர்லேனின் பதவி வலுக்கட்டாயமாகப் பறிக்கப்பட்டது. மிகவும் நெருக்கடியான காலகட்டத்தில் ஆட்சியதிகாரத்தைக் கைப்பற்றிய சர்ச்சிலுக்குப் பல முனைகளிலிருந்தும் அழுத்தம் அதிகரித்தன.

டன்கிர்க் நோக்கிப் படையெடுத்து வரும் ஹிட்லரின் அச்சுறுத்தலுக்கு நடுங்காமல், 'நமது லட்சியம் என்னவென்று கேட்கிறீர்கள். வெற்றி என்று என்னால் ஒரே வார்த்தையில் சொல்ல முடியும். வெற்றி, வெற்றி மட்டுந்தான்' என்று சொல்லி இங்கிலாந்தை ஆயத்தப்படுத்தினார்.

வார்த்தை விளையாட்டுகளில் மாயக்காரரான சர்ச்சில், இரண்டாம் உலகப் போர் குறித்துப் பேசிய முதல் பொதுமேடைப் பேச்சு

இதுதான். பின்னாளில் சர்ச்சிலினின் போர்க்கால உரைகள் என்றொரு தனி புத்தகமே வெளியானது. உத்வேகமூட்டும் குரலில் உரம் செறிந்த சர்ச்சில் என்ன சொன்னார்?

•

மரியாதைக்குரிய சபாநாயகரே, வெள்ளிக்கிழமை அந்தியில்தான் பெருமதிப்புக்குரிய அரசரின் ஆணைக்குழு என்னை நாடி வந்து புதிய அரசாங்கத்தை நிர்மாணிக்கும்படிச் சொன்னார்கள். வெளிப் படையாகச் சொன்னால், இந்தச் சலுகையைக் குறுகிய நோக்கோடு பார்க்காமல் எதிர்க்கட்சி மற்றும் ஆளுங்கட்சி நபர்கள் ஒன்றிணைந்து செயல்படுவதையே பாராளுமன்ற உறுப்பினர்களும் தேச மக்களும் விரும்புகின்றனர்.

இந்த வேலையிலுள்ள அதி முக்கியமான பகுதிகளை நானே முடித்துவிட்டேன். லிபரல் கட்சியினரை உள்ளடக்கி, நாட்டின் ஒற்றுமையைப் பிரதிநிதித்துவப்படுத்தும் விதமாக ஐந்து உறுப்பினர்களைக் கொண்ட பாதுகாப்பு அமைச்சரவை உருவாக்கப்பட்டுள்ளது. மூன்று கட்சித் தலைவர்களும் உயர் மட்ட செயலதிகாரக் குழுவிலோ பாதுகாப்பு அமைச்சரவையிலோ சேவை புரிவதாக இசைந்து வந்துள்ளனர். கிட்டத்தட்ட மூன்று போர் இயந்திரங்களை ஓய்ந்திருக்கும்படிச் செய்திருக்கிறேன்.

நாம் எதிர்கொண்டு வரும் இந்தக் கடுமையான நாட்களை எண்ணிப்பார்த்தால், அவசரகதியில் செயல்புரிந்து இந்தப் பணிகளையெல்லாம் ஒரே நாளில் முடிப்பதற்கான தேவையைப் புரிந்துகொள்ள முடியும். முக்கியப் பொறுப்பு வகிக்கும் நபர்களின் பட்டியலை நேற்றைய தினமே சமர்ப்பித்து விட்டேன். அதன் நீட்சியாக இன்றிரவுக்குள் மற்றொரு பட்டியலை மரியாதை தாங்கிய அரசரிடம் சமர்ப்பிக்கப் போகிறேன்.

பிரதான அமைச்சர்களுக்கு நாளைக்குள் பதவிப் பிரமாணம் செய்து கொடுக்கவேண்டும் என்று எண்ணியிருக்கிறேன். மற்ற அமைச்சர்கள் குறித்து இன்னும் கொஞ்ச நாட்களில் முடிவு செய்யலாம். ஆனால் மீண்டும் நாடாளுமன்றம் கூடும்போது இவை எல்லாம் சரிவர முடிந்துவிடும் என்று உறுதி கொடுக்கிறேன். எந்தவகையிலும் நிர்வாக ரீதியில் குளறுபடிகள் ஏற்படாது.

காமன்ஸ் அவை கூட வேண்டும் என்று பொதுநலன் கருதி நேற்றைக்குத்தான் இதற்கான தீர்மானத்தைப் பரிந்துரைத்தேன். சபாநாயகர் அவர்களும் தனக்கு வழங்கப்பட்ட அதிகாரத்தைப்

பயன்படுத்தி, தகுந்த நடவடிக்கைகள் மேற்கொண்டார். இன்றைய வாதப் பிரதிவாதங்கள் முடிந்தவுடன் மே மாதம் 21ஆம் தேதி வரை காமன்ஸ் அவை ஒத்திவைக்கப்படும். ஒருவேளை அவசரக் கூட்டத்திற்குத் தேவையிருந்தால் அதற்கான ஏற்பாடுகளும் செய்யப்படும்.

அதுநாள்வரை உறுப்பினர்கள் செய்ய வேண்டிய பணி விவரங்கள் கூடிய விரைவில் அறிவிக்கப்படும். எனது பெயர் தாங்கியிருக்கும் இந்தத் தீர்மானத்தை அவையோருக்கு அறிமுகப்படுத்துகிறேன். புதிய அரசாங்கம் மேற்கொண்டு வரும் பணிகளில் உங்களுக்கு இருக்கும் நம்பிக்கையை இதன்மூலம் தெரியப்படுத்துங்கள்.

பெரும் சிக்கலான காலகட்டத்தில் இப்பேர்ப்பட்ட ஆட்சிப் பொறுப்பை ஏற்பது சாதாரண விஷயமல்ல. வரலாறு காணாத பெரும் போரின் தொடக்கப் புள்ளியில் நாம் இருக்கிறோம் என்பதை மறந்துவிடவேண்டாம். நார்வேயிலும் ஹாலந்திலும் நமது படைகள் போர்முனையில் நிற்கின்றன; வான்வெளித் தாக்குதல்கள் இடைவெளி இல்லாமல் தொடர்கிறது; இனிதான் மத்தியத் தரைக்கடல் நாடுகளில் போர் செய்ய தயாராக வேண்டும். இவ்விதம் எல்லா ஏற்பாடுகளையும் நாம் இங்கிருந்துதான் செயல்படுத்த வேண்டும்.

இந்த நெருக்கடியில் என்னால் நாடாளுமன்றத்தில் பேசமுடியாமல் போனால், அதை நீங்கள் மன்னித்து ஏற்பீர்கள் என்று நம்புகிறேன். அதிகார மாற்றத்தினால் பாதிக்கப்பட்டுள்ள உடன் அமர்ந்திருக்கும் நண்பர்களும் இந்நாள் மற்றும் முன்னாள் தொழில்முறை நண்பர்களும் இந்தச் சூழலில் எது அவசியமானது என்பதைப் புரிந்துகொண்டு அதற்கேற்பப் பணிபுரிவார்கள் என்று நம்புகிறேன்.

அரசாங்கத்தைச் சேர்ந்தோருக்குச் சொன்னதைப் போல, அவையில் உள்ளோருக்கும் இதைச் சொல்கிறேன், ‘என்னிடம் ரத்தம், கண்ணீர், வியர்வை, உழைப்பைத் தவிர உங்களுங்கு வழங்க வேறொன்றும் இல்லை.’

நமக்கு முன்னால் மிகக் கொடிய சோதனை ஒன்று காத்திருக்கிறது. மிகப் பல மாதங்களாக நாம் கண்ணீர் சிந்திவரும் வேதனை காலமும், சண்டை செய்து வரும் போர்க்களமும் நமக்கு முன்னால் இருக்கின்றன. நமது கொள்கை என்னவென்று கேட்கிறீர்கள். வான்வெளியிலும் நிலத்திலும் கடல் மார்க்கத்திலும் சரமாரியாகச் சண்டை போடுங்கள். கடவுள் கொடுத்திருக்கும் அனைத்துமட்ட சக்தியையும் பயன்படுத்தி சமரசமே இல்லாமல் விடாப்பிடியாகச்

சண்டை போடுங்கள். கொடுங்கோன்மைக்கு எதிரான கொலை வெறிப் போரை எவ்வித தாமதமும் இன்றி உடனே தயார்ப் படுத்துங்கள். மனிதச் செய்கையில் இருள் மண்டாதபடி நாம் என்றைக்கும் புலம்பித் தவிக்காத படியானதொரு போரை உடனே ஏற்படுத்துங்கள். இதுதான் நமது கொள்கை.

நமது லட்சியம் என்னவென்று கேட்கிறீர்கள். 'வெற்றி' என்று என்னால் ஒரே வார்த்தையில் சொல்ல முடியும். வெற்றி, வெற்றி மட்டுந்தான். என்ன நடந்தாலும் வெற்றி பெற்றாக வேண்டும்; பயங்கொண்டு நடுங்கினாலும் வெற்றி பெற்றாக வேண்டும்; இந்தப் பயணம் எத்தனை நெடியதாய் இருந்தாலும் வெற்றி பெற்றாக வேண்டும். இல்லையென்றால் நாம் உயிர்வாழ முடியாது.

வெற்றிப் பெறவில்லை என்றால் பிரிட்டிஷ் சாம்ராஜ்ஜியம் நிலைத்திருக்காது என்பதைப் புரிந்துகொள்ளுங்கள். இதுநாள்வரை பிரிட்டிஷ் சாம்ராஜ்யம் சேர்த்து வைத்த எதுவும் மிஞ்சாது. மனித சமுதாயம் அதன் இலக்கை நோக்கி முன்னகர்ந்து செல்லும் அத்தனை முயற்சிகளும் அதற்கு உந்துதலாக இருந்த யுகக் கணக்கான முன்னெடுப்புகளும் பாழாய் போகும்.

ஆனால் நான் இந்தப் பணியை தளராத நம்பிக்கையோடு ஏற்றுக் கொள்கிறேன். நம் மக்கள் நமது நோக்கத்தைத் தோல்வி தழுவும்படி விடமாட்டார்கள் என்று உறுதியோடு இருக்கிறேன். அனைவரின் உதவியும் பெற உரிமைப் பெற்றவனாக நான் இப்போது சொல்கிறேன், 'எல்லோரும் ஒன்றுசேர்ந்து வாருங்கள், நமது ஒற்றுமையின் வலிமையோடு முன் செல்வோம்'

•

20

புரட்சிகர மருத்துவம்

சே குவேரா (1928 - 1967)

1947இல் சே தனது மருத்துவப் படிப்பைத் தொடங்கினார். ஆனால் மூன்றாண்டுகளுக்குப் பிறகு கல்லூரியிலிருந்து விலகி 3000 மைல் நீண்ட ஒரு மிகப்பெரிய பயணத்தை லத்தீன் அமெரிக்கா முழுவதும் மேற்கொண்டார். அந்தப் பயணம் சே வாழ்க்கையில் நிறைய மாற்றங்களைக் கொண்டுவந்தது. அவர் ஒரு கம்யூனிஸ்டாக மாறத் தொடங்கினார். 1953இல் மருத்துவப் படிப்பை முடித்துவிட்டு மீண்டும் லத்தீன் அமெரிக்கா முழுக்கப் பயணப்பட்டார். இந்தமுறை சே தன் பயணத்தை மருத்துவ ரீதியில் பார்த்தார். புரட்சியும் மருத்துவமும் அவரைப் பின்னிப் பிணைந்தன. 'புரட்சிகர மருத்துவம்' என்றொரு புது சொல்லாடலை வரையறுத்தார். பயணங்களுக்கு இடையே புரட்சிகர மருத்துவரின் தேவைகளைப் பட்டியலிட்டார்.

கியூபா ஃபிடல் காஸ்ட்ரோ தலைமையில் சுதந்திரம் பெற்ற பிறகு, புரட்சிகர மருத்துவம் பற்றி ஆழ சிந்தித்தார். ஒரு புரட்சிகர தேசத்தில் மருத்துவத் துறையின் பங்கினை சோசலிசப் பார்வையில் வெளிப்படுத்தும் வண்ணம் சேவின் இந்த உரை அமைந்திருக்கிறது.

1960ஆம் ஆண்டு ஆகஸ்ட் மாதம் 19ஆம் தேதி கியூபப் புரட்சியாளர்கள் மத்தியில் சே உரையாற்றிய 'புரட்சிகர மருத்துவம்' என்ற உரை போர்த்தொற்று காலத்தில் மட்டுமின்றி கொரோனா போன்ற நோய்த்தொற்று காலத்திலும் அவசியமாகிறது.

•

கியூப மக்கள் முன்னின்று ஆர்ப்பரித்த புரட்சிகர சட்டங்கள் ஒவ்வொன்றாக நடைமுறைக்கு வருகின்றன. கியூப தேசம் பூர்ண சுதந்திரம் என்ற பாதையில் வெற்றிகரமாகப் பயணித்து வருகிறது. இந்தச் சமயத்தில் நாம் களி தீர்த்த நூற்றுக்கணக்கான பொதுக் கூட்டங்களைப் போல, இந்த எளிமையான கூட்டமும் எனக்குச் சொல்லொணாத மகிழ்ச்சியை உண்டாக்குகிறது.

சில ஆண்டுகளுக்கு முன்பு நான் ஒரு மருத்துவராகப் பணியாற்றத் தொடங்கினேன் என்பது உங்களில் பலருக்கும் தெரியும். மருத்துவராகப் பணியாற்றத் தொடங்கியபோதோ, இல்லை மருத்துவம் படிக்கும்போதோ, இன்றைக்கு நான் உள்வாங்கி இருக்கும் பெரும்பாலான புரட்சிகர எண்ணங்கள் எனக்கு இருந்ததில்லை. எல்லோரையும் போல வாழ்வில் வெற்றிபெற வேண்டும்; புகழ்பெற்ற மருத்துவ ஆய்வு விஞ்ஞானியாக வளர வேண்டும் என்று கனவு கண்டேன். எப்படியாவது சளைக்காமல் உழைத்து மனிதச் சமுதாயம் உய்யும்படியான ஒரு கண்டுபிடிப்பை நிகழ்த்திவிட வேண்டுமென்று விடாப்பிடியாக இருந்தேன். அந்த வெற்றியில் என் சுயநலமும் உண்டு. எல்லோரையும் போல், நான் இந்தச் சமுதாயம் பெற்றெடுத்த பிள்ளையாக அச்சுப்பிசகாமல் அப்படியே இருந்தேன்.

சிலவித சூழ்நிலைகளால் எனது பட்டப்படிப்பிற்குப் பிறகு அமெரிக்கா முழுமையும் சுற்றும்படி நேர்ந்தது. இது என் விஷேச குணாதிசயத்தில் நிகழ்ந்தது என்று கூறலாம். ஒட்டுமொத்த அமெரிக்காவிற்கும் அறிமுகமானேன். ஹைத்தி மற்றும் சாண்டோ டொமிங்கோ பகுதிகளைத் தவிர லத்தீன் அமெரிக்காவின் பெரும் பாலான இடங்களுக்குச் சென்றேன். முதலில் மாணவனாகவும் பின்னர் மருத்துவனாகவும் நான் கண்ட காட்சிகள் பஞ்சம், பசி, நோய் பற்றிய ஆழமான தாக்கத்தை உண்டாக்கின.

பொருளாதாரத்தில் நலிந்துபோய் பெற்ற குழந்தையைக் காப்பாற்ற முடியாத பெற்றோர்களையும், தொடர்ச்சியான பஞ்சத்தால் தன் குழந்தை இறந்துபோவதையும் சாதாரண விபத்தாகக் கடந்துபோகும் அமெரிக்கத் தாழ்குடி சமூகத்தின் சராசரி தந்தைகளையும் பார்த்தேன். அந்தக் கணத்தில் ஒன்று முடிவு செய்தேன். புகழ்பெற்ற விஞ்ஞானியாக மருத்துவ உலகில் சாதிப்பதைப் போல நான் அடைய வேண்டிய லட்சியம் மற்றொன்று இருக்கிறது : நலிந்துபோய் வாடும் எளிய மக்களுக்கு உதவி செய்ய வேண்டும்!

இருந்தாலும் சமூகம் பெற்றெடுத்த குழந்தையாக எனது சொந்த முயற்சியில்தான் உதவி செய்யவேண்டும் என்று முன்னெப்போதும்

போல பிடிப்போடு இருந்தேன். நான் அப்போது குவாத்தமாலாவில் இருந்ததாக நினைவு. அர்பென்ஸ் ஆட்சியின் கீழ் இருந்த குவாத்தமாலா அது. புரட்சிகர மருத்துவர் எப்படி நடந்துகொள்ள வேண்டும்; அவருக்கான தகுதிகள் என்னவென்று புலன் விசாரணை செய்ய ஆரம்பித்தேன்.

எப்படியோ சண்டை மூண்டது. யுனைடெட் ஃப்ரூட் கம்பெனி மாநிலப் பொதுத்துறையைக் கையில் வளைத்துக் கொண்டு, காஸ்டிலோ அர்மாஸை குடியரசுத் தலைவர் பொறுப்பில் பெயரளவில் நியமித்தது. கியூப மக்கள் இன்றைக்கு அடைந்திருக்கும் பக்குவம் அன்றைக்கு அவர்களிடம் இல்லை. எனவே அந்தக் கிளர்ச்சி பெருமளவில் வெற்றி பெற்றது. குவாத்தமாலா என் தாய்நாடு அல்ல என்பதால், அங்கிருந்து ஒரு நல்ல நாளில் நான் தப்பிவந்தேன்.

அப்போதுதான் ஓர் அடிப்படையான விஷயத்தைப் புரிந்து கொண்டேன். ஒருவன் புரட்சிகர மருத்துவன் ஆவதற்கும் புரட்சியாளன் ஆவதற்கும் முதலில் புரட்சி ஏற்பட வேண்டும். அமெரிக்காவின் ஏதோ ஒரு மூலையில் தனியொருவனாக உயர்ந்த லட்சியத்தைச் சுமந்துகொண்டு கொடுங்கோலான அரசை எதிர்த்து வசைச் சொற்கள் பாடுவதில் ஒரு பயனும் இல்லை. புரட்சி உண்டாக கியூபாவில் உள்ளதைப் போல் மக்களை அணிதிரட்ட வேண்டும். அவர்களுக்கு ஆயுதம் ஏந்த பயிற்சியளித்து, ராணுவ ஒற்றுமையைப் பயிற்றுவிக்க வேண்டும். அணிதிரண்ட ஒவ்வொருவரும் இதன் மதிப்பை உணர வேண்டும்.

இப்போது நமக்கிருக்கும் மிக நுண்ணிய சிக்கலுக்கு வரலாம். இன்றைக்கு யார் வேண்டுமானாலும் புரட்சிகர மருத்துவனாக சேவை புரிய உரிமை கலந்த கடமை இருக்கிறது. தங்களின் தொழில்நுட்ப அறிவால் புரட்சி செய்யவும் சேவை புரியவும் வாய்ப்புக் கிடைத்திருக்கிறது. இருந்தாலும் மீண்டும் அந்தப் பழைய கேள்வி துருத்திக் கொண்டுதான் இருக்கிறது. சமூகப் பணிகளில் ஒருவர் தன்னை எவ்வாறு ஈடுபடுத்திக் கொள்வது? அப்படியே சமூக சேவைகளில் ஈடுபட்டாலும், அந்தத் தனி நபர் முயற்சி பொதுநல நீரோட்டத்தை அடைவது எப்படி?

புரட்சிக்கு முன்புவரை சுகாதாரம் சம்பந்தப்பட்ட விஷயங்களில் நாம் ஒரு மருத்துவராக என்ன செய்தோம், என்ன யோசித்தோம் என்பதை மீண்டுமொரு முறை நினைத்துப் பாருங்கள். அந்த நினைவுகளைப் பேரார்வத்தோடு கண்முன் கொண்டு வந்து நிறுத்துங்கள். அவற்றை மிகக் கவனமோடு கிடங்கில் கொட்டியெறிந்து, புதுவித மனிதனாக

உருமாறுங்கள். நாம் ஒவ்வொருவரும் இயன்றவரை சிரத்தை எடுத்து முழுமையை நோக்கி நகர்ந்தால் ஒழிய, புதிய கியூப தேசத்திற்கு எடுத்துக்காட்டாய் விளங்க புதுவித மனிதர்கள் இருக்கமாட்டார்கள்.

இங்கிருக்கும் ஹவானா மக்களுக்கு இதை வலியுறுத்திச் சொல்வது சரியாக இருக்கும். கியூபாவில் தோன்ற இருக்கும் புதுமாதிரியான மனிதர்கள் தேசத்தின் ஒவ்வொரு மூலையிலும் இருப்பார்கள். அவர்களைத் தலைநகரில் இருந்து ஊக்குவிப்பது இயலாத காரியம். ஜூலை 22ஆம் தேதி சியரா மெஸ்ட்ராவிற்கு சென்றிருந்தால் முற்றும் அறியாத இரண்டு விஷயங்களைப் பார்த்திருப்பீர்கள்.

தங்கள் ராணுவத் தோழர்கள் துப்பாக்கிகளோடு தேச மரியாதைக்குரிய அணிவகுப்பை நடத்தும்போது, கிழக்கின் சேனைகள் மண்வெட்டிகளையும் கோடரிகளையும் தேசப் பெருமைக்கு உரிய அணிவகுப்பில் கொண்டு சென்றார்கள். இது முதல் காட்சி. இதைக் காட்டிலும் முக்கியத்துவம் வாய்ந்த மற்றொரு காட்சியைப் பார்த்திருப்பீர்கள்.

எட்டு முதல் ஒன்பது வயது மதிக்கத்தக்கச் சிறுவர்கள் பலர் இருந்திருப்பார்கள். உண்மையில் அவர்கள் எல்லோரும் 13- 14 வயதை அடைந்தவர்கள். அவர்கள்தான் சியரா மெஸ்ட்ராவின் அசலான குழந்தைகள். வறுமை மற்றும் பசியின் பிடியில் சிக்கிக்கொண்ட அசலான சிறுவர்கள். ஊட்டச்சத்து குறைபாட்டால் பாதிக்கப்பட்டவர்கள்.

நான்கைந்து தொலைக்காட்சி சேனல்களும், நூற்றுக்கணக்கான வானொலி நிலையங்களும், நவீன அறிவியலின் எல்லாவித முன்னேற்றமும் அடைந்த இந்தச் சின்னஞ்சிறிய கியூப தேசத்தில் முதல்முறையாகப் பள்ளி செல்லும் இந்தச் சிறார்கள் இருளில் ஒளிரும் மின் விளக்குகளைப் பார்த்து, ‘அடடே இன்றைக்கு நட்சத்திரங்கள் என்ன இத்தனை தாழ்வாக இருக்கின்றன’ என்று வியப்படைகிறார்கள். சிலரை நீங்கள் பார்த்திருப்பீர்கள், வாசிப்பதில் இருந்து வணிகம் செய்வது வரை எல்லாவிதத் திறன்களையும் கற்றுக்கொள்கிறார்கள். புரட்சியாளராவதைப் பற்றிய அரிய வகை அறிவியலும் இவர்களுக்குக் கற்றுக் கொடுக்கப் படுகிறது.

அவர்கள்தான் கியூபாவில் பிறந்துகொண்டிருக்கும் புதிய மனிதர்கள். சியரா மெஸ்ட்ரா போன்ற தனித்துவிடப்பட்ட பிரதேசங்களிலும் கூட்டுறவு பணிமனையிலும் அரிதினும் அரிதாகப் பிறந்து கொண்டிருக்கிறார்கள். இது இன்றைக்கு நாம் பேசப்போகும்

விஷயத்தோடு பெரிதும் தொடர்புடைய செய்தி. மருத்துவர்களும் மருத்துவ உதவியாளர்களும் ஒன்றுகூடி, சேர்ந்து புரட்சிப் போராட்டத்தை முன்னெடுக்க வேண்டும். இளைஞர்களுக்குக் கல்வி புகட்டி உணவு படைத்தலும்; ராணுவத்திற்குப் போர் முறைமைகள் சொல்லித் தருதலும்; உழைப்பாளிகளை உறிஞ்சி வேலை வாங்கும் நிலக்கிழார்களின் இடத்தைப் பங்குபோட்டு, அதை வேலைசெய்த கூலியாட்களுக்குப் பகிர்ந்து தருதலுமாகிய சமூக மருந்துகளை கியூப தேசத்திற்குக் கொடுக்க வேண்டும்.

நோய் நொடிகளை எதிர்த்துப் போராட வலுவான உடலைக் கட்டமைக்க வேண்டும். ஆனால் அது மருத்துவரின் கை வண்ணத்தால் நொடித்துப்போன தேகத்தில் கட்டியெழுப்பப்பட்ட உடலாக இல்லாமல், சமூகம் தழுவிய அளவில் ஒன்றோடொன்று இணைந்து பெருமளவிலான மாற்றமாக இருக்கவேண்டும்.

நிச்சயம் ஒருநாள் மக்களுக்கு ஏற்படும் நோய்களை முன்கூட்டியே தடுக்கும் விதமாக மருத்துவ அறிவியல் வளர்ச்சி அடையும். நாம் உருவாக்கிக் கொண்டிருக்கும் புதுவித சமூகத்தில் மக்களின் திறனுக்கு அப்பாற்பட்ட நிலையிலோ, அறுவை சிகிச்சை நடத்தவேண்டிய அபாயச் சூழலிலோ மட்டுந்தான் மருத்துவம் குறுக்கிட வேண்டும்.

சுகாதார அமைச்சகத்தோடும் இன்னபிற நிறுவனங்களோடும் நாம் இன்றைக்கு கைக்கோர்த்திருக்கும் இந்தப் பணி, பொது சுகாதார சேவைகளின் மூலம் பலமடங்கான மனிதர்களைச் சென்றடைய வேண்டும். இதனால் நோய் தாக்குவதற்கு முன்பே மக்கள் அதிலிருந்து தற்காத்துக் கொள்ளும்படியான படிநிலைகள் ஏற்படும். ஆரோக்கியமான பழக்கவழக்கங்களை மக்கள் பின்பற்றுவார்கள்.

ஆனால் இந்த அமைப்பை ஒருங்கிணைக்கவும், புரட்சிகரப் பணிகளை முன்னெடுக்கவும் அடிப்படையில் ஒரு தனிநபர் தேவை. சிலர் சொல்வதைப் போல், புரட்சியினால் கூட்டு முயற்சியும் கூட்டு விருப்பமும் தரம் பெறாது. மாறாக அது தனிமனிதத் திறன்களை வெளிக்கொணரும். திறன்களை வெளிக்கொணர்வதே புரட்சியின் அடையாளம். சமூக மருத்துவத்தை நோக்கி மருத்துவத் தொழில் புரியும் எல்லோரின் தனித்திறமைகளையும் திசைதிருப்புவதே நமக்கு விதிக்கப்பட்டிருக்கும் தற்போதைய சவால்.

பிறர் ஏற்றுக்கொண்டாலும் சரி மறுத்தாலும் சரி, நாமொரு சகாப்தத்தின் இறுதியில் இருக்கிறோம். கியூபாவில் மட்டுமல்லாது உலகெங்கிலும் உள்ள பல நாடுகளில் நாம் எதனோடு வாழ்ந்து,

வளர்ந்து, வருந்தி துன்பப்பட்டோமோ அந்த முதலாளித்துவ ஆட்சி வீழ்ச்சியடைந்து வருகிறது. ஏகபோக உரிமை கொண்டாடியவர்கள் தூக்கி எறியப்படுகிறார்கள். ஒருங்கிணைந்த அறிவியலால் தினந்தினம் புதிய வெற்றிகளை ஈட்டுகிறோம்.

அமெரிக்கா, ஆசியா மற்றும் ஆப்பிரிக்கக் கண்டங்களை ஒப்பிடுகையில் நீண்ட காலத்திற்கு முன்பே விடுதலை இயக்கத்தைத் தொடங்கிய பெருமை நமக்கு உண்டு. இத்தகு பெருமையும் கடமையும் வாய்த்த நம்மிடமிருந்து, அதற்கேற்ற மனநிலையும் பக்குவமும் எதிர்பார்க்கப்படுகிறது.

குறிப்பிட்ட சமூகச் சூழலில் தனிப்பட்ட மனிதரின் கருத்துக்கு மட்டுமே முக்கியத்துவம் வழங்கும் போக்கு கியூபாவில் ஒழிய வேண்டும். இனிவரும் காலங்களில் ஏகபோகம் வாய்ந்த கருத்தாக்கங்கள் எல்லாம் கூட்டு முயற்சியில் தனிமனிதத் திறன்களை வெளிப்படுத்தும் நோக்கில் அமையவேண்டும். நான் சொல்வதை எல்லாம் ஓரளவு கொண்டுகூட்டுப் புரிந்துகொள்ள முடிந்தாலே, இன்றைக்கு அது போதுமானது. அதை வைத்துக்கொண்டு கடந்த காலத்தையும் நிகழ்காலத்தையும் பொருத்திப் பார்த்து, வளமான எதிர்காலம் எப்படி இருக்கவேண்டும் என்று உத்தேசிக்கலாம்.

நாம் சிந்திக்கும் முறைமைகளில் மாற்றங்கள் கொண்டுவர, சமூகத்திற்கு நன்றிக்கடன் செலுத்துவதிலும் கடமை ஆற்றுவதிலும் மகத்தான சீர்திருத்தங்கள் கொண்டுவரலாம். அப்படியான புறவய மாற்றங்களை கியூபாவில் அன்றாடம் காணலாம்.

ஒருவகையில் புரட்சியைப் புரிந்துகொள்ளவும், சேமித்து வைத்த ஆற்றலை உணர்ந்துகொள்ளவும் விரும்பினால் மக்களோடு மக்களாகச் சென்று கியூபா முழுவதும் கூட்டுறவு பணிமனைகள், தொழிற்சாலைகள் உருபெறுவதைப் பார்த்து வாருங்கள். ஆனால் மருத்துவப் புரட்சி குறித்தான ஐயத்தைக் களைய விரும்பினால் வெறுமனே தொழிற்கூடங்களையும் அவற்றை நிர்மாணிப்பவர் களையும் பார்த்தால் போதாது, அங்கு தொழில்புரிவோர்க்கு உண்டான நோயைக் கண்டுபிடித்துத் துன்பம் தீர மருந்தளிக்க வேண்டும். ஆண்டுக்கணக்கான அவலங்களையும், அடக்குமுறை களையும் கையாளத் தெரியவேண்டும்.

கூட்டத்திலிருந்து மக்களை அடையாளங்கண்டு, மக்கள் திரளிலிருந்து தனி மனிதனை அடையாளங்கண்டு, தனிமனிதனுக்கு உண்டான புது பணியின் மையத் தன்மையைப் புரிந்துகொண்டு அதனால் ஏற்படும் பிணியைப் போக்குபவராக மருத்துவர்

விளங்கவேண்டும். புறவயமாக நடப்பவை பற்றி மருத்துவருக்கு எப்போதும் கவலை கிடையாது. தன்னை நாடிவரும் நோயாளியோடு அணுக்கமாக நெருங்கி உண்டானதைத் தெரிந்துகொள்வார். அவர் ஒருவரால்தான் காயத்தை அடித்து நொறுக்கிச் சாந்தப்படுத்த முடியும். மிகவும் பொறுப்புடைய சமூகக் கடமைகளைப் பெருமளவில் செய்கிறார்.

இதே ஹவானாவில் சில மாதங்களுக்கு முன்பு ஒரு சம்பவம் நடந்தது. புதிதாக பட்டம் பெற்ற மருத்துவர்கள் கியூபாவின் கிராமப் புறங்களுக்குச் செல்ல மாட்டோம் என்றும், அவ்வாறு செல்லவேண்டும் என்றால் மதிப்பூதியம் வேண்டுமென்றும் கோரிக்கை வைத்தார்கள். கடந்த காலப் பார்வையில் இது மிகவும் நியாயமான கோரிக்கையாகத் தெரிகிறது. இல்லையென்றால் புரிந்துகொள்ளும் பொருட்டு, நியாயமான கோரிக்கை என்று எனக்கு நானே சொல்லிக்கொள்கிறேன்.

கடந்த காலத்தில் நான் என்னவாக இருந்தேன், என்ன சிந்தித்தேன் என்பதை இந்தச் சூழல் எனக்கு நினைவூட்டுகிறது. மக்களின் தேவையைப் பூர்த்தி செய்து நல்ல எதிர்காலம் அமைய பாடுபடும் தனித்த போர்வீரனின் கதை என்னுடையது.

ஆண்டுக்கணக்கான கல்வித் தேவைகளுக்குச் செலவு செய்து படிக்க வைக்கும் பெற்றோர்களின் வழிவந்த இச்சிறுவர்களுக்குப் பதிலாக, பள்ளிப் படிப்பைத் தாண்டி மேற்கொண்டு படிக்க இயலாத சூழலில் மருத்துவம் பயிற்சி செய்ய வரும் சிறுவர்களை எண்ணிப்பாருங்கள். அவர்கள் என்ன செய்திருப்பார்கள்? பேச்சுக்கு, இருநூறு முந்நூறு விவசாயிக் குழந்தைகள் பல்கலைக்கழக அரங்கில் இருந்து தேர்ச்சி பெற்று வருவதாகக் கற்பனை செய்து பாருங்கள்.

அந்த விவசாயச் சிறுவர்கள் நோயில் வாடும் தங்கள் சகோதரர்களைக் காப்பாற்றும் விதமாக ஓடியோடி உழைப்பார்கள். தங்கள் ஆண்டுக்கணக்கான படிப்பை வீண் செய்ய வேண்டாமென்று, கடினமான வேலைகளைக் கேட்டு வாங்கிப் பெறுவார்கள். ஆறு, ஏழு ஆண்டுகளில் எல்லாம் தொழிலாளர் மற்றும் விவசாயிகளின் குழந்தைகள் தொழில்முறை பட்டத்தைப் பெற்று விடுவார்கள்.

ஆனால் நாம் எதிர்காலத்தை முன்முடிவோடு எதிர்பார்க்கக்கூடாது. எல்லோரையும் உழைக்கும்தட்டு மக்களின் புதல்வர்களாகவோ எதிர்ப் புரட்சியாளர்களாகவோ பிரிக்கக் கூடாது. ஏனென்றால் அது உண்மையல்ல. மரியாதைக்குரிய மனிதன் ஒருவன் புரட்சியில் வாழ்வதைத் தாண்டி பெறுவதற்கரிய அனுபவம் வேறென்ன

இருக்கிறது. கிரான்மா வந்தடைந்து, சியரா மெஸ்ட்ராவில் குடியேறி அங்குள்ள விவசாயிகளோடும் அவருடன் பணிபுரியும் அடித்தட்டு மக்களோடும் கனிவோடு பேசி மகிழ்ந்த நாம் எல்லோரும் விவசாயப் பின்னணியோ தொழிலாளர் பின்னணியோ இல்லாதவர்கள்தான்.

இயல்பாகச் சொன்னால் இங்குள்ள சிலர் சிறு வயதிலேயே வேலைக்குச் சென்றிருக்கிறார்கள். இன்னும் சிலருக்குச் சிறு வயதிலேயே தனியுடைமை என்று சொல்லிக் கொள்ளும்படியாகச் சொத்து இருந்திருக்கிறது. ஆனால் பசியின் கோரத்தை யாரும் பார்த்ததில்லை. சியரா மெஸ்ட்ரா வந்த இரண்டு ஆண்டுகளில்தான், பசி எப்படியிருக்கும் என்று தெரிந்துகொண்டோம். அதற்குப் பின்னர் பல விஷயங்கள் அப்பட்டமாகத் தெரிந்தன.

முதலில் நிலக்கிழார் மற்றும் பெருமுதலாளிகளின் சொத்துகளைத் தீண்டியவர்களுக்குக் கடுமையான தண்டனை கொடுத்தோம். ஒருநாள் சியரா மெஸ்ட்ராவில் உள்ள விவசாயிகளுக்குப் பத்தாயிரம் கால்நடைகளைக் கொண்டு வந்து கொடுத்து, ‘சாப்பிடுங்கள்’ என்று சொன்னோம். இத்தனை ஆண்டுகளில் முதன்முறையாக, சிலர் தங்கள் வாழ்நாளிலேயே முதல் முறையாக மாட்டிறைச்சியை உண்டார்கள்.

அந்தப் பத்தாயிரம் கால்நடைகளால் கொண்டிருந்த புனிதச் சொத்துரிமை மரியாதை, ஆயுதம் தாங்கிப் போர் செய்தபின் மறைந்துபோனது. பூமியிலுள்ள சாதாரண ஒற்றை மனிதனின் உயிரானது, செல்வம் கொழிக்கும் பணக்காரன் ஒருவனின் சொத்தைவிட பல கோடி மடங்கு மதிப்புடையது என்பதைப் புரிந்து கொண்டோம். புரிந்து கொண்டோம் என்றால் எவ்வித விவசாய மற்றும் தொழிலாளர் பின்னணியும் இல்லாத நாங்கள்தான்.

அவர்களால் புரிந்துகொள்ள முடியாது என்று சொன்னவர்கள் காதில் விழும்படி நாலாதிசையிலும் உரக்கச் சொல்லப் போகிறோமா? ஆமாம். அவர்களால் புரிந்துகொள்ள முடியும். புரட்சியும் இன்றைக்கு அதையே எதிர்பார்க்கிறது. மதிப்பூதியத்தைக் காட்டிலும் அண்டை வீட்டாருக்கு உதவி செய்வதே கோடானுகோடி பெருமை சேர்க்கும். மக்களின் நன்றியுணர்வைச் சேர்ப்பதைக் காட்டிலும் சேர்ப்பதற்கரிய தங்க நாணயங்களால் மதிப்பொன்றும் இல்லை. இப்படியாக ஒவ்வொரு மருத்துவரும், தன் சுற்றுவட்டத்தைப் பேணிக் காப்பதன் மூலம் பெரிய பொக்கிஷக் குவியலைச் சேகரம் செய்யலாம்.

பழைய நடைமுறைகளைக் கொஞ்சம் கொஞ்சமாக அழித்து, மக்களை நெருங்கும் புதிய முறைகளை உருவாக்க வேண்டும். முன்புபோல் அல்லாமல் அணுக்கமான உறவைப் பேணவேண்டும். அவர்களிடம் சென்று 'இல்லை. எனக்கு மக்களைப் பிடிக்கும். தொழிலாளரோடும் விவசாயிகளோடும் பேச விரும்புகிறேன். ஞாயிற்றுக்கிழமைகளில் அங்குமிங்கும் சென்று அதையும் இதையும் பார்க்கப்போகிறேன்' என்று சொன்னால் போதும். எத்தனையோ பேர் இதைச் செய்துவிட்டார்கள். ஆனால் நாம் இதைக் கருணை உள்ளத்தோடு பயின்றிருக்கிறோம். இன்று இதை ஒற்றுமை உணர்வோடு கற்றுக் கொள்ளப் பார்ப்போம்.

அவர்களிடம் சென்று, 'நாங்கள் இங்குதான் இருக்கிறோம். உங்கள் மீது கருணை பொழியத்தான் வருகை தந்தோம். எங்கள் அறிவியலை உங்களுக்குக் கற்றுத் தந்து, தவறுகளைச் சுட்டிக்காட்டி, சீர்கெட்ட கலாசாரத்தை இனங்காட்டி, உங்கள் அறியாமையைப் போக்க வந்திருக்கிறோம்' என்றெல்லாம் சொல்லக் கூடாது. மாறாக ஆராய்ச்சி செய்யும் மனப்பான்மையில், மக்கள் என்ற ஞானப் பெட்டகத்திடம் கற்றுக்கொள்ளும் மனோபாவத்துடன் பவ்வியமாக நெருங்க வேண்டும்.

பின்னாளில் நாம் எத்தனைத் தவறான வழக்கத்தைப் பின்பற்றியிருக்கிறோம் என்பதை நினைத்து வருத்தப்படும் காலம் நேரலாம். சமயத்தில் அடிப்படை கருத்துகள் மட்டுமின்றி, சமூகம் அல்லது தத்துவார்த்த கருத்துகளையும், இன்னும் சில சமயங்களில் மருத்துவ ரீதியான கொள்கைகளையும் மாற்றிக் கொள்ள நேர்கிறது.

பெருநகர மருத்துவமனைகளைப் போலன்றி வேறு முறையிலும் நோய்களுக்கு வைத்தியம் பார்க்கலாம் என்று நாங்கள் நினைக்கிறோம். உலகின் பணக்கார நாடுகளைக் காட்டிலும் ஊட்டச்சத்து ரீதியில் கியூபா மிகவும் பின்தங்கி இருக்கிறது. எனவே மருத்துவர் ஒருவர் விவசாயம் செய்யத் தொடங்கினால், புது வகையான உணவுப் பண்டங்கள் தோன்றி கியூப ஊட்டச்சத்து கட்டமைப்பில் மாற்றங்கள் ஏற்படும்.

நம் கற்பித்தல் நுட்பங்கள் எப்படி மெருகேற வேண்டும் என்று இனி புரியும். நாம் ஓர் அரசியல்வாதியாக இருப்பதும் அவசியமாகிறது. ஞானத்தைப் பொழிவது போல் மக்களிடம் நாமாகவே சென்று எதுவும் உளறக் கூடாது. மாறாக அவர்களிடமிருந்து கற்றுக் கொள்வதைப் போல் மென்மையாக அணுகவேண்டும். நாம் இருவரும் ஒன்றுசேர்ந்து புதிய கியூபாவைக் கட்டமைக்கப் போகிறோம் என்று விளங்கவைக்க வேண்டும்.

இதற்கான ஏற்பாடுகள் முன்னரே தொடங்கிவிட்டன. 1959ஆம் ஆண்டு ஜனவரி ஒன்றாம் தேதிக்கும் இன்றைக்கும் இடைப்பட்ட தூரத்தை நம்மால் அவ்வளவு எளிதில் புரிந்துகொள்ள முடியாது. சர்வாதிகாரியோடு சேர்ந்து இங்கிருந்த ஆட்சிமுறையும் வீழ்ந்து விட்டது என்று பெரும்பாலானோர் புரிந்து கொண்டனர். சிதைந்து கிடக்கும் இடிபாடுகளுக்குமேல் புதிய ஆட்சிமுறையை நிர்மாணிக்க வேண்டும் என்று மீதமுள்ள மக்களுக்கும் எடுத்துச் சொல்வோம். அதுவொன்றே கியூபாவின் நிரந்தரப் புன்னகைக்கு வழிவகுக்கும்.

சென்ற ஆண்டின் தொடக்கத்தில் தோழர் கீயன் அர்ஜென்டினாவிலிருந்து வந்தார் என்று நினைக்கிறேன். இன்றுபோலவே அப்போதும் அவர் புகழ்மிக்க கவிஞராகத் திகழ்ந்தார். அவருடைய புத்தகங்கள் ஒன்றிரண்டு மொழிகளில் மொழிபெயர்க்கப்பட்டிருந்தாலும் உலகெங்கிலும் உள்ள பல்வேறு மொழி பேசும் மக்கள் அவரைத் தினந்தினம் கொண்டாடினார்கள்.

துரதிர்ஷ்டவசமாகத் தன் புகழ்மிக்க கவிதைகளை கீயனால் இங்கு வாசிக்க முடியாமல் போனது. மக்களைப் பாடும் எளிய கவிதைகளை, புதிய சகாப்தத்தின் தொடக்கத்தில் தவறாக உள்வாங்கிக் கொண்டனர். தன் அசைக்கமுடியாத கவிதை இயற்றும் திறனை ஓரங்கட்டிவிட்டு, மக்களுக்குச் சேவை செய்யத் துணிந்த அர்ப்பணிப்பு மிகுந்த கீயனை எவருமே புரிந்துகொள்ளவில்லை. கியூபாவின் பெருமிதமாகப் பார்க்கப்பட வேண்டிய கீயனை, ஓரங்கட்டப்பட்ட அரசியல் கட்சியின் பிரதிநிதியாகப் பார்த்தனர்.

இப்போது அவையெல்லாம் மறைந்துவிட்டன. நமக்கென்று பொதுவான லட்சியமும் எதிரியும் வாய்த்துவிட்டால், உட்புற நிர்வாகக் கட்டமைப்பில் நம்முள் பல்வேறு கருத்து முரண்கள் இருந்தாலும் பாகுபாடு பார்க்கவேண்டிய தேவையில்லை என்று உணர்ந்து கொண்டோம்.

நாம் ஒப்புக்கொள்ள வேண்டியது என்னவென்றால், நமக்கு ஒரு பொது எதிரி இருக்கிறாரா இல்லையா? நாம் ஒரு பொதுவான இலக்கை அடைய முயற்சிக்கிறோமா இல்லையா என்பதுதான்.

நிச்சயமாக நமக்கு ஒரு பொது எதிரி இருக்கிறார் என்பதை இப்போது உறுதியாக நம்புகிறோம். 'ஒட்டுமொத்த அமெரிக்காவிற்கும் பொது எதிரியாக விளங்கும், ஏகபோக உரிமை வாய்ந்த ஐக்கிய அமெரிக்கா அரசுதான் எனக்கும் எதிரி' என்று சொல்ல யாரும் தயங்குவதில்லை. தான் பேசுவதைத் தூதரக ஆட்கள் ஒட்டுக் கேட்டுச் சொல்லிவிடுவார்கள் என்று அஞ்சுவதில்லை. எதிரி யாரென்று

தெரிந்தபின், பகையாளிக்கு எதிராகச் சமர் செய்யும் நமக்குள் ஒற்றுமை தோன்றுமல்லவா? இப்போது அடுத்த விஷயத்திற்கு வருவோம்.

இங்கிருந்து கியூபாவின் கனவு என்ன, லட்சியம் என்ன என்று யோசிப்போம். நமக்கு என்ன வேண்டும்? மக்கள் மகிழ்ச்சியடைய விரும்புகிறோமா இல்லை துன்பமடைய விரும்புகிறோமா? கியூபாவின் ஒட்டுமொத்தப் பொருளாதாரச் சுதந்திரத்திற்கும் குரல் கொடுப்போமா இல்லை குரல்வளை நெறிப்போமா?

விடுதலை பெற்ற தேசங்களுக்கு மத்தியில் நாமும் ஒரு சுதந்திர தேசத்தை அடைய வேண்டாமா? எந்தவொரு கட்சிக்கும் அணிசேராமல், நாட்டின் உள் மற்றும் வெளிவிவகாரங்களை மூன்றாம் நாட்டுத் தூதரகங்களுக்குச் சென்று சமரசம் செய்யச் சொல்லி காலம் கழிக்கப் போகிறோமா?

நிலக்கிழாரின் சொத்துகளை ஏதும் இல்லாதவர்களுக்குப் பங்கிட்டுக் கொடுக்க நினைத்தால், தினந்தினம் படைப்பூக்கம் மிகுந்து வசந்த காலத்தை வரவேற்க நினைத்தால், நாம் அடைவதற்கு ஓர் லட்சியம் இருக்கிறது. அந்த லட்சியம் உடைய எல்லோரும் நம் தோழர்கள். அவர் வேறு இயக்கத்தைச் சார்ந்திருந்தாலோ, வேறு சில கொள்கைகளில் பிடிப்புடன் இருந்தாலோ அதைப் பற்றிக் கவலைப்படத் தேவையில்லை.

அபாயம் சூழும் தருணங்களில், பதற்றம் மிகுந்த வேளைகளில், பெரிய பெரிய காரியங்களைக் கைக்கொள்ளும் தருவாயில், எதிரியும் இலக்கும் எத்தனைப் பெரியதாய் இருந்தால்தான் என்ன? பின்னர் நடக்கப் போவதை நாம் முன்னரே ஒப்புக் கொண்டிருந்தால், துன்பப்பட வேண்டியவர்கள் துன்பப்படட்டும். நாம் நமது வேலையைச் செய்வோம்.

புரட்சியாளன் ஆவதற்கு புரட்சி ஏற்படுத்த வேண்டும் என்று சொன்னேன். அதை நாம் ஏற்படுத்தி விட்டோம். இனி உங்களோடு வேலை செய்பவரை நீங்கள் தெரிந்துகொள்ள வேண்டும். நாம் யாரும் நன்கு பழக்கப்படவில்லை. அதற்கு இன்னும் காலம் பிடிக்கும் என்று நினைக்கிறேன்.

மக்கள் வேலைசெய்யும் பணிமனைகளை உற்றுநோக்கி, அங்கேயே குடியமர்ந்து, உடன் உழைப்பதைத் தவிர்த்து, அவர்களைப் புரிந்து கொள்வதற்கான வேறு வழி இருக்கிறதா என்று கேட்கிறீர்கள். எல்லோராலும் அதைச் செய்ய முடியாது. மருத்துவப் பணியாளரின்

தேவை நிறைய இடங்களில் அவசியமாகிறது. புரட்சிகரப் போராளிகள் கியூப மக்களின் ஒற்றுமையைப் பறைசாற்றும் சிறந்த வெளிப்பாடுகளில் ஒன்றாக இருக்கின்றனர்.

சில ஆண்டுகளுக்கு முன், சோகம் கவ்விய அபாயகரமான கியூபச் சூழலுக்கு மருத்துவர்களைப் புரட்சிகரப் போராளிகள் தயார்ப்படுத்துவார்கள். நாம் அந்தப் பெரிய அளவிலான ஆயுதத் தாக்குதலுக்குப் பலியாகப் போகிறோம்.

போர்வீரன், புரட்சியாளன் என்ற இரட்டைக் குழல் துப்பாக்கியில் மருத்துவன் என்றைக்குமே மருத்துவனாக இருக்கவேண்டும் என்று எச்சரிக்கிறேன். சியரா மெஸ்ட்ராவில் செய்த அதே தவறை மீண்டும் செய்யக் கூடாது. ஒருவேளை அது தவறில்லை என்றாலும், மருத்துவத் தோழர்கள் எல்லோருக்கும் என்ன நடந்தது என்று நன்றாகத் தெரியும். விழுப்புண் பெற்று நோயுற்ற போர்வீரன் பக்கத்தில் நிற்பதை அவமானகரமாக நினைத்து, எங்காவது துப்பாக்கி கிடைக்காதா என்று நம் செருக்கை வெளிப்படுத்த போர்க்களத்தில் வழிதேடி அலைந்தோம்.

இப்போது சூழல் மாறிவிட்டது. தேசத்தைப் பாதுகாப்பதற்காகக் கட்டமைக்கப்பட்டுள்ள புதிய ராணுவத்தில் வகைவகையான போர் யுக்திகளை அறிமுகப்படுத்த இருக்கிறோம். இந்தப் புதிய திட்டத்தில் மருத்துவர்களுக்கும் பெரிய பங்கு இருக்கிறது. அவர் மருத்துவராகவே நீடிப்பதுதான் இதிலுள்ள அழகு. போர்ச்சூழலும் இதையே எதிர்பார்க்கிறது. மருத்துவர் மட்டுமல்லாது செவிலியர்களும் ஆய்வக உதவியாளர்களும் இன்னும் தங்கள் உயிரை இந்தத் தலையாய பணிக்கு அர்ப்பணம் செய்யும் எல்லோரும் மிகுந்த முக்கியத்துவம் பெறுகிறார்கள்.

மறைந்திருக்கும் ஆபத்தைத் தெரிந்து கொண்டாலும், வான்வெளி ஆக்கிரமிப்பைத் தடுக்க நம்மைத் தயார்ப்படுத்திக் கொண்டாலும், அது பற்றிச் சிந்திப்பதை நாம் நிறுத்த வேண்டும். போருக்கு ஆயத்தமாவதை எண்ணி கவலைப்பட்டுக் கொண்டிருந்தால் ஆக்கப்பூர்வ பணிகளில் ஈடுபட முடியாது. ராணுவ நடைமுறைக்குச் செலவழித்த உழைப்பும் பணமும் வீணாகிவிடும்.

ஆனால் துரதிர்ஷ்டவசமாக நாம் அதைப் பற்றிச் சிந்திக்க வேண்டும். ஏனென்றால் நம் எதிரிகள் போருக்கு ஆயத்தமாகி வருகிறார்கள். நான் ஒன்றை நேர்மையாகச் சொல்கிறேன். போர்வீரன் என்ற முறையில் தேசிய வங்கியின் காப்பகத்தில் இருந்து ஆயுதம்

வாங்குவதற்காகச் செலவு செய்யப்படும் பணம்தான் என்னை மிகுந்த வருத்தத்திற்கு உள்ளாக்குகிறது.

இத்தனைக்குப் பிறகும் சமாதானக் காலத்தில் புரட்சி வீரர்கள் செய்யவேண்டிய ஒரு கடமை இருக்கிறது. மக்கள் கூட்டங்களை ஒன்றிணைக்கும் கருவியாக அவர்கள் இருக்க வேண்டும். நான் முன்பு சொன்னதைப் போல் மருத்துவப் போராளிகளிடம் உள்ள தீவிர ஒற்றுமையை இவர்கள் கைக்கொள்ள வேண்டும். அபாயம் சூழும் நேரத்தில் ஒருங்கிணைந்து சென்று ஏழை எளிய கியூப மக்களைக் காப்பாற்ற வேண்டும். கியூபாவின் அனைத்து சமூக வகுப்பினரையும் சேர்ந்த ஆண்களுடன் சேர்ந்து வாழவும், இணைந்திருக்கவும், சீருடை அணிந்து சமமாகத் திகழவும் புரட்சி வீரர்கள் வாய்ப்பளிக்கின்றனர்.

ஒற்றுமையின் ஆயுதத்தைப் பயன்படுத்தி, லட்சியம் புரிந்து, எதிரியைத் தெரிந்து, செல்லும் திசை அறிந்து முன்னோக்கிச் சென்றால் மருத்துவப் பணியாளர்களாகிய நாம் வெற்றி பெறுவதற்கு ஒரே ஒரு காரணிதான் பாக்கியிருக்கும். அன்றாடம் கடக்க வேண்டிய பாதை மட்டும் தெரிந்தால் போதும். ஆனால் அந்தப் பாதைக்கு யாரும் வழிகாட்ட மாட்டார்கள்.

ஒவ்வொருவரும் தனித்தனியாய் கண்டடைய வேண்டும். தினந்தினம் மேற்கொள்ளும் பயணங்களால், அடையும் அனுபவங்களால், மருந்து சேவை செய்யும் மனநிறைவான ஈடேற்றங்களால், மக்களின் வாழ்விற்கு தன்னை அர்ப்பணிக்கும் உயரிய ஆற்றல்களால் லட்சியத்திற்கான பாதை மெல்ல மெல்லப் புலப்படும்.

எதிர்காலத்தை நோக்கிப் பயணம் செய்ய போதிய அளவிலான ஏற்பாடுகள் செய்தாகிவிட்டது. ‘சொல்வதைக் காட்டிலும் சிறந்த வழி செய்து முடிப்பது’ என்ற மார்த்தியின் மேற்கோளை நினைவுறுத்தி நம் பயணத்தைத் தொடங்குவோம். இந்தக் கணத்தில் நான் இதை மறுத்தாலும், எல்லோரும் இதைக் கடைப்பிடிக்க வேண்டும். கியூபாவின் எதிர்காலத்தை நோக்கி பயணம் செய்வோம், வாருங்கள்.

•

21

பெண்களுக்கான தொழில்கள்

வர்ஜீனியா உல்ஃப் (1882 - 1941)

மகளிர் சேவைக்கான தேசிய சங்கத்தில் பேசுவதற்காக ஜனவரி 21, 1931 அன்று வர்ஜீனியா உல்ஃப் அழைக்கப்பட்டிருந்தார். அங்கு அவருடைய இலக்கியத் துறை சார்ந்த அனுபவங்களைப் பேசும்படி சங்கத்தின் செயலாளர் கேட்டுக்கொண்டிருந்தார். 20ஆம் நூற்றாண்டின் மிக முக்கியப் பெண் எழுத்தாளராக அறியப்படும் உல்ஃப் தன் படைப்புகளின்வழி பெண்ணியப் பார்வையை ஆழமாகப் பதிவுசெய்தவர். 'பெண்களுக்கான தொழில்கள்' என்ற இவ்வுரை அந்தக் காலச் சமூகத்தின் மகளிர் நிலை குறித்த பிரதிபலிப்பாக மட்டுமின்றி இன்றைக்கும் பொருந்தி வருகிறது. இந்த உரை நிகழ்த்துவதற்கு முந்தைய நாள் தன் டைரி குறிப்பை எழுதும்போது, 'இன்று குளித்துக் கொண்டிருக்கும்போது எனக்கொரு எண்ணம் தோன்றியது. A Room of One's Own என்ற புத்தகத்தின் தொடர்ச்சியாகப் பெண்களின் பாலியல் வாழ்க்கையை மையப்படுத்தி, பெண்களுக்கான தொழில்கள் என்றொரு முழுப் புத்தகத்தை எழுதப் போகிறேன். கடவுளே, மிகுந்த ஆவலோடு இருக்கிறேன்.'

20ஆம் நூற்றாண்டின் ஐரோப்பியப் பெண்ணியம் குறித்துத் தெரிந்துகொள்ளவும் வர்ஜீனியா உல்ஃப் குறித்து ஓர் அறிமுகத்தைப் பெறவும் இந்த உரை உதவும்.

•

நான் பேசுவதற்காக உங்கள் செயலாளர் இங்கு என்னை அழைத்தபோது, மகளிர் வேலை வாய்ப்பிற்காக இந்தச் சங்கம் செய்துவரும் பணிகளை ஒன்றுவிடாமல் எடுத்துக் கூறினார். கூடவே, எனது சொந்தப் பணி அனுபவங்களில் இருந்து மேற்கோளிட்டிப் பேசினால் நன்றாக இருக்கும் என்று விரும்பினார்? நான் பெண் என்பது உண்மை; நான் வேலையில் இருப்பதும் உண்மை; ஆனால் என்ன செய்கிறீர்கள், என்ன விதமான தொழில் அனுபவம் இருக்கிறது என்று யாரேனும் கேட்டால் பதில் சொல்வது கஷ்டம்.

எனக்குத் தொழில் இலக்கியம். மற்றெந்த துறையைக் காட்டிலும் பெண்களுக்கு மிகவும் அனுபவம் குறைந்த துறை இது. பெண்களுக்கே உரித்தான அனுபவம் குறைந்த துறைகளோடு இதுவும் ஒன்று என்பதைத் தவிர வேறெந்த ஒற்றுமையும் கிடையாது. இங்கிருந்த நீண்ட மரபுச் சங்கிலி என்றோ அறுபட்டு விட்டது. ஃபேனி பர்னி, ஆஃப்ரா பென், ஹரியத் மார்டினோ, ஜேன் ஆஸ்டின், ஜார்ஜ் எலியட் போன்ற புகழ்பெற்ற பெண்களும் மறந்துபோன, மறக்கடிக்கப்பட்ட எண்ணிலடங்காத பெண்களும் நான் செல்லும் பாதையைச் சீராக்கிப் பயணத்தை வழிநடத்தி வருகிறார்கள். ஆகவே எழுதத் தொடங்கியபோது மிகக் குறைந்த தடைகளைத் தாண்டினால் போதுமென்று இருந்தது.

எழுதுவது என்பது மரியாதைக்குரிய தீங்கற்ற தொழில். பேனாவைக் கீறி எழுதியதால் குடும்ப அமைதி ஒன்றும் கெட்டுவிடவில்லை. இத்தனைப் பொருள் சேர்க்கவேண்டும் என்று அவர்கள் என்னிடம் எதுவும் எதிர்பார்க்கவில்லை. உண்மையிலேயே நாட்டம் இருந்தால் பதினாறு பென்னிகளை வைத்து ஷேக்ஸ்பியரின் ஒட்டுமொத்த நாடகங்களை எழுதுவதற்கான தாள்களை ஒருவர் வாங்கிவிடலாம்.

பியானோக்களும் மாடல்களும் பாரிஸ், வியன்னா, பெர்லின் நகர வீதிகளும் எஜமான, எஜமானியர்களும் எழுத்தாளர்களுக்குத் தேவையில்லை. எழுதுவதற்குத் தேவையான தாள்கள் மட்டமான விலையில் கிடைப்பதால் மட்டுமே, மற்றெந்த துறையைக் காட்டிலும் பெண்கள் எழுத்தாளர்களாக ஜொலிக்க முடிகிறது. நான் இப்போது என் கதையைச் சொல்கிறேன். மிகவும் எளிமையான ஒன்று. படுக்கையறையில் எழுதுகோலுடன் உட்கார்ந்திருக்கும் ஒரு பெண்ணை நீங்கள் உருவகித்துக் கொண்டால் போதும். பத்து மணியில் இருந்து ஒருமணி வரை வெறுமனே பேனாவை இடம், வலமாக அசைத்துக் கொண்டிருப்பது மட்டுந்தான் அவள் வேலை. அதற்குப்பின் அவளொரு காரியம் செய்தாள். எழுதிய சில

பக்கங்களை அஞ்சல் உறையில் கடத்தி, மூலையில் ஒரு ஸ்டாம்ப் ஒட்டி அஞ்சல் பெட்டியில் போட்டாள். அப்படித்தான் நானொரு பத்திரிகையாளர் ஆனேன்.

எனது உழைப்பிற்கு அடுத்த மாதமே வெகுமதி வந்தது. வாழ்வில் மிகவும் மறக்கமுடியாத நாள். பத்திரிகை ஆசிரியரிடமிருந்து ஒரு பவுண்டு பத்து ஷில்லாங் மற்றும் ஆறு பென்னிகளுக்கான காசோலை வந்து சேர்ந்தது. நானொரு தொழில்முறை சார்ந்த பெண் என்று அழைக்கப்படுவதற்கு எத்தனைத் தூரம் தகுதியானவள் என்பதை எடுத்துக்காட்டவும், அந்த வாழ்வின் போராட்டங்களையும் சிரமங்களையும் எத்தனை மடங்கு புரிந்து கொண்டிருந்தேன் என்பதைத் தெரிந்து கொள்ளவும் நான் அந்தப் பணத்தை எதற்குச் செலவு செய்தேன் என்று சொன்னால் போதும்.

வெண்ணெய் வாங்கவோ, ரொட்டுத் துண்டுகள் வாங்கவோ, வாடகைச் செலுத்தவோ, காலணி வாங்கவோ, கசாப்புக் கடையின் பாக்கியைச் செலுத்தவோ செலவு செய்யாமல் வெளியே சென்று ஓர் அழகிய பூனைக்குட்டியை வாங்கி வந்தேன். அது ஒரு பாரசீகப் பூனை. சில நாட்களில் அண்டை வீட்டாருடன் அதனால் ஒரு பெரிய பூசல் வெடித்தது.

கட்டுரைகள் எழுதி பாரசீகப் பூனைகளை லாபத்தில் வாங்குவதை விடவும் எளிமையான தொழில் என்ன இருக்கிறது? ஆனால் பொறுங்கள். கட்டுரை எழுத மையப் பொருண்மை தேவை. அப்போது ஒரு புகழ்பெற்ற நாவல் பற்றி எழுதியதாக ஞாபகம்.

நான் அந்த விமரிசனம் எழுதியபோது, இனி புத்தக விமரிசனம் எழுதுவதாய் இருந்தால் மாயையோடு நிச்சயம் மல்லுக்கட்ட வேண்டிவரும் என்று உணர்ந்திருந்தேன். அந்த மாயை வேறெதுவும் அல்ல, பெண். அவளைப் பற்றி நன்றாகப் புரிந்துகொண்டதும், 'தேவதை தங்கிய வீடு' என்ற புகழ்பெற்ற கவிதையில் வரும் கதாநாயகியாக அழைக்கத் தொடங்கினேன்.

விமரிசனம் எழுதும்போது பேப்பர் பேனாவிற்கு மத்தியில் அடிக்கடி வந்துபோகும் உருவமாக அவள் இருந்தாள். என்னைத் தொல்லைப்படுத்தி நேரத்தை வீண்செய்த அவள் கதாப்பாத்திரத்தை வேதனை தாங்காமல் கொன்று விட்டேன். மகிழ்ச்சி குடிகொண்ட புதிய தலைமுறை வாசகர்கள் அவளைப் பற்றி கேள்விப்பட்டிருக்க மாட்டீர்கள். 'தேவதை தங்கிய வீடு' என்பதன் மூலம் நான் சொல்ல வருவதை உங்களால் உத்தேசிக்க முடியாது. உங்கள் புரிதலுக்காக நான் அவளைப் பற்றி சுருக்கமாகச் சொல்கிறேன்.

அவளைப் பார்த்தாலே உள்ளூர இரக்கம் குடிகொள்ளும். ஆனால் அதே சமயம் அச்சுப்பிசகாத அழகுப் பதுமை. துளியும் சுயநலமில்லாதவள். குடும்ப வாழ்க்கைக்குத் தேவையான மேலான அறிவைப் பெற்றிருந்தாள். தன்னை அனுதினமும் இதற்கெனவே அர்ப்பணித்தாள். கோழி இறைச்சியாக இருந்தால் அழுக்குப் படிந்த கால் அவளுக்குத்தான்; வறுமை பீடித்தால் மற்றவர்களை சாப்பிடச் சொல்லி தானொருவள் மட்டும் ஏதுமின்றி இருப்பாள். இப்படியாகத் தனக்கென்று ஓர் அபிப்பிராயமும் விருப்பமும் இன்றி, பிறர் அபிப்பிராயங்களால் வாழ்ந்து இரக்கம் சம்பாதித்தாள்.

எல்லாவற்றையும் தாண்டி அவள் மிகத் தூய்மையானவள். ஒருவேளை அது அவளின் உச்சபட்ச அழகுக்குக் காரணமாக இருக்கலாம். வெட்கத்தில் சிவக்கும் கன்னங்களும் உயிர்களிடத்து காட்டும் பரிவு குணமும் ஈடு இணையில்லாதது. விக்டோரியா அரசியின் காலக்கட்டத்தில் இவளைப் போன்று வீட்டிற்கொரு தேவதை இருந்தார்கள்.

நான் எழுதத் தொடங்கியபோது முதலிரண்டு வார்த்தைகளிலேயே அவளைச் சந்தித்தேன். அவள் சிறகின் நிழல் நான் எழுதிய காகிதத்தில் படிந்தது. அவள் அழகுப் பாவாடையை உதிர்க்கும் ஓசை அறையெங்கும் கேட்டது. பேனாவைக் கையில் எடுத்து அந்தப் புகழ்பெற்ற மனிதர் எழுதிய நாவலை விமரிசனம் செய்யும்போது, எனக்குப் பின்னால் உறைந்த தேவதை காதோரமாக வந்து, ‘எனது அன்பிற்கினியவளே, நீ ஒரு குட்டிப் பெண். ஓர் ஆடவன் எழுதிய புத்தகத்தைப் பற்றி எழுதிக் கொண்டிருக்கிறாய். தயவு செய்து கருணையோடு அணுகு, சாந்தமாக எழுது, முகஸ்துதி செய், பொய்யாகப் புனை, எல்லா யுக்திகளையும் கையாண்டு பெண்களுக்கே உண்டான தந்திரங்களை கடைப்பிடி. உனக்கென்று சொந்த புத்தி இருப்பதாக காட்டிக் கொள்ளாதே. எல்லாவற்றுக்கும் மேலாகத் தூய்மையாக இரு’ என்று கிசுகிசுத்தது.

இப்படி எழுது, அப்படி எழுது என்று என் பேனாவிற்கு அந்தத் தேவதை கடிவாளம் போட்டாள். நான் பெருமைப்படக் கொண்டாடும் ஒரு விஷயத்தை இப்போது சொல்கிறேன். உண்மையில் இந்தப் பெருமை, பெருமளவில் சொத்து சேர்த்து வைத்த எனது மூதாதையர்களுக்கு உரித்தாகும். ஆண்டொன்றுக்கு ஐந்நூறு பவுண்ட்ஸ் வீதம் சேர்த்து வைத்தார்கள். ஆகையால் வாழ்க்கையை நகர்த்த பணம் பின்னால் செல்ல வேண்டிய சூழல் ஏற்படவில்லை.

ஆகவே பின்னால் திரும்பி முதுகில் உறைந்திருந்த தேவதையைக் கழுத்தைப் பிடித்துத் திருகினேன். என்னால் முடிந்தமட்டும் முயற்சி செய்து கொன்றுப் புதைத்தேன். நீதிமன்றத்தில் கூட்டிவைத்து ஏன் கொலை செய்தாய் என்று யாரேனும் கேள்வி எழுப்பினால், தற்காப்பிற்காகக் கொலை செய்தேன் என்ற பதிலையும் தயார் நிலையில் வைத்திருந்தேன். நான் அந்தத் தேவதையைக் கொலை செய்யாவிட்டால், அவள் என்னைக் கொன்றிருப்பாள். எனது எழுத்திலிருக்கும் இதயத்தை விரல்களால் கொய்திருப்பாள்.

அதற்குப் பின்னர் எழுதும்போதுதான் நான் ஒன்றைக் கண்டுபிடித்தேன். உங்களுக்கென்று ஒரு சொந்த புத்தி இல்லாமல், மனித உறவுகள் – அறம் – பாலினம் பற்றி உங்கள் அபிப்பிராயத்தை வெளிப்படுத்த முடியாமல் போனால் உங்களால் ஒரு புதினத்தைகூட விமரிசனம் செய்ய முடியாது. வீட்டுத் தேவதையின் கூற்றுப்படி மேற்சொன்ன எல்லா கேள்விகளையும் சுதந்திரமாக எழுப்ப முடியாது. ஆடவர்களைச் சாந்தப்படுத்தி, சமரசம் உண்டாக்கி, பொய்களை அடுக்கினால்தான் நாம் வெற்றிப்பெற முடியும்.

எப்போதாவது தேவையின் சிறகு நிழல் என் காகிதத்தின்மேல் படிந்தாலோ, அவள் ஒளிவட்டத்தின் பிரகாசம் என் காகிதத்தில் படர்ந்தாலோ மைஜாடியை எடுத்து தேவதைமேல் தெறிக்க விடுவேன். அவள் துடித்துத் துடித்துச் சாவாள். கற்பனைக் கதாப்பாத்திரம் என்பதால், தேவதை அதீத பலம் பொருந்தி இருக்கிறாள். அசலாகக் கொல்வதைக் காட்டிலும் கற்பனையைக் கொல்வது அவ்வளவு எளிதான காரியமல்ல.

இறந்துவிட்டதாய் எண்ணும்போதெல்லாம் என்னை நோக்கி மீண்டும் மீண்டும் தவழ்ந்து வருவாள். இறுதியில் நான் அவளைக் கொன்றுவிட்டுதாகச் சொல்லி போலிச் சமாதானங்களால் என்னைத் தேற்றிக் கொண்டேன். ஆனால் அந்த யுத்தம் ரணமானது. கிரேக்க இலக்கணம் கற்பதைவிடவும், அசாதாரணப் பயணத்தை விரும்பி உலக நாடுகளில் அலைந்து திரிவதைக் காட்டிலும் மிக நீண்ட காலம் தேவைப்பட்டது. ஆனால் அது நேரிடை அனுபவம். எல்லாப் பெண் எழுத்தாளர்களும் அந்த நேரத்தில் கடந்து வரவேண்டிய கட்டாயப் பொழுது. 'வீடுறை தேவதையை' கொலை செய்வது எல்லாப் பெண் எழுத்தாளர்களுக்கும் உண்டான வேலையின் ஒருபகுதி.

இனி என்னுடைய கதையைத் தொடர்கிறேன். தேவதை இறந்தபிறகு மிஞ்சியிருப்பது என்ன? மைஜாடி கொண்ட இளம் பெண் படுக்கை அறையில் உட்கார்ந்து இருப்பது மட்டுந்தான்

மிச்சமென்று நீங்கள் நினைப்பீர்கள். பொய்களில் இருந்து விடுவித்துக் கொண்டு 'அவள்' என்ற சுயத்தில் வாழும் பெண் என்று சிலர் சொல்லலாம். ஆனால் 'அவள்' என்ற சுயத்தின் அடையாளம் என்ன? அதாவது 'பெண்' என்றால் என்ன?

சத்தியமாக எனக்குத் தெரியாது. உங்களுக்கும் தெரியாது என்று எனக்குத் தெரியும். அனைத்துவிதக் கலைப் புலங்களிலும் தொழில் முறைகளிலும் தன்னை அடையாளப்படுத்திக் கொண்டு தன் சுயத்தை வெளிப்படுத்தும் வரை எந்தவொரு பெண்ணாலும் அதற்கான பதிலை அடைய முடியாது என்று நான் நம்புகிறேன்.

உங்களின் 'அவள்' என்ற சுயத்தைத் தேடிய முயற்சிக்கு மரியாதை செலுத்தும் வண்ணமாகத்தான் நான் இன்று வந்தேன். உங்கள் தோல்விகளாலும் வெற்றிகளாலும் 'அவள்' என்ற அதிமுக்கியமான தகவலை நாளும் வலுப்படுத்தி வருகின்றீர்கள். இனி எனது தொழில்முறை அனுபவங்கள் பற்றி மேலும் சொல்கிறேன். முதல் விமரிசனக் கட்டுரைக்காக ஒரு பவுண்டு பத்து ஷில்லாங் மற்றும் ஆறு பென்னிகளைப் பெற்றேன். அதை வைத்துக் கொண்டு பாரசீகப் பூனைகள் வாங்கினேன். அதற்குப்பின் பேராசை பிறந்தது. பாரசீகப் பூனை நன்றாக இருந்தாலும் அதுமட்டும் போதாதல்லவா. எனக்கு ஒரு மோட்டார் கார் வேண்டும். அதற்காகத்தான் நாவல் எழுதத் தொடங்கினேன்.

நீங்கள் ஒரு கதை சொன்னால், மக்கள் உங்களுக்கு மோட்டார் கார் தருவார்கள் என்பது எத்தனை விசித்திரமாக இருக்கிறது. கதை சொல்வதுபோல் இந்த உலகில் உவப்பான வேலையொன்று இல்லையென்பது கூடுதல் விசித்திரமாக இல்லையா? புகழ்பெற்ற புதினங்கள் குறித்து விமரிசனம் எழுதுவது அதைக்காட்டிலும் சௌகரியமான வேலை. உங்கள் செயலாளர் சொன்னதை மதித்து எனது தொழில்முறை அனுபவங்களைப் பகிர்ந்து கொள்ள விழைந்தால், நாவலாசிரியையாக எனக்கு நேர்ந்த ஒரு விசித்திர அனுபவத்தைச் சொல்ல வேண்டும். அதைப் புரிந்துகொள்வதற்கு நாவலாசிரியரின் மனநிலையில் இருந்து நீங்கள் கற்பனை செய்ய வேண்டும். ஒரு நாவலாசிரியர் எப்போதும் சுயநினைவின்றி இருக்கவே பெரிதும் விரும்புகிறார். நிரந்தரமான சோம்பலில் குடிகொள்ள ஆசைப்படுகிறார். நல்லவேளையாக நான் தொழில் ரகசியங்களை வெளியே சொல்லவில்லை என்று நினைக்கிறேன்!

அவர்கள் அமைதியான முறையில் வாழ்வை முன்னகர்த்த விரும்புவார்கள். அதே முகங்களைப் பார்த்து, அதே புத்தகங்களைப்

படித்து, அன்றாடம் அதே வேலைகள் செய்து நாட்கணக்கிலும் மாதக்கணக்கிலும் தன் கற்பனை உலகில் சஞ்சரித்து புறத்தால் பாதிப்படையாமல் தொடர்ந்து எழுதிக் கொண்டிருக்க ஆசைப்படுவார்கள். திடீர் கண்டுபிடிப்புகளும் அபிலாஷைகளும் புதிர்களும் அங்குமிங்கும் துள்ளிப்பாய்ந்து கற்பனைக் குதிரையை சேதம் செய்யக் கூடாது. இந்த நிலை ஆண் – பெண் இருபாலருக்கும் உண்டு.

அது அப்படியே இருக்கட்டும். சுயநினைவு இழந்து நான் நாவல் எழுதும் முறைமையை நீங்கள் இப்போது கற்பனை செய்யுங்கள். மணிக்கணக்காக பேனாவை மைஜாடிக்குள் நனைக்காமல் வெறித்துப் போய் உட்கார்ந்திருக்கும் பெண்ணை நீங்கள் மனத்திற்குள் வரைந்து பாருங்கள். இதை யோசிக்கும்போது கனவுகளில் மிதக்கும் மீனவன் ஒருவன் ஏரிக்கரையில் உட்கார்ந்து கொண்டு நீண்ட நித்திரையில் மீன்பிடியைக் கையில் ஏந்திக் கொண்டிருக்கும் உருவம் எனக்குத் தோன்றும். உலகின் ஒவ்வொரு பாறையிலும் ஒவ்வொரு பிளவிலும் தன்னுணர்வு இன்றி ஆழ ஒளிந்துகிடக்கும் உணர்வுகளைத் தட்டியெழுப்பும்படியாக அவள் கனவு காண்கிறாள்.

இப்படித்தான் அந்த அனுபவத்தை அவள் அடைந்தாள். ஆண் எழுத்தாளர்களைக் காட்டிலும் பெண்களுக்கு இந்த அனுபவம் வெகுவாக வாய்த்துள்ளது என்று நம்புகிறேன். கற்பனை வீச்சுகள் அவள் விரலில் வரிசைக் கட்டி நின்றன. சிந்தனைத் தொட்டியில் இருந்து ஏறிகள் நிரம்பி வழிந்து, பள்ளங்கள் சமன்பட்டு, பெரிய மீன்கள் படுத்துறங்கும் இருண்ட பிரதேசங்களை அடைந்தன. அதற்குப்பின் நொறுங்கும் சத்தம். பின்னர் பெருவெடிப்புச் சத்தம். குழப்பம் அதிகரித்தது. ஏதோ ஒன்றில் பட்டு கற்பனைக் குதிரையின் கால்கள் சரமாரியாக அடிவாங்கின. அந்தப் பெண் கனவிலிருந்து கண் விழித்தாள். உண்மையில் அந்தப் பெண் மிகக் கொடிய துன்பத்தில் வாடியிருந்தாள். ஒரு பெண்ணாகப் பேசத் தகாத உணர்வுகள் பற்றியும், அதைத் தாங்கிக் கொண்டிருக்கும் மனித உடல் பற்றியும் அவள் சிந்திந்திருந்தாள். அதன் காரணங்களைச் சொல்லியிருந்தால் ஆண்கள் அலறியிருப்பார்கள். பெண்ணின் சுயநினைவு இழந்த அரைமன ஆற்றலில் கிளர்ந்து எழும் எண்ண அதிர்வுகளை உண்மையில் தோய்த்துப் பேசினால், ஆண்கள் என்ன செய்வார்கள் என்ற சுயநினைவு நிறைந்த எண்ணமே இதற்குத் தடையாக அமைந்தது. அவளால் மேற்கொண்டு எழுத முடிய வில்லை. நினைவிழந்த நிலையிலிருந்து எதார்த்த உலகிற்கு வந்தாள்.

அவளின் கற்பனை உலகம் இதற்குமேல் செயல்படாது. பெரும்பாலான பெண் எழுத்தாளர்கள் இதைக் கடந்துதான் வந்திருப்பார்கள். மாற்று பாலினத்தின் பாரம்பரிய சிந்தனைகளால் பெண் மைய எழுத்தாளர்கள் தயங்குகிறார்கள். புத்திசாலித்தனமாக ஆண்கள் இந்த விஷயத்தில் ஏகபோக சுதந்திரம் அனுபவிக்கிறார்கள். ஆனால் பெண்களுக்கு வாய்ந்த இந்தச் சுதந்திரத்தைப் பற்றி சிந்திக்கவோ, அதைக் கட்டுப்படுத்தவோ ஆண்கள் முயல்வார்களா என்பது வெளிப்படையான சந்தேகம்தான்.

இந்த இரண்டுமே எனது வாழ்வில் ஏற்பட்ட நேரிடையான அனுபவங்கள். தொழில்முறை வாழ்வில் நான் மேற்கொண்ட சாகசம் என்று கருதுபவை. முதல் அனுபவத்தில் தேவதையைக் கொல்வது ஒருவாறாக ஈடேறிவிட்டது. அவள் இறந்துவிட்டாள். ஆனால் இரண்டாவது சாகசத்தில், எனது உடல் பற்றிய அனுபவங்களை வெளிப்படையாகச் சொல்வதற்கு இன்னும் முழுமையாக வாய்ப்பு வழங்கப்படவில்லை. இதுவரை எந்தவொரு பெண்மணியும் அதை செய்யவில்லை என்று உத்தேசிக்கிறேன்.

பெண்களுக்கு எதிராக அணிதிரண்டுள்ள எல்லா சாதனங்களும் சக்தி பொருந்தி இருக்கின்றன. அவற்றை வரையறுப்பது முடியாத காரியம். வெளியிருந்து பார்த்தால், புத்தகம் எழுதுவதைத் தவிர சுலபமான வேலை வேறென்ன இருக்கிறது? ஆண்களைக் காட்டிலும் பெண்களுக்கு என்ன பிரச்சினை இருந்துவிடப் போகிறது? என்று தோன்றும். ஆனால் உள்ளிருந்து பார்த்தால், பெண்கள் சமர் செய்ய வேண்டிய பல பூதங்கள் இருக்கின்றன, பல முன்முடிவுகளை மாற்றியமைக்க வலிமையோடு எதிர்கொள்ள வேண்டும் என்பது புரியும். புத்தகம் எழுதத் தயாராகும் பெண்ணொருத்தி வெட்டிச் சாய்க்கும் மாயைகளுக்கு அஞ்சாமல், முட்டி மோதும் பாறைகளைக் கண்டு வியக்காமல் இருக்க இன்னும் பல ஆண்டுகள் தேவைப்படும். பெண்களுக்கான சுதந்திரம் நிறைந்த எழுத்து தொழிலே இப்படி இருக்கிறது என்றால், இன்னும் கால்வைத்திராத பற்பல தொழில்கள் பெண்களை என்ன செய்ய காத்திருக்கின்றன?

நேரம் கிடைக்கும்போது இந்தக் கேள்விகளை உங்களிடம் கேட்டுவிட வேண்டும் என்று நினைத்திருந்தேன். எனது பணி அனுபவத்தைச் சொல்லும்போது எங்காவது அழுத்தம் அதிகமாக இருப்பதாய் தோன்றினால், அதற்குக் காரணம் இது என்னுடைய அனுபவம் மட்டுமல்ல, உங்களில் பலரும் இந்த அனுபவத்தை பல்வேறு ரூபங்களில் பார்த்திருக்கலாம். மருத்துவர், வக்கீல்,

கலெக்டர் என்று பெண்களுக்கான வாய்ப்புகள் தங்குத் தடையின்றி அமைந்திருக்கிறது என்று நீங்கள் நினைத்தால், நான் அதை ஏற்க மறுப்பேன். மாயபூதங்களும் தடைக்கற்களும் அவள் பாதையை அடைத்து நிற்கின்றன.

இந்தச் சிரமங்களை விவாதித்து வரையறுப்பதைப் பெரும் முக்கியத்துவம் வாய்ந்ததாகக் கருதுகிறேன். அப்போதுதான் உழைப்பை சரிபாதியாகப் பிரித்து கஷ்டங்களைப் பங்கிட்டுக் கொள்ள முடியும். அதைக்காட்டிலும் இதன் முடிவு குறித்தும் நோக்கம் குறித்தும் தெளிவான புரிதலோடு போராட வேண்டும். இல்லையென்றால் வலிமை வாய்ந்த தடைகளைத் தகர்த் தெறிவதால் ஒரு பயனும் இல்லாமல் போகும். ஏனோ தானோவென்று பயணிக்காமல் இலக்கை நோக்கிச் சீராக முன்னேற வேண்டும்.

இந்த அரங்கில் அமர்ந்திருக்கும் பெண்கள் வரலாற்றிலேயே முதல் முறையாக சில ஆயிரம் தொழில்முறைகளைச் சார்ந்தவராக இருக்கிறீர்கள். இது ஓர் அசாதாரணச் செயல் என்பதை புரிந்துகொள்வோம். இதுநாள்வரை ஆண்கள் மட்டுமே உரிமை கொண்டாடிய இல்லங்களில், உங்களுக்கென்று ஒரு தனி அறையை பெற்றிருக்கிறீர்கள். பெரிய உழைப்பும் முயற்சியும் இல்லாவிட்டால் கூட உங்களால் வாடகைச் செலுத்த முடிகிறது. ஆண்டு ஒன்றுக்கு ஐந்நூறு பவுண்ட்களைச் சம்பாதிக்கிறீர்கள்.

இது வெறும் தொடக்கம் மட்டுந்தான். அறை சொந்தமானாலும், அவற்றின் பெரும்பகுதி காலியாக இருக்கிறது. அவற்றை அறைகலனால் நிரப்ப வேண்டும். அலங்காரம் செய்து பகிர வேண்டும். ஆனால் அறைகலன் வாங்க காசு ஏது? அலங்காரம் செய்ய என்ன வழி? யாரோடெல்லாம் அறையைப் பகிரப் போகிறீர்கள்? அவை எந்தெந்த நடைமுறையில் இயங்கும்? இவையெல்லாம்தான் அதிமுக்கியமான கேள்விகள் என்று நான் நினைக்கிறேன்.

வரலாற்றில் முதன்முறையாக உங்களால் இதைக் கேள்வி கேட்க முடிகிறது. வரலாற்றில் முதன்முறையாக உங்களால் பதில் சொல்ல முடிகிறது. பெரும் ஆசையோடு நான் இதை உங்களோடு பகிர்ந்து கொள்ள வேண்டும். ஆனால் நிச்சயமாக இன்றைக்கு முடியாது. எனது நேரம் கடந்து விட்டது. இத்தோடு முடித்துக் கொள்கிறேன்.

•

22

அணுகுண்டு யுகத்தில் அமைதியைத் தேடுவோம்

ஆல்பர்ட் ஐன்ஸ்டைன் (1879 - 1955)

ஆகஸ்ட் 2, 1939இல் அமெரிக்க அதிபர் ஃபிராங்ளின் ரூஸ்வெல்ட்டிற்கு ஆல்பர்ட் ஐன்ஸ்டைன் ஒரு கடிதம் எழுதினார். இருபதாம் நூற்றாண்டின் தொடக்கத்திலேயே ஓர் அணுவுக்குள் எவ்வளவு சக்தி இருக்கும் என்பதை ஐன்ஸ்டைன் கோட்பாடு விளக்கியிருந்தது. அதை மேலும் ஆய்வு செய்த இயற்பியலாளர் லியோ சில்லார்ட் 1933இல் அணுக்கருவின் தொடர் சங்கிலி விளைவுகளைக் கண்டறிந்தார். இதனைப் பயன்படுத்தி என்னவெல்லாம் செய்யலாம் என்று அந்த இரண்டு பக்கக் கடிதத்தில் ஐன்ஸ்டைன் விவரமாக எழுதினார்.

அபரிமிதமான ஆற்றல், ரேடியம் போன்ற கனிமங்கள் விளையும் என்பதைத் தாண்டி பேரழிவு ஏற்படுத்தும் பிரம்மாண்ட அணுகுண்டுகள் தயாரிக்கலாம் என்ற யோசனையும் அந்தக் கடிதத்தில் இருந்தது. ஆனால் ஃபிராங்க்ளின் ரூஸ்வெல்ட் $6000 ஒதுக்கி, ‘யுரேனியம் கமிட்டி’ ஒன்று ஏற்பாடு செய்துவிட்டு பெரிதாக அலட்டிக் கொள்ளவில்லை.

அடுத்த இரண்டு ஆண்டுகளுக்கு யுரேனியம் தொடர்பான ஆராய்ச்சி மந்தநிலையில் இருந்தது. 1941ஆம் ஆண்டு டிசம்பர் 7ஆம் தேதி அமெரிக்காவின் பர்ல் துறைமுகத்தை ஜப்பானியர்கள் தாக்குவதற்கு ஒருநாள் முன்புதான் ஆராய்ச்சி நிலையில் இருந்த இந்தத் திட்டம் ‘மன்ஹாட்டன்’ திட்டமாக வலுப்பெற்றது.

அதற்கடுத்த மூன்று ஆண்டுகளுக்குப் பிறகு பதில் தாக்குதல் செய்த அமெரிக்க ராணுவம், ஜப்பான் நாட்டின் ஹிரோஷிமா, நாகசாகி நகரங்களை நாசமாக்கியது நாமெல்லோருக்கும் தெரியும். இதற்கெல்லாம் தொடக்கப்புள்ளியாய் இருந்தது ஐன்ஸ்டைன் அனுப்பிய கடிதம். ஆனால் அழிவு ஏற்படுத்த வேண்டும் என்பது அவர் எண்ணம் அல்ல.

1930களின் இறுதியில் ஜெர்மனி அணுகுண்டுகள் தயாரிப்பதாக ஒரு செய்தி கசிந்து உலகையே அச்சுறுத்தியது. முந்திக்கொண்டு கண்டுபிடித்தால் பேரழிவைத் தடுக்கலாம் என்று யோசித்த ஐன்ஸ்டைனின் எண்ணம் பின்னாளில் அவர் பெயருக்கே களங்கம் சேர்த்தது.

பேரழிவைத் தடுக்கச் சொன்ன யோசனை, பேரழிவிற்கே காரணமானதை எண்ணி நொந்துபோனார் ஐன்ஸ்டைன். ஹிரோஷிமா தாக்குதல் நடந்த 4 மாதங்களுக்குப் பிறகு 1945ஆம் ஆண்டின் டிசம்பர் 10ஆம் தேதி நியூயார்க் நகரில் உள்ள ஆஸ்டர் ஹோட்டலில் கூடிய நோபல் பரிசு நிறுவனம், இரவு விருந்து ஏற்பாடு செய்திருந்தது.

அந்தக் கூட்டத்தில் கலந்துகொண்ட ஐன்ஸ்டைன் இயற்பிய லாளர்கள், விஞ்ஞானிகள், பொதுமக்கள் என சகலருக்கும் சொல்லும் விதமாக உலகம் அமைதி நோக்கி பயணிக்க வேண்டும் என்று தன் சோசலிச சமத்துவக் கனவை வெளிப்படுத்தினார்.

•

கனவான்களே, பெண்மணிகளே!

இந்த வருடம் நோபல் பரிசு வழங்கும் விழாவிற்கு மற்றொரு சிறப்பம்சம் கூடியிருக்கிறது. ஆண்டுக் கணக்கான கொடிய போராட்டத்திற்குப் பிறகு நாம் இப்போது நிம்மதியாக வாழ்கிறோம். இல்லையெனில் நிம்மதியாக வாழ்வதாய் எண்ணி மகிழ்ச்சி அடைகிறோம். தெரிந்தோ தெரியாமலோ, அணுகுண்டுப் பிரயோகத்தில் முக்கிய அங்கம் வகித்த பல இயற்பியலாளர்களை இன்றைக்கு நாம் முக்கியத்துவம் கொடுத்து பார்க்கவேண்டும்.

இந்த இயற்பியலாளர்கள் யாருக்கும் ஆல்பிரட் நோபல் போல் கனிவோடு வாழ வரலாறு இடம் கொடுக்கவில்லை. தான் வாழ்ந்த காலத்தில், உலகின்? மிக சக்திவாய்ந்த வெடிமருந்தை அவர் கண்டுபிடித்தார். அதனால் அசகாய அழிவுகள் ஏற்பட்டிருக்கும்.

ஆனால் அதற்குப் பிராயச்சித்தம் தேடும் பொருட்டு, மனித குல மேன்மைக்காக அமைதியை முன்னிறுத்தி தன் பெயரால் உலக அமைதிப் பரிசுகளை வழங்க விரும்பினார்.?

இன்றைக்கு உலகின் மிக சக்திவாய்ந்த ஆயுதத்தை உருவாக்க? துணைநின்ற இயற்பியலாளர்கள், ஆல்பிரட் நோபலைப் பற்றி கேள்விப்படும்போது உடைந்து போவார்கள். இதனால் அவர்கள் குற்றவாளி என்று நான் சொல்லவில்லை. அவர்கள் செய்யும் குற்றத்தின் விளைவுகளையாவது நாம் எடுத்துச் சொல்லவேண்டும் அல்லவா? புரியும்வரை மீண்டும் மீண்டும் எச்சரிப்போம்.

சொல்லொணாப் பேரழிவுகளை ஏற்படுத்தி, எதிர்காலத்தை இருட்டடிக்கும் எண்ணவோட்டத்தில் இருந்து உலக நாடுகளை திசை திரும்பி, அன்பின் பாதையில் அழைத்துச் செல்வோம். அதுவரை நம் முயற்சிகள் தளர்ந்து போகாமல் ஊக்கத்துடன் செயல்பட வேண்டும்.

மனிதகுலத்தின் எதிரிகள் நமக்கு முன்னால் இந்த ஆயுதத்தைக் கண்டுபிடித்துவிடக் கூடாது என்பதற்காகத்தான் இதை உருவாக்குவதில் நாங்கள் முனைப்போடு வேலை பார்த்தோம். ஒருவேளை நமக்கு முன்பே, நாஜிகள் இதைக் கண்டுபிடித்திருந்தால் நம்மால் நினைத்தும் பார்க்க முடியாத பேரழிவு ஏற்பட்டிருக்கும். உலகின் பிற பகுதிகளைத் தன் கட்டுப்பாட்டிற்குள் கொண்டுவந்திருப்பார்கள்.

ஒட்டுமொத்த உலகின் பாதுகாவலராய் நினைத்து, அமெரிக்க மற்றும் பிரிட்டன் மக்களிடம் நாங்கள் இந்த ஆயுதத்தை ஒப்படைத்தோம். அவர்கள் அமைதிக்காகவும் விடுதலைக்காகவும் போராடுவார்கள் என்று நம்பினோம். ஆனால் அட்லாண்டிக் சாசனத்தில் சொன்னபடி, அமைதி பரப்புவதற்கோ அடிமை தேசங்களுக்கு விடுதலை வழங்குவதற்கோ இதுநாள் அவர்கள் எதுவும் செய்யவில்லை.

போரில் ஜெயித்துவிட்டோம். ஆனால் அமைதி பூப்பது எப்போது? சண்டைப் போடுவதில் ஒன்றிணைந்த உலகப் பேரரசுகள், சமாதானம் நாட்டுவதில் சமரசம் அடையாமல் பிளவுப்பட்டு இருக்கின்றன.?

அச்சுறுத்தல் இல்லாமல் உலக மக்கள் நிம்மதியாய் வாழ்வார்கள் என்று உறுதியளித்தார்கள். ஆனால் போர் முடிந்த பின்னர் உலகமே பீதியில் உறைந்துவிட்டது. தேவைகளில் இருந்து விடுபட்டு உலக மக்கள் நிறைவாய் வாழ்வார்கள் என உறுதியளித்தார்கள். ஆனால்

போர் முடிந்த பிற்பாடு பலர் பசியில் வாடுவதும், சிலர் அளவுக்கு அதிகமாய் சொத்து சேகரித்து உல்லாசமாய் வாழ்வதும் கண்கூடாகத் தெரிகிறது.

உலக நாடுகளுக்கு விடுதலை தந்து நீதியை நிலைநாட்டுவதாய் உறுதி கொடுத்தார்கள். ஆனால் அவர்கள் பாஷையில் 'விடுதலை' என்பது எத்தனைக் கோரமானது என்பதை நாம் பார்த்துவிட்டோம். இன்றும் பார்க்கிறோம். சுதந்திரம் வேண்டும், சமத்துவம் வேண்டும் என்று யாராவது கேட்டால், அவர்களை ஈவிரக்கமின்றி துப்பாக்கிகளால் சுட்டுத் தள்ளுவார்கள்.

தங்கள் இஷ்டப்படி ஆட்டிவிக்க ஏதாவது ஒரு கட்சியோ, அதிலுள்ள ஆட்சியாளரோ இசைவு தெரிவித்தால் படைபலங்கள் கொடுத்தனுப்பி ஆதரவு தருவார்கள். தேச எல்லைப் பற்றிய குழப்பங்களும் அதிகார வாதங்களும் வழக்கொழிந்து போனாலும் பொதுநலன் மற்றும் நீதி குறித்த அத்தியாவசிய கோரிக்கைகளைத் தாண்டி அவை மேலெழும்பி நிற்கின்றன.

ஒரே ஒரு நிகழ்வை முன்னிறுத்தி இன்னும் தெளிவாகச் சொல்ல என்னை அனுமதியுங்கள். இதுதான் இன்றைக்கு ஏற்பட்டுள்ள பொதுவான சூழல். என் சொந்த, யூத இன மக்களைப் பற்றி நான் சொல்கிறேன்.

யூதர்களுக்கு எதிராக ஒட்டுமொத்த நாஜி படையும் வன்முறையைக் கையாண்டபோது மூன்றாம் உலக நாடுகள் வெறுமனே வேடிக்கைத்தான் பார்த்துக் கொண்டிருந்தன. அது போதாதென்று ஜெர்மனியை ஆளும் அப்பட்டமான குற்றப் பிண்ணனி உடைய அரசாங்கத்துடன் ஒப்பந்தங்கள் கையெழுத்திட்டன.

ஹிட்லர் ருமேனியா மற்றும் ஹங்கேரியைக் கைப்பற்ற நினைத்தபோது, மஜ்டனேக், ஆஷ்விட்ஸ் சித்திரவதை முகாம்கள் நேச நாடுகளின் கையில் இருந்தன. எனவே ஹிட்லரின் விஷவாயுத் தாக்குதல் பற்றி எல்லோருக்கும் தெரிந்திருந்தது. அப்படியிருந்தும் ருமேனியா மற்றும் ஹங்கேரியில் வசித்த யூதர்களைக் காப்பாற்றும் பொருட்டு நிலையான ஒரு முடிவும் மேற்கொள்ளப்படவில்லை. யூதக் குடியானவர்களுக்கு பாலஸ்தீனத்தின் எல்லாக் கதவுகளையும் பிரிட்டன் அடைத்துவிட்டது. கைவிடப்பட்ட இந்த யூதக் குடிகளுக்கு ஆதரவு தருவார் ஒருவரும் இல்லை. ருமேனிய மற்றும் ஹங்கேரிய யூதர்களும் ஏற்கெனவே இறந்துபோன தங்கள் சகோதர சகோதரிகளைப் போலக் கேட்பாரற்று இறந்து போனார்கள்.

யூதர்களைக் காப்பாற்றி தன்னால் இயன்ற உதவிகளைச் செய்த டச்சு, ஸ்விஸ் போன்ற ஸ்கேண்டிநேவிய நாடுகளின் வீரதீரமிக்கச் செயல்களை நம்மால் ஒருபோதும் மறக்கமுடியாது. நாஜிப் படைகள் போலந்தைச் சுற்றி வளைத்தபோது, யூத மக்கள் மீது தயவு தாட்சண்யம் காட்டி தன் தேச எல்லைகளைத் திறந்துவிட்ட சோவியத் ஒன்றியத்தின் மனிதாபிமான செயலை நாம் ஒருபோதும் மறக்கக்கூடாது. யூதர்களுக்கு உதவி செய்த ஒரே பெருந்தேசம் சோவியத் மட்டுந்தான்.

ஆனால் இத்தனை உதவிகளுக்குப் பிறகும், எதுவும் நடக்காமல் தடுக்க முடியவில்லை. இன்றைக்கு என்ன ஆனது?

யூத மக்களின் விருப்பத்தைத் துளியும் சட்டை செய்யாமல் ஐரோப்பிய பிராந்தியத்தில் அங்கொன்றும் இங்கொன்றுமாய் இடம் ஒதுக்கினார்கள். போருக்கு முந்தைய யூத மக்களில் ஐந்தில் ஒரு பங்குதான் உயிர் பிழைத்திருந்தனர். ஆனால் அவர்களும் பாலஸ்தீனத்தில் நுழைய அனுமதி மறுக்கப்பட்டு, பசியில் வாடி, குளிரில் நடுக்குற்று விரோதத்துடன் வாழ எத்தனிக்கப்பட்டார்கள்.

இன்றைக்கும் கூட யூத மக்கள் நிம்மதியோடு, பாதுகாப்பாக வாழ எந்தவொரு தேசமும் இடமளிக்க முன்வரவில்லை. சிறைப் பிடிக்கப்பட்ட பல யூதர்கள் இன்னும் நேசநாடுகளின் கட்டுப் பாட்டிலுள்ள சித்திரவதை முகாம்களில் கீழான நிலையில் வைக்கப்பட்டுள்ளனர். இந்த நிகழ்ச்சி ஒன்றே யூதர்களின் அவமானகரமான, நம்பிக்கையற்ற நிகழ்கால சூழலை எடுத்துரைக்கிறது.

யூத மக்கள் பாலஸ்தீனத்தில் நுழைய ஜனநாயக அடிப்படையில் அனுமதி மறுக்கப்பட்டதாகச் சொல்லப்பட்டது. ஆனால் உண்மை என்னவென்றால், வெள்ளை அறிக்கையைத் தடை செய்ய மும்முரமாக இருந்த மேற்கத்திய நாடுகள், அரேபியப் பகுதியின் பரந்து விரிந்த, மக்கள்தொகை அடர்த்தி குறைந்த ஐந்து நாடுகளின் அச்சுறுத்தலுக்கும் அழுத்தத்திற்கும் அடிபணிய வேண்டியிருந்தது.

ஏழை யூதர்கள் ஐரோப்பாவிலேயே குடியேற வேண்டும். அவர்களின் அறிவாளித்தனத்தை நாங்கள் பயன்படுத்த விரும்புகிறோம் என்று பிரிட்டன் வெளியுறவுத் துறை அமைச்சர் வெளிப்படையாகச் சொன்னார். இதில் முரண்பாடான விஷயம் என்னவென்றால், யூதர்கள் நான் வருகிறேன், நீ வருகிறேன் என்று முன்டியடித்துக் கொண்டு சண்டைப் போடக்கூடாதாம். அவ்வாறு

நேர்ந்தால் மீண்டும் வெறுப்புக்கு உள்ளாகி துன்பப்பட நேரலாம் என்று எச்சரித்தார்.

பிரிட்டன் மந்திரியால் எங்களுக்கு உதவமுடியாது என்று நான் பயப்படுகிறேன். ஏனென்றால் அறுபது லட்சம் மக்களை இழந்த யூதர்கள், இயற்கையாகவே உயிர் பயத்தால் மல்லுக்கட்டி நிற்பார்கள். தாமாக விரும்பாவிட்டாலும், நாஜி படையிடம் இருந்து உயிர் தப்பிய மக்கள் கூட்டத்தை யாரால் கட்டுப்படுத்த முடியும்?

போருக்குப் பிந்தைய எங்கள் உலகம் அவ்வளவு பிரகாசமாக இல்லை. நாங்கள் வெறும் இயற்பியலாளர்கள்தான், அரசியல் வாதிகள் அல்ல. அரசியலில் தலையிடும் விருப்பமும் எங்களுக்கு இருந்ததில்லை. ஆனால் அரசியல்வாதிகளுக்குத் தெரியாத சில விஷயங்கள் எங்களுக்குத் தெரியும். ஆகவே அந்தப் பொறுப்பான வேலைகளை நினைவூட்டுவது எங்கள் கடமை. அத்தியா வசியங்களைத் தள்ளிப்போட்டு நிலையில்லா எதிர்காலத்தில் சிறிது சிறிதாகப் பார்த்துக்கொள்ளலாம் என்று காலம் நகர்த்தவும் நமக்கு நேரமில்லை. வெட்டிப் பேரங்களில் நேரத்தை வீணாக்க வேண்டாம்.

தைரியமாகச் செயல்படச் சொல்லி சூழல் நம்மைக் கட்டாயப் படுத்துகிறது. நமது ஒட்டுமொத்த அரசியல் பார்வையிலும் தீவிரமான மாற்றங்களைக் கொண்டுவரவேண்டும். இந்த மாபெரும் நிறுவனத்தை ஆல்பிரட் நோபல் நிர்மாணிக்கும்போது எவ்வித உத்வேகத்தில் பயணப்பட்டாரோ, நம்மை வேலை வாங்கும் மனிதர்களிடத்தும் அதே விதமான உத்வேகத்தில் நம்பிக்கையும் உண்மையும் பெருந்தன்மையும் சகோதரத்துவமும் மலரட்டும். இல்லையென்றால் மனிதச் சமூகமே அழிந்துவிடும்.

•

இஸ்க்ரா

இயற்பெயர், சதீஸ்குமார். கோவை பாரதியார் பல்கலைக்கழகத்தில் முதுகலைத் தமிழ் இலக்கியம் படித்து வருகிறார். மொழிபெயர்ப்பில் ஆர்வம் கொண்டவர். இதுவரை இரண்டு நூல்கள் வெளியிட்டுள்ளார். வரலாறும் இலக்கியமும் இவருடைய விருப்பத்துக்குரிய துறைகள்.

www.ingramcontent.com/pod-product-compliance
Lightning Source LLC
LaVergne TN
LVHW100807051026
849519LV00006B/1995
* 9 7 8 9 3 9 0 9 5 8 7 5 7 *